AF846260

TRẦN VẤN LỆ

THƠ VÀ CUỘC ĐỜI

NHÀ XUẤT BẢN NHÂN ẢNH
2024

TRẦN VẤN LỆ
THƠ VÀ CUỘC ĐỜI

Biên tập: Nguyễn Thiên Nga
Bìa & dàn trang: Lê Nguyễn Minh Quân
Nhân Ảnh xuất bản năm **2024**
ISBN: 979-8-8692-0164-5

Copyright © 2024 by Tran Van Le

Thay lời tựa

Thơ Tôi, Cuộc Đời Tôi

Tôi sinh ra ở Phan Thiết, vào một ngày cuối tháng 5 năm 1942.

Phan Thiết quê tôi là xứ Thơ.

Tôi từng ngồi ở Mũi Né. Địa danh một vùng biển của tỉnh Bình Thuận. Từ Phan Thiết đi Mũi Né có một con đường độc đạo dài 22 cây số, qua Thanh Hải, Ngọc Lâm, Rạng rồi tới Mũi Né, hết đường. Phú Hài là một làng chài lưới, cá đổ về đây để vài nhà Hàm Hộ mua đem về Thùng Lều làm nước mắm. Ngọc Lâm có một Tháp Chàm, Tháp cuối cùng của người Chàm, thường chỉ thấy người Chàm ở Ma Lâm Chàm về đây cúng bái, không thấy người Chàm ở Phan Rí vào. Người Chàm trước 4 – 1975 được gọi là người Hời, người Chiêm Thành. Sau 4 – 1975 gọi theo tên người Pháp gọi, là người Chăm. Ngọc Lâm xưa có một ngôi lầu của người Pháp (có sách nói là một vị Hoàng Tử người Tây Ban Nha) nên dân địa phương gọi là Lầu Ông Hoàng. Nhà thơ Hàn Mạc Tử và nhạc sĩ Trần Thiện Thanh có tác phẩm nặng tình ở đây. Lầu Ông Hoàng ra sao, ít người biết vì "được" chủ nhân của nó phá, dẹp và dọn sach trước năm 1940. Khu lầu này đầy đủ cơ ngơi của một cung điện chắc cũng huy hoàng lắm. Hồi còn đi học Trung Học, tôi có cắm trại tại đây, chỉ thấy dấu tích là một sân Tennis. Tôi không biết gì về lai lịch của nơi này, chỉ thấy núi lúp xúp ngó ra biển khơi không một bóng dáng ghe thuyền đánh cá... Xung quanh nó và gần đó không có làng mạc nào của người mình. Cảnh trí đẹp, rất đẹp... mà hoang vu! Một chuyện tình lưu lại vài bài báo mang tính chất tiểu thuyết hơn là lịch sử.

Qua Ngọc Lâm là tới Rạng. Cái tên hay, gọn gàng, không hiểu ý nghĩa gì. Bạn tôi, con ông Lý Mỹ, Huỳnh Ngọc Mỹ, lập nghiệp bằng cách trồng dừa. Chắc thuộc hàng địa chủ nên ông Huỳnh Ngọc Mỹ từng là Lý Trưởng nên mới có danh là Ông Lý Mỹ. Tôi có ghé đây, dạo chơi, nghỉ ngơi trong các vườn dừa. Thời xưa chiến tranh nhưng khu này không sao có lẽ vì ít người mà họ sống bằng nghề chài lưới qua ngày nên khó có tiếp tế.

Tôi rời Rạng để bắt xe đò vào Mũi Né. Chú Tám tôi cưới vợ người ở đây. Vợ chú tôi là Chị ruột của nhà thơ Vũ Anh Khanh. Vũ Anh Khanh tôi chưa hề biết mặt vì ông đi theo Việt Minh lúc tôi mới 5 tuổi. Ông đưa Cậu Mười (em của má tôi) và anh Hai của tôi theo Việt Minh chống Pháp. Tôi rất thích đọc Thơ và Truyện Vũ Anh Khanh. Thơ văn Vũ Anh Khanh nhẹ nhàng, sắc sảo, kêu gọi kháng Pháp.

Tôi ra Mũi Né thăm gia đình Chú tôi. Lúc đó, khoảng năm 1957-1958 tôi vừa xong Trung Học Đệ Nhất Cấp. Tôi vẫn là đứa con nít. Tôi ở nhà Chú tôi, ra biển ngắm trăng... ngắm biển. Tôi không quan tâm gì về nhà thơ Vũ Anh Khanh. Biết Vũ Anh Khanh là em ruột của Thím tôi, tôi có phần tự hào. Tôi biết rõ hơn chút về giòng họ gia tộc của Thím tôi, Thím tôi là con gái của ông bà Trợ Đãi (Trợ là Thầy giáo, ông tên là Võ Văn Đãi, dạy ở Quảng Ngãi, đưa cả gia đình vào Bình Thuận khoảng sau 1930, lập nghiệp Hàm Hộ tại Mũi Né, hãng nước mắm nổi tiếng tên là Quảng Thuận (Quảng Ngãi + Bình Thuận).

Tôi nhìn vầng trăng ở bãi biển Mũi Né, đêm trăng khuyết, tôi thấy ánh trăng tan trên biển như máu loang... Các con ông Phan Lý Ngư, có người học trước tôi, có hai người cùng lớp với tôi. Hai người bạn cùng lớp với tôi là Phan Nguyên Lý và Phan Đồng Lý. Phan Đồng Lý hiện ở Australia, vượt biển tới bến. Phan Nguyên Lý có vợ người Đà Lạt, cả hai vợ chồng đều dạy học... không biết họ sống chết ra sao. Các anh của Đồng Lý, Nguyên Lý mà tôi biết có tên là Kinh Lý, Thiên Lý. Cả nhà con trai đông, đều một tên chung là Lý. Trần Thiện Thanh ở gần nhà Phan Đồng Lý, học sau Phan Đồng Lý một năm...

Đêm ngắm trăng không tròn đầy thời tôi thơ dại, nhớ lại không rõ ràng, mênh mang trong lòng tôi nỗi niềm gì đâu xa xăm một quá khứ tỏ mờ... Mờ hơn là tỏ.

*

Tôi nhìn trăng ở tuổi tôi biết buồn. Biết cả cõi đời hoang vu tịch mịch. Chẳng có gì ngoài mấy chút đọng lại trong đầu.

Rồi tôi khôn lớn hơn. Tôi đi dạy học. Dạy học là chuyện bình thường vì tôi đã là người "chuyên nghiệp". Từ đầu năm 1962 trở đi, tôi để hơn nửa lòng mình chờ ngóng cái giấy gọi tôi nhập ngũ. Tôi ở cái tuổi lính mà. Chiến tranh bừng bừng. Con trai đi lính. Tôi chờ hoài rồi nó tới. Tôi đi trình diện Tiểu Khu Tuyên Đức. Tôi và bốn chàng nữa có mặt, mỗi người một vé xe lửa hạng ba từ ga Đà Lạt xuống ga Tháp Chàm, vào trình diện Trại Nhập Ngũ số 2 Phan Rang. Mọi thủ tục xong: bốn anh chàng kia ở lại để được chuyển vào Trung Tâm Huấn Luyện, tôi được phát một tờ giấy hoãn dịch lý do Thặng Dư Tài Nguyên. Tôi về Đà Lạt... bằng vé xe lửa tự bỏ tiền ra. Vui được về, hao tốn kệ nó! Tôi chào bốn anh em. Tôi chào những con rệp, trời ơi là rệp hút máu người trong cái trại này.

Tôi kịp chuyến tàu về Đà Lạt. Chạy băng băng từ Tháp Chàm lên K'rongpha, chui qua đèo Ngoạn Mục. Tôi ngó ga Eo Gió, Cà Beu, Trạm Hành, Cầu Đất... Những đồi trà bát ngát. Những đồi sương đẹp làm sao... Đêm bắt đầu hiện ra. Đêm Rằm, trăng tròn. Xe lửa chạy dưới trăng... về ga Đà Lạt.

Tôi nhớ bốn người đồng hành với tôi còn ở lại Phan Rang. Tôi có bốn đêm ngủ ở đó ngắm trăng trong hàng rào kẽm gai. Tôi về lẻ loi. Trăng tròn trịa, chỉ dành cho tôi ngày mai trở lại trường trở lại với học trò. Trong bốn anh em cùng chuyến đi hôm nào, chừ nhớ lại chẳng đứa nào còn. Tôi còn, người thứ năm, một người lính cô đơn?

Tôi lại chờ đợi cái giấy gọi nhập ngũ tiếp. Trong khi bao nhiêu người trai đã "bị". xởn cái đầu, mặc đồ xúng xính, ắc ê với súng với lưỡi lê. Tôi biết tôi sẽ như vậy.

Ngày đó đã tới, đó là một ngày vào tháng Mười Một năm 1966.

Lần này tôi phải trình diện ở Nha Trang, trại Nhập Ngũ Số 2 chuyển ra Thành, Khánh Hòa... Lần này, chúng tôi có ba người, đi bằng máy bay 123 xuống Nha Trang, đi tiếp bằng xe Dodge lên Diên Khánh. Làm thủ tục. Rồi về phòng ăn, phòng ngủ... Đẹp và sạch hơn hồi Phan Rang. Chúng tôi, nhiều lắm, những người ở Phan Thiết, Phan Rang, Nha Trang, Phú Yên, Quy Nhơn... chờ đợi chuyến tàu thủy vào Sài Gòn. Tàu đi 26 tiếng đồng hồ tới bến Bạch Đằng. Ai về Hóc Môn lên xe này! Ai về Đồng Đế lên xe này! Ai về Thủ Đức lên xe này! Tôi trong tốp người đi về Thủ Đức, lên xe GMC. Xe ngừng ở Câu lạc Bộ Vãng Lai đường Trình Minh Thế. Xuống và nghe lệnh: Đêm nay anh em ngủ tạm ở đây, sáng mai 6 giờ sáng có xe Thủ Đức ra đón.

Nghe lệnh xong, tan hàng, vào phòng được chỉ, mỗi người một cái giường, xong đi kiếm đồ ăn bữa chiều. Trời tối rồi. Trăng lên. Đời Lính mới nghe đêm có cái mùi mới của đường trường xa...

Đêm đó, tôi nhìn trăng ở đường Trình Minh Thế, nghe sóng ở bến Nhà Rồng bập bềnh... Trăng lên, không có gì ấn tượng!

*

Những đêm trăng sau đó, bao nhiêu đêm, tôi không còn nhớ được nữa.

Từ khi em là Trăng, từ khi Trăng là Nguyệt, tôi cứ trôi theo dòng đời.

Tôi dạy học, các em nữ sinh khuôn mặt sáng đẹp như trăng rằm.

Tôi đi lính, pháo sáng nhập nhòe những họng súng. Trăng mờ mờ, loang loang màu máu.

Tôi đi cải tạo sau 1975. Tôi ra tù. Tôi đi làm thuê trước khi sang Mỹ. Trăng nhạt nhòa, trăng một màu buồn và thơ tôi cũng buồn một màu.

Không lâu nữa, tôi sẽ đón thêm tuổi mới. Đứng gần cuối con dốc cuộc đời, tôi bâng khuâng hoài, nhớ thương hoài về một thời đã qua. Đây Phan Thiết, có cha mẹ tôi, có gia đình tôi bảng lảng khói sương. Đây Đà Lạt, tuổi trẻ – tình yêu – khát vọng, một thời đẹp nhất của tôi; chừ chút mưa bụi cũng đủ làm cay mắt nhớ. Những giọt lệ đã chảy ngược vào trong, làm tôi đớn đau, làm tôi day dứt. Thơ tôi cũng vậy thôi. Đó là những niềm riêng. Có người thấu hiểu, có người không. Có người thương thơ, vì thơ là tiếng lòng. Có người hờ hững...

Đời và Thơ.

Tôi cám ơn cô bạn nhỏ Thiên Nga – một người thân trong gia đình đồng nghiệp của tôi trước đây: Giáo sư Khổng Vĩnh Thành, cám ơn rất nhiều. Cô bạn nhỏ đã dày công lưu giữ hàng ngàn bài thơ của tôi (trong đó có bài đã được chọn in trong "Tuyển Tập Thơ Tình Việt Nam Thế Kỷ 20" đang được lưu trữ tại Thư viện tỉnh Vĩnh Phúc hay những bài in trong Nội san trường PTTH Bùi Thị Xuân, Đà Lạt); sưu tập hàng trăm bài viết của mọi người về thơ tôi cũng như những nhạc phẩm được phổ từ thơ Trần Vấn Lệ.

Để bạn bè yêu thơ có dịp hiểu hơn cuộc đời cùng các cung bậc cảm xúc tôi đã trải qua, Thiên Nga đã biên tập lại phần nội dung và cháu Lê Nguyễn Minh Quân đã sắp xếp thời gian để dàn trang và thiết kế bìa.

Nhân đây, tôi cũng chính thức đề nghị cô bạn Nguyễn Thiên Nga cùng giữ bản quyền cuốn sách này.

Tôi gửi lời cám ơn các anh Luân Hoán và Lê Hân, những người chủ trương Nhà Xuất Bản Nhân Ảnh, một lần nữa, đã giúp đỡ tôi.

Cuốn sách này được xuất bản trong đầu năm 2024. Trước hết, đó là một món quà tinh thần vô cùng giá trị tôi tự tặng chính mình. Sau đó, xin mời các bạn yêu mến người làm thơ có tên Trần Vấn Lệ hãy đọc.

Một lần nữa, tôi tin, *tình thương mến thương lan tỏa như màu trăng bát ngát.*

Temple, tháng 02/2024
Trần Vấn Lệ

Trần Vấn Lệ, Ông Là Ai?

Trong một bài viết của mình, nhà thơ Nguyễn Hữu Thời đã tự hỏi như vậy.

"Trần Vấn Lệ, anh là ai?"

Tôi không hỏi Trần Vấn Lệ mà tôi hỏi mình; và chờ đợi câu trả lời từ những người khác, những nhà phê bình văn học hay những độc giả của anh, những người hiểu biết về anh, về thơ anh, nhiều hơn tôi. Tôi "biết" anh hơi muộn.

Tôi đọc Trần Vấn Lệ quá ít – so với tài sản khổng lồ hàng chục tập thơ anh đã in, trong nước hay ở hải ngoại – để có thể nói hay viết một điều gì thỏa đáng.

Tôi cũng chưa hề được gặp anh và e rằng một lần hạnh ngộ cũng là khó. Dường như trong mọi chuyện, tôi luôn là một kẻ muộn màng.

Và tại sao Trần Vấn Lệ? Cái tên lạ quá. Như một định mệnh. Muốn gói lại những giọt nước mắt mà chúng vẫn rơi; bởi lẽ trái tim yêu thương vẫn còn đập trong lồng ngực...

(Nguyễn Hữu Thời)

Có lẽ nhiều bạn đọc cũng hỏi như vậy. Từ cái tên (tên thật, không phải bút danh), từ những vần thơ đẹp mà buồn, có khi ngỡ có tiếng cười mà rưng rưng giọt nước mắt...

Tôi thiết nghĩ, không cần phải tìm hiểu nhiều. "Ý tại ngôn ngoại". Những áng văn xuôi, những bài thơ mang tính tự sự của chính nhà thơ Trần Vấn Lệ, hay những bài viết của bạn bè từng gắn bó, từng gặp gỡ và quý mến ông đã trả lời cho câu hỏi ấy.

Được sự tin cậy của ông – nhà thơ Trần Vấn Lệ, tôi – một người bạn nhỏ đã hết sức thận trọng khi tập hợp và cố gắng để cuốn sách này được phát hành sớm nhất như nguyện vọng của ông.

Cuốn sách có 4 phần chính.

Phần 1: GIA ĐÌNH, QUÊ HƯƠNG – SUỐI NGUỒN THƯƠNG YÊU
Một số bài văn xuôi, bài thơ mang tính tự sự về gia thế, cuộc đời của nhà thơ Trần Vấn Lệ.

Phần 2: BẠN BÈ VỚI THƠ CỦA LỆ
Bạn hữu viết về Trần Vấn Lệ và thơ của ông.

Phần 3: TÌNH THÂN MẾN DÀNH CHO MỌI NGƯỜI, CHO QUÊ HƯƠNG
Giới thiệu một số bài viết chọn lọc nhà thơ Trần Vấn Lệ viết cho mọi người.

Phần 4: THƠ BAY THEO TỪNG NỐT NHẠC
Giới thiệu một số nhạc phẩm được phổ từ thơ Trần Vấn Lệ.

Đặc biệt, trong cuốn sách này, chúng tôi đã sưu tầm được bài thơ của Thi Sĩ Trần Vấn Lệ được tuyển chọn và đăng trong ***"Tuyển Tập Thơ Tình Việt Nam Thế Kỷ 20"***. Tập thơ được nhà xuất bản Thanh Niên ấn hành năm 2003, khổ sách 19cm, tập hợp những tác phẩm viết về tình yêu của nhiều nhà thơ trong toàn bộ thế kỷ 20. Tập thơ được lựa chọn từ hàng ngàn tác phẩm để có 351 bài thơ hay của 299 tác giả tiêu biểu. Công việc tuyển chọn do 2 nhà thơ Nguyễn Bùi Vợi và Quang Huy thực hiện.

Với độ dày 511 trang, ***"Tuyển tập thơ tình Việt Nam thế kỷ 20"*** được chia làm 2 phần. Phần 1 là những sáng tác của những nhà thơ từ năm 1900 đến năm 1945 như: *Nguyễn Bính, Xuân Diệu, Tú Xương, Thế Lữ, Hàn Mạc Tử, Chế Lan Viên...* Phần 2 là những sáng tác của những nhà thơ từ năm 1945 đến năm 2000 như: *Vũ Cao, Thu Bồn, Hoàng Cầm, Quang Dũng, Nguyễn Bùi Vợi, Trần Đăng Khoa...* Trong đó, có cả những tác giả là người dân tộc thiểu số như: *Y Phương, Bạc Văn Ùi, Cầm Vĩnh Ui...* Lại có những tác giả ở hải ngoại như: *Thanh Nam, Trần Vấn Lệ, Nguyễn Hồi Thủ...* Tất cả những sáng tác của 299 nhà thơ đã được lựa chọn và hội tụ về đây tạo nên một thế giới tình yêu đa sắc cho tập thơ tình thế kỷ này. Tập thơ hiện đang được phục vụ tại Thư viện tỉnh Vĩnh Phúc, ký hiệu sách phòng Đọc: PD.015203.

Bên cạnh đó, trong Phòng Truyền Thống của trường THPT Bùi Thị Xuân hiện nay (nơi Thi Sĩ Trần Vấn Lệ dạy học trước năm 1975) vẫn còn lưu giữ khá nhiều bài thơ của vị Thầy đáng kính và rất tài hoa này. Chúng tôi chỉ xin phép được chụp ảnh một số bài đưa vào phần Phụ Bản làm tư liệu.

Việc biên tập khá dày công cho cuốn sách này cũng như các công việc cần thiết, quan trọng để sách được ấn hành, chúng tôi xem đây là món quà tinh thần gửi đến Thi Sĩ Trần Vấn Lệ. Kính mong ông luôn bình an, mạnh khỏe để có những vần thơ thật đẹp.

Xin trân trọng gửi đến bạn đọc.

Dalat, tháng 02/2024
Nguyễn Thiên Nga

PHẦN 1:
GIA ĐÌNH, QUÊ HƯƠNG – SUỐI NGUỒN TÌNH YÊU

Phan Thiết Phan Thiết Phan Thiết

Tôi sinh ở Phan Thiết, tôi xa đó lâu rồi... Tôi chỉ nhớ cái hơi / thuốc / Ba hút buổi sáng, tôi rất nhớ vầng trán / Má tôi mướt mồ hôi. Ôi tôi nhớ, nhớ ơi... những ngày mưa trắng biển, những con chim én liệng / quanh lầu nước vườn hoa... Tôi nhớ cả mùa hoa / phượng rơi chân cầu sắt... tôi nhớ nhất đôi mắt / của ai đó ngày xưa...

Phan Thiết là xứ thơ / những đêm mưa rả rích, những đêm mưa tối mịt, những tiếng giày đinh vang... Ôi Phan Thiết điêu tàn / một thời chinh chiến cũ... Vang vang tiếng chim cú / gọi hồn ma Tà Dôn / tiếng máy bay rất ồn / đảo quanh trời Thiện Giáo... Phan Thiết thật áo não / thơ Hàn Mạc Tử buông... oán hờn người phụ bạc. Tiếng cô Mỹ Thể hát / bay về tận La Gi... Bao nhiêu người bỏ đi, có cả tôi trong đó / đi vì mưa vì gió, đi vì buồn Quê Hương...

Sáu mươi năm lạc đường – tôi lạc đường Thế Giới.
Phan Thiết không chờ đợi / tôi về nữa, phải không?

Quả thật tôi đau lòng / ai mới nhắc Phan Thiết – nơi tôi yêu không ghét... mà trọn đời tôi xa!

Má Ơi Má, Con Về Đây Má Ơi!

Tôi rời Việt Nam đi đến chỗ ở mới chưa được ba năm thì nhận được tin má tôi qua đời. Tôi còn mỗi má thôi để, hồi xưa, vài ba năm tôi có về thăm thì người trả tiền xe xích lô cho tôi là má tôi!

Tôi tự lấy làm lạ sao mỗi lần tôi về thăm nhà, thăm nơi mình được sinh ra đời, lớn lên học chưa tới đâu thì đi tỉnh khác, mỗi dịp nghỉ hè, xuống ga xe lửa về nhà thì... trong túi hết tiền! Má tôi lần nào cũng phải trả tiền xe xích lô cho tôi mà bà không la rầy tôi một tiếng, trái lại thấy như vui vì tôi về...

Đó, là thời tôi còn nhỏ (không nhỏ lắm, hơn 17, 18 rồi). Tôi có tính xấu là luôn luôn dựa hơi má tôi, tôi xài tiền dọc đường, bạn bè cần tôi đưa, tôi tin tôi không bơ vơ khi vào nhà. Tôi đi dạy học, tôi có lương, tháng tháng tôi có gửi cho ba má tôi một ít cho vui. Có lẽ cũng vì lý do này mà tôi về nhà là má mừng và chi cho tôi mấy thứ lặt vặt?

Ba má tôi chưa la rày tôi bao giờ, chỉ có một lần, hồi ba tôi làm việc ở Sài Gòn, tôi từ Đà Lạt về thăm, tôi mang giày dơ, ba tôi có hỏi tôi sao con không chịu đánh giày? Đó là một lần duy nhất ba tôi để ý cách phục sức của tôi, tôi càng thương thời mình ở quân trường luôn luôn giữ giày cho sạch bóng để không bị phạt.

Ba tôi mất năm 1972, sắp sửa có hiệp định Paris ký kết (27/1/1973), ba tôi không kịp thấy hoà bình... Má tôi mất sau ba tôi 20 năm, có hoà bình mà... Con trai má, ba đứa, một tôi bầm giập, hai đứa em tôi đỡ hơn vì tụi nó "nhỏ".

Tôi biết thân biết phận, cực khổ sáu năm, tôi thảnh thơi tìm cách xa má. Má lột chiếc nhẫn vàng y hai chỉ cho tôi... Và tôi xa má tôi thiệt từ năm 1989.

Má tôi không có gì cho tôi thêm, vợ tôi gửi má cái áo len cũ, tôi đưa má cái poncho light của tôi, hai đứa con tôi để lại cho bà nội hai cái áo dài trắng chúng mặc hồi đi học, tụi nó nói: "*Nếu tụi con không còn dịp về thăm nội nữa thì hai cái áo này coi như khăn tang con tưởng nhớ nội ngày nội qua đời; mà nội ơi tụi con sẽ về, nội đừng làm sao hết nhen, nhớ giữ mấy trái lựu cho tụi con...*"

Từ đầu năm 1990, tôi có gửi về cho má và cho anh chị em. Má tôi được tổng cộng ba trăm đô, nhất định má không xài, cứ giữ đó, thỉnh thoảng lấy ra nhìn và khóc. Má tôi sống nhờ lương tháng dành cho người có công với cách mạng, ít nhưng có cái tình người... Má tôi mất khi tôi ở xa, một mình, giữ nhà cho bạn, không lương, trên San Jose.

Tôi nhận được tin má tôi mất, không biết làm sao, gửi tin cho vài tờ báo, tôi tha thiết xin họ chia sớt với tôi nỗi buồn. Lần đầu tiên trong đời tôi, tôi thấy tôi cần được san sẻ từ bạn bè... Tôi vội vàng gửi về hai trăm dành dụm cho em tôi lo cuối đời của má, cả chiếc nhẫn vàng y hai chỉ sắm mới để gắn vào miệng má trước khi liệm. Các em tôi nói đã lo cho má chu toàn và... chu tất. Tôi tin. Cả đời tôi cả tin!

Mới đây, em tôi, thằng Nhàn, mất đột ngột, tôi có cớ về thăm quê. Tôi lên Đà Lạt không làm sao dám về con đường cũ, lạ hoắc... mà loang lở, trồi sụt hết trơn. Nơi tôi ở 31 năm, đứng chỗ nào cũng chảy nước mắt, không cách nào cầm được. Lạ quá! Lạ quá! Ôi một nơi quen thuộc mà thế này.

Tôi không vào nhà bất cứ người quen nào bởi nhà nào cũng hai lầu, ba lầu, kín cổng cao tường. Tôi biết bổn phận của người đi là gửi về chớ không phải đi về.

Tôi xuống Phan Thiết, ghé lên thăm mồ mả ông bà, có ba má tôi trong phần đất đó, ở Bình Lâm. Rồi lên xe xuống nhà má tôi hồi sinh tiền – tôi nhớ như in bao nhiêu đám ruộng, trống vắng... mà bây giờ không thấy gì cả, phố mọc lên san sát.

Thằng em ở phía trong, thằng em ở phía ngoài, ngôi nhà mới xây đây mà, không thấy cửa vào vì quá nhiều nhà cất chen hai bên đường. Hoàn toàn không thấy đám ruộng nào, cả đám ruộng có phần mộ thật lớn nơi an nghỉ của ông bà ngoại, chừ mô? Mắt tôi ráo hoảnh rồi. Tôi nói với tài xế xe bao: Thôi em chạy xuống bến xe đưa tụi anh vào thành phố mang tên Bác Hồ yêu quý đi em...

Trời ạ! Lên xe, xe giường nằm, tôi nhớ mấy câu hát của Trần Văn Trạch, ca sĩ tài danh, em ruột của giáo sư Trần Văn Khê, bài ***Chuyến Xe Lửa Mồng Năm:*** *"Má! Má ơi má, con về đây má ơi..." Mới nhắc một câu, lòng đã nghe tái ngắt. Xe chạy. Đường êm như mơ. Đường êm như ru. Tôi nhớ má tôi quá, má tôi ru con gái lớn của tôi ngày nào, xưa lắm, năm 1963...*

Áo Dài Thương Nhớ

Cách nay không lâu lắm, ngày 25, 26 tháng 3 năm 2016, tôi từ Mỹ về thăm quê nhà sau hai mươi bảy năm xa cách, cũng nhân có chuyện buồn: người em trai của tôi từ trần, đây là lý do có lẽ chính đáng nhất và gọn gàng nhất tôi trả lời cho quan chức hải quan tại phi trường Tân Sơn Nhất trước khi tôi được thoải mái ra cổng để gọi taxi về thành phố Hồ Chí Minh kiếm một cái phòng trọ...

Ở thành phố Hồ Chí Minh hai ngày, tôi mua vé máy bay giá rẻ về Đà Lạt để thăm lại nơi tôi từng sống ba mươi mốt năm, có mười bốn năm tôi dạy học. Tôi ở Đà Lạt thấy chẳng có gì vui, thành phố lạ hoắc, khác hẳn những năm tôi ở đó, đi học, đi làm, lập gia đình. Đà Lạt bây giờ "um tùm" không phải rừng trong phố xanh um mà um tùm vì sao đông dân thế, nhiều nhà mới thế? Du khách? Có, nhưng đây không phải chính mùa du lịch. Người ở xa đến trú ngụ? Sinh cơ lập nghiệp? Chắc vậy. Tôi không còn gặp nhiều người quen, chỉ có hai người. Tôi không còn nghe giọng Đà Lạt, giọng Huế, mà nghe gần như ai cũng nói giọng miền Bắc. Tôi mừng đất nước mình thống nhất, nhưng cũng buồn thấy mình lạc loài trong một thành phố "thân thương"! Cái từ thân thương nghe ngồ ngộ, ngày xưa nó là mến thương, là yêu thương, là tha thiết thương... Tôi bơ vơ thật tình và tôi đi xuống Lạc Lâm, thuộc huyện Đơn Dương nhìn lại ngôi trường con gái tôi từng dạy mấy tháng trước khi nó đi cùng với tôi đến đất khách quê người...

Buổi sáng hôm đó Chúa Nhật, tôi đứng trước ngôi Nhà Thờ của xứ đạo Lạc Lâm. Tôi không có đạo, tôi đứng đó để nhìn người ta đi dâng lễ, tôi thích nhìn người ta ăn mặc đẹp đẽ, đàn ông chỉnh tề trong Âu Phục, vài ba người già mặc quốc phục, đa số các bà các cô thì mặc áo dài. Tôi nhớ và thương nhất áo dài. Tôi nhớ Má tôi. Tôi nhớ vợ tôi. Tôi nhớ các con gái của tôi (tôi chỉ có hai đứa con gái). Tôi nhớ những người tôi thương yêu khi họ mặc áo dài. Tôi yêu đất nước tôi, ôi cái hình ảnh người đàn bà mặc áo dài sao mà giống cái bản đồ Tổ Quốc vậy!

Tôi đang đứng ngơ ngơ (chớ không ngơ ngác) thì có một người phụ nữ rất đẹp, mặc áo dài đến chào tôi, hỏi: "*Thưa Bác, Bác có phải là Ba của cô Quình Lê không ạ?*". Tôi ngạc nhiên quá, nhưng thấy người hỏi tôi rất đàng hoàng, rất lễ phép, tôi không dè dặt đáp ngay: "*Thưa cô, phải, tôi có đứa con gái ngày xưa dạy ở đây, trường Trung Học Phổ Thông Lạc Lâm.*" "*Con nhớ Bác mà, cách nay hơn hai mươi năm, con thấy Bác có xuống trường Lạc Lâm, con học năm cuối, cô giáo mà con thương là cô Quình Lê, Bác từ Đà Lạt đi Dran thăm con. Bác có già hơn nhưng dáng Bác vẫn hao hao ngày xưa.*

Và, cô Quình Lê con nhớ vì cái tên của cổ, chữ y viết thành i, cô ấy nhỏ người, thanh, gọn, đi dạy luôn luôn mặc áo dài trắng giống như chị-học-trò lớp lớn hơn con". Tôi cười và cảm ơn người đàn bà đối diện. Đó là một nữ sinh cộng gần ba mươi năm tôi không ở trên Quê Hương, đứa bé nào...cũng già! Vài ba câu xã giao nữa thì cô ấy theo dòng người vào Nhà Thờ làm Lễ, tôi lững thững đi dạo trên bờ quốc lộ, tôi ngó mấy đóa hoa quỳ nở muộn. Tôi nghĩ thế vì hết tháng Ba thì thế nào trời cũng mưa, mà mưa thì hoa quỳ không còn, tới tháng Chín, tháng Mười mới có lại...

*

Tôi đi như thế, một mình, lúc đó khoảng hơn chín giờ sáng, tôi nghe có tiếng gọi sau lưng: "*Bác ơi Bác, con muốn mời Bác về nhà con chơi một chút được không ạ?*". Tôi dừng bước và quay lại thì ra người đàn bà hồi nãy gặp ở trước Nhà Thờ. Tôi nói: "*Hân hạnh lắm nhưng có gì trở ngại cho công ăn việc làm của cô không?*". "*Không đâu Bác, Bác về nhà con, con giới thiệu Bác với Ba Má con, ông xã con và hai đứa nhóc của con. Con cũng muốn hỏi chuyện về cô giáo cũ của con nữa. Bác chiều con nha Bác!*".

Tôi theo người đàn bà ấy về nhà. Ô! Cái nhà ngói không lớn lắm mà rất... là cái nhà! Người đàn bà vào trước, kêu ơi ới: "*Anh ơi, nhà mình có khách!*". Một người đàn ông trung niên hiện ra, hai tay nắm tay hai đứa nhỏ, một đứa chừng mười hai mười ba, đứa kia chắc mười, nở nụ cười rất đẹp chào tôi và nghe vợ giới thiệu về tôi. Bắt đầu là sự tình cờ mà duyên lắm anh à, đây là Ba của cô giáo Trần Quình Lê ngày xưa có dạy anh và em đó... Em gặp Bác ở Nhà Thờ, không hiểu sao em nhơ nhớ Bác như người quen, em đã từng biết hồi nhỏ. Không khí trong nhà như rộn lên khi hai người già hiện ra, người đàn bà giới thiệu tiếp, đây là ông bà Ngoại của hai đứa nhóc. Rồi nàng huyên thuyên nói cho cha mẹ biết về tôi... Ngộ ơi là ngộ, đúng là hữu duyên thiên lý, chúng tôi như người cùng một nhà...

Tôi được mời cà phê vườn nhà, mời trà Cầu Đất. Ông Cụ chỉ cho tôi thấy một giỏ trái khóm mới hái, hỏi tôi có thích không thì lấy bao nhiêu cũng được. Tôi lắc đầu: "*Em xin anh chị tha cho, em đường xa, ở khách sạn, nhưng em sẽ xin một quả lát về cho cô quản lý khách sạn như một cách báo cáo mình... tạm vắng hôm nay*". Ông Cụ cười, bà Cụ thì nói: "*Coi bộ nhà Bác ga lăng quá nhỉ!*".

Chúng tôi nói chuyện nhiều lắm, tôi hỏi chuyện quê nhà, cách sinh hoạt, còn họ thì hỏi tôi lối sống ở Mỹ, người đàn bà hồi sáng tíu tít hỏi thăm cô giáo của nàng. Tôi giới thiệu đầy đủ về tôi: Xưa dạy học ở Đà Lạt, từ tiểu học lên trung học, có dạy tư hai trường Đạo là Adran và Kỹ Thuật Lachalle, trường công cuối cùng mà tôi dạy là Trường Nữ Trung Học Bùi Thị Xuân. Vì có đi lính tôi phải học tập cải tạo hơi lâu, về thì tìm cách đi Mỹ. Tôi đi Mỹ đầu năm 1989, cuối năm đó thì tới Mỹ. Nhờ cuộc viễn hành bất đắc dĩ, tôi biết nước Thái Lan, nước Phi Luật Tân, biết quần đảo Hạ Uy Di. Hơn hai mươi sáu năm ở Mỹ, tôi biết cũng gần ba mươi Tiểu Bang. Tôi giới thiệu tiếp về gia đình, vợ tôi và con gái lớn đi làm nail, con gái út là Quỳnh Lê vừa đi làm thư ký tư vừa đi học và đã đi làm chỗ yên ổn, có gia đình, có hai đứa con. Con gái lớn không chịu lấy chồng... Gia đình tôi không thể "phất" như thiên hạ vì chúng tôi ở khu không nhiều người Việt, không có sinh hoạt cộng đồng. Tôi lo cho hai đứa cháu Ngoại đi học... và cố quên dĩ vãng của mình, nhưng nhớ áo dài, nhớ học trò của tôi ở trường Nữ, nhớ hai đứa con tôi khi hết Tiểu Học, vào Trung Học luôn luôn mặc áo dài đi học... Tôi không giấu giếm tình cảm đặc biệt tôi dành cho Đà Lạt và Dran – Đà Lạt là nơi tôi ở ba mươi mốt năm, từ học trò đệ nhị cấp đến giáo sinh Sư Phạm, lập gia đình, đi dạy, đi lính, nổi chìm cùng vận nước trong thời chiến tranh... Dran là nơi cho tôi cái cảm giác đầu tiên hồi năm 1958 khi chuyến xe lửa đưa tôi từ Tháp Chàm lên Đà Lạt chun qua khỏi ba cái hầm khói than mịt mù, ra Eo Gió, Cà Beu, vào Dran, trời mát lạnh. Dran cũng là nơi tôi từng ăn ở vì tôi có người bạn rất dễ thương tên là Vương Quang Nghiệp đã mất rồi trong một trận đánh nào đó, tôi có quen thân với anh Hoàng Lanh, có tiệm may ngay tại Dran, sau đó ảnh về Sài Gòn may ở nhà may Adam đường Lê Thánh Tôn, sau 4-1975 không có tin tức gì nữa, trong khi đó nhiều năm tôi là người học trò dở quá nên cải tạo lâu... Ông Cụ bà Cụ thỉnh thoảng lau nước mắt khi biết tôi có nhiều năm không no, không ấm... và bây giờ cũng chẳng ấm êm gì vì tôi trót nặng lời thề "Qua Mỹ mà được thì tôi Làm Thơ không Làm Thuê". Ông Cụ nói có đọc thơ tôi trên vài websites, bài nào hay thì đọc cho vợ nghe, bả khóc quá chừng... Tôi cười... trừ!

Mục chuyện chính là người đàn bà hồi sáng gặp đem mấy cuốn albums ra khoe với tôi hình ảnh ngày xưa, hình ảnh bây giờ, thời đi học, thời mới, thời làm con người mới. Mắt tôi dán chặt vào những hình ảnh áo dài. Người đàn bà mới quen mặc áo dài rất xinh, rất ngoan Đạo. Bà Má của nàng hồi trẻ cũng đẹp. Nhưng hình ảnh đập vào mắt tôi là hình Hoàng Hậu Nam Phương, người đàn bà Việt Nam mặc áo dài đẹp nhất và người đàn bà ấy cũng đẹp nhất trong lịch sử Việt Nam cận đại. Tôi cũng được xem những người con gái Dran mặc áo dài, có một cô thật xinh, mặc áo dài vàng, chỉ thiếu cái loupe thôi, thì y hệt Hoàng Hậu Nam Phương. Nàng thấy tôi ngắm nghía hình người mặc áo dài vàng lâu quá, nàng nói: "Con có quen biết cô này, nhỏ tuổi hơn con nhưng học giỏi hơn con, luôn luôn lo việc xã hội nhờ có chồng giàu, chỉ có hai con nên ít bận bịu, cô này người ở đây nhưng cư ngụ chính thức tại thành phố Hồ Chí Minh.". Lạ thiệt, hình ảnh người con gái lo việc xã hội tự dưng làm bận lòng tôi, tôi nhớ tôi từng có một em học trò cũng xinh như thế, năm nay sáu mươi hơn rồi. Vậy thì... không phải... cố nhân!

Tôi và cả nhà trò chuyện với nhau... như người một nhà. Thấy đã trưa, tôi xin kiếu, tôi xin một quả khóm và tôi thú thật tôi có cảm tình mãi mãi với Dran, tôi muốn lưu lại một chút tình, một chút kỷ niệm vì cuối tháng, ngày 31 tôi về lại Mỹ, tôi chỉ ở Việt Nam tám ngày thôi. Tôi xin phép ông bà Cụ, hai vợ chồng trẻ cho tôi được đặt vào tay mỗi người tờ giấy bạc 2 dollars, đây là lucky money chớ không phải tiền-trao-cháo-múc. Cả nhà vui vẻ đồng ý. Tôi lấy ra sáu tờ hai đô tôi làm quà cho từng người. Tôi hỏi hai vợ chồng trẻ khi tôi về lại Mỹ có muốn tôi gửi gì về cho họ không, cô vợ nhí nhảnh: "Bác gửi cho con tấm thiệp!". Tôi hứa sẽ nhớ, một năm nước Mỹ có bao nhiêu ngày Lễ, tôi gửi về bây nhiêu tờ thiệp nhưng tôi xin biết ngày sinh của mỗi người, tôi muốn nhớ và tôi muốn được nhận lại niềm vui nhân ngày vui của họ. Chúng tôi bịn rịn một chút. Tôi nặng tay với trái khóm nhưng nhẹ lòng biết mấy Quê Hương ơi! Tôi tin đất nước mình ngày một đẹp hơn, chan chứa tình người... Trưa, tiếng chuông Nhà Thờ đổ mừng chính Ngọ.

Hồi sáng sớm tôi xuống Đơn Dương bằng quốc lộ 11, đường sửa lung tung, bây giờ tôi về bằng quốc lộ 20 B qua Filnôm, lên Định An, lên Prenn, tới Đà Lạt, mai tôi xa... Gió cao nguyên chải mượt từng chòm thông xanh mướt. Tôi nhắm mắt thấy ai đó mặc áo dài vàng hai tà bay trong gió... Tôi tiếc mình không ở lâu để dạo xem cảnh Chùa, xem một vài đám cưới... Tôi thích nhìn áo dài! Tôi nhớ quá học trò tôi, những tà áo dài trắng muốt bốn mươi năm hơn gió mưa phiêu giạt về đâu?

Đất Mẹ Đất Mộ

Chiếc xe taxi ngừng lại ở cây số 11 đường Liên tỉnh số 8. Con đường này khởi từ Phan Thiết đi lên Di Linh, trong cuộc chiến tương tàn trước năm 1975 ở miền Nam Việt Nam, bị gián đoạn nhiều chỗ và hoàn toàn không thể thông thương bằng xe cộ. Nay, thời điểm năm 2016, tôi từ phương xa về thăm cố quận, nó đẹp lắm, được mở rộng như xa lộ. Ruộng đất của ông bà tôi, của ba má tôi nằm ở đây, phía mặt trời mọc. Hai bên đường xưa là ruộng nay là nhà lầu, biệt thự. Vài sân trước của vài nhà thấy xe con láng bóng. Tôi ngơ ngác khi xuống xe, ngó dáo dác tìm phần ruộng xưa, tìm ngôi nhà thờ tổ tiên tôi cất bên bờ sông Cái. Tôi thấy phần ruộng đó, một số ruộng để cấy lúa, nhiều đám ruộng biến thành vườn trồng cây thanh long đang ra trái đỏ lòm. Tôi nhìn kỹ hơn. Tôi thấy rồi, những ngôi mộ trong tường rào. Tôi gọi cha ơi, má ơi... trong nước mắt ràn rụa.

Tôi nghẹn ngào. Bó nhang bự tôi ôm trên ngực chắc bị tay tôi siết chặt, tôi nghe sự cọ xát, đau thốn ở ngực. Tôi chạy nhanh tới cổng phần mộ. Tôi mở chốt cửa. Tôi vào. Lúc đó, Nguyễn, người đi theo tôi, chạy tới vừa kịp. Nguyễn thấp hơn tôi nên đi không song hành với tôi khi tôi chân vừa dài, đi sải bước trên những bờ ruộng quen thuộc từ ấu thơ, khi tôi vừa có trong lòng mình nỗi rạo rực của người xa xăm về chốn cũ, đời xưa... Tôi nhận ra ngay mộ ông nội tôi nằm đây năm 1968, tôi có đưa ông tới bước cuối cùng, còn những người khác, cả ba má nữa thì tôi vắng mặt! Tôi rút vài chục cây nhang ra đốt. Nguyễn cầm giùm tôi số nhang còn lại. Tôi cắm cho ông nội tôi ba cây, đến cắm tiếp cho bà nội, cho ba má...

Nguyễn đốt tiếp nhang đưa cho tôi. Nguyễn bận cầm nhang, Nguyễn không lau nước mắt cho tôi được. Mà cũng đâu có sao? Tôi về để tôi... có chừng đó! Bó nhang vơi dần, vơi dần và hết khi còn ba bốn nấm mồ nữa, Nguyễn chạy tới mấy ngôi mộ cắm ba cây rút bớt một cây để cho tôi cắm nốt.

Cắm nhang xong, tôi dắt tay Nguyễn vào thăm nhà tự. Ngôi nhà xiêu vẹo rồi, thằng cháu đích tôn đã cất nhà khác bên lề tỉnh lộ, còn nhà tự thì để chờ sụp. Cây me đang mùa chín trái, rụng dày trên đất. Me chua, Nguyễn nhăn mặt. Nguyễn chạy ra mấy cây lựu hái vài quả xanh lè. Lại nhăn mặt! Hồi nãy me chua, bây giờ lựu chát!

Ngồi chơi một chút, ngó hàng dừa ngoài bờ sông, thằng cháu tôi có cầm dao sẵn, cười cười hỏi chú uống nước dừa không con ra hái? Tôi hỏi Nguyễn, Nguyễn lắc đầu, lâu lắm anh à, mình phải ra xe đò, xe sắp tới giờ chạy. Tôi nhớ hàng dừa này anh Hai tôi có nói đó là giống dừa Tam Quan ở Bình Định, anh trồng để nhìn màu vàng của lá, nó khác dừa xiêm trong

Cần Thơ, xanh mướt quanh năm. Tôi nhắc lại "sự tích" đó cho Nguyễn nghe, Nguyễn chớp chớp con mắt, Nguyễn nhớ Quy Nhơn, nhớ những cây dừa xứ Nẫu...

Thằng cháu mời tôi và Nguyễn vào nhà nghỉ chút, nó vác một bao thanh long nặng trĩu trên vai, tôi hỏi nó: "*Con hái thanh long chi vậy?*", nó cười lỏn lẻn: "*Để mời chú ăn và chú đem về cho bạn bè của chú!*"

Vào nhà. Thằng Nghĩa trút bao thanh long ra một cái nia, cũng vài ba chục trái, no tròn, đỏ rực. Tôi nói: "*Chú không lấy đâu, chú không xách được, chú còn hành lý đi đường mà*". Vợ chồng nó năn nỉ, tôi lấy nửa chục (sáu trái), không lấy thêm nha. Rồi uống tách trà, rồi lì xì, rồi hôn trán thằng cháu, tôi và Nguyễn ra xe. Người lái xe đang nói dóc với hàng xóm phải ngừng. Vui vẻ. Tôi và Nguyễn vẫy tay chào những người ở lại. Bụi không bay lên vì đường nhựa sạch bong, chỉ nỗi buồn đi theo... Tôi rút ra hai trái thanh long để xuống ghế bên tay người lái, "*Anh gửi em chút quà nha*". Người đó cười, nói vừa đủ nghe: "*Em cảm ơn anh*".

Tôi về thăm quê cũ, quê cha quê mẹ tôi mà ít thì giờ quá. Lộ trình tương đối cũng dài, hết đi máy bay rồi xe đò, quê nhà Phan Thiết ghé có chút tí xíu rồi thôi. Đến bến xe, trình vé, được mời lên xe bằng cách đưa cái bịch ni lông đen, tôi hỏi làm chi vậy? Người lơ xe nói: "*Tất cả cởi giày, dép để vào cái bao này, lên xe đi chân không*". À thì ra thế! Xe giường nằm, trời ạ.

Xe rời Phan Thiết về Sài Gòn. Đường cao tốc, xe chạy vi vút, nhưng nửa đường có dừng chừng 20 phút cho hành khách tỉnh ngủ. Tôi xuống xe, ngắm nghía trạm dừng. Đẹp. Sạch sẽ. Trồng nhiều cây. Có nhiều chậu hoa ngồ ngộ. Tôi có ngồi bệt xuống đất một chút lâu để nghe cái hơi ấm của đất. Ở Sài Gòn mấy ngày đầu tôi có ghé quán Cà phê Bệt, cái tên hay hay, những cái ghế thấp, cổ kính, mùi đất xung quanh nhà, dễ thương lắm... Chỗ nào trên quê hương tôi, cũng có một điều lạ đối với tôi: mùi đất quá thơm.

Tôi bộc lộ với Nguyễn cái ý nghĩ ngộ nghĩnh vừa tự nói. Nguyễn cười: "Mùi Đất Mẹ đó anh!". Tôi nghe trong nắng thơm ngát. Tôi nghe trong gió thơm ngát. Hình như mùi tóc ai cũng thơm...

Trong đời tôi, từ nay và mãi mãi, đất có hai tên: Đất Mẹ và Đất Mộ. Tôi bất chợt buồn sao mình xa xôi hoài, đi hoài trên những vùng đất hoang? Mình đi trên đất hoang mà gió trùng dương cứ rì rào... Muốn khóc!

Khi Tôi Nhớ Má Tôi

Tôi gửi về một trăm. Má nhận. Cầm. Và khóc. Má để lên bàn Phật. Ba năm sau Má đi... Má đi về với Phật. Một trăm làm lễ tang. Thằng em tôi, thằng An, thư cho tôi báo lại...

Hồi đó tôi mới tới, nước Mỹ quả là xinh nhưng người Việt Nam mình chưa thể xinh như Mỹ. Tiền ăn xã hội thí. Chỗ ở ké người quen. May mà tình anh em lúc cơ hàn... hiện hữu!

Hồi đó ai cũng hiểu: một trăm đô... rất nhiều, nếu đổi tiền "giải phóng". Má, ngày mưa lạnh cóng vẫn đốt củi ngồi hơ. Anh, Chị, Em, tôi cho, chút nào cũng xài hết. Má đã già, bớt mệt nên còn ráng nhịn thèm. Tội nghiệp An, thằng em, nói Má thương anh lắm, Má nhớ anh, ấm lòng, và Má cứ ra lội đồng kiếm con cua cái tép... Ba năm sau Má chết. Một trăm làm lễ tang!

Hồi đó, tôi lang thang, bây giờ còn lãng mạn! Thơ tôi làm đem bán, bán không ai chịu mua. Thơ tôi làm, đem cho, bạn cầm rồi ném xó... Tôi đi giữ bầy chó, không được trả tiền công, bù lại là tấm lòng, ông Kelton cũng mất... Thế là tôi lây lất... giữa Làm Thơ Làm Thuê. Và... đường Đi không Về. Ngày về quê: ngày cuối!

Những điều tôi vừa nói cho một mình tôi nghe. Đôi khi tôi rất "mê" những lời mình "độc thoại".

Một điều-tôi-muốn-nói: "Con nhớ Má, Má ơi!". Má chết là Ngậm Cười, Trời ơi đời im lặng...

Nước Mắt Cho Cha Mẹ

Cha thường đi bên Mẹ / ở những khúc đường bằng. Ở những khúc gập ghềnh, Cha đều đi sau Mẹ. Không luật nào bảo thế... mà là Lẽ Tự Nhiên! Mẹ, Cha kêu bằng Em, là người Cha yêu quý. Năm nào Ngày Của Mẹ / cũng trước ngày của Cha! "Chỉ một tháng, không xa!". Cha cười, hôn trán Mẹ...

Hạnh phúc xiết bao kể / một cảnh nhà ấm êm! Hàng năm không ai quên / có hai ngày lễ trọng: Mẹ Cha là cái bóng che chở cho đời con. Con ăn học lớn khôn / không ai quên Cha Mẹ...

Tôi nói thật nhỏ nhẹ / cho trái tim tôi nghe. Nhớ Việt Nam là quê, nhớ Cha Mẹ ở đó / từ ngày tôi còn nhỏ... bây giờ tôi xa xăm, Mẹ Cha về cõi âm, tôi – Thiên Đường...đã lạc!

Tôi, Mẹ Cha đều mất. Cuối đời tôi không vui. Hỏi sao không ngậm ngùi...cuộc chiến tranh dài quá! Rồi người ra biển cả, rồi người ngó trăng suông. Mẹ Cha tôi đã buồn / và đã về chín suối...

Bài thơ này tôi gửi không biết nhờ ai trao? Giữa cõi đời chiêm bao chỉ còn nhang khấn nguyện. Tình Mẹ Cha như biển... tan biến mấy hoàng hôn! Ngày của Mẹ, nhớ thương! Ngày của Cha, đứt ruột. Hoàng hôn, con ai vuốt / đầu của con mưa sa? Lại sắp ngày của Cha, đêm trăng mờ sao lặn...

Lẽ tự nhiên: Mưa, Nắng. Cha đi trước Mẹ, đâu? Cha đi sau Mẹ, đâu? Mây... một màu mây trắng! Nước, một giọt cũng nặng! Sông trắng chiều khói sương...

Có Giấc Mơ Nào

Hồi tối ngủ mơ về Cố Quận, gặp Cha gặp Mẹ gặp bà con, ôm nhau mà thấy vòng tay nhỏ nhưng lớn không ngờ nỗi mến thương!

Tất cả người xưa cũng vẫn... xưa, cả con mương mượt bóng cây dừa! Ngoại đâu không thấy trong vườn cũ, Má dẫn con ra chỉ nấm mồ...

Không một nấm mồ mà mấy nấm – nơi đây là Ngoại, nọ anh Ba. Má buồn tay bứt từng hoa cỏ. Má nói gì nghe như thoáng qua...

Má dẫn con đi nhìn cái giếng, nhìn nơi mình tắm lúc lên mười, cái gàu múc nước... hình như mới? Tôi thử buông dây, múc được trời...

Hồi tối ngủ mơ rồi trở giấc, Quê Hương thoáng hiện thoáng bay đâu? Mẹ Cha, tôi biết không còn sống, và Ngoại qua sông... đã rút cầu!

Tôi khóc ngon lành như đứa nhỏ, chợt hay mình đã tám mươi... Xuân! Quê Hương, Cố Quận ngàn năm trước rồi sẽ kiếp nào tôi thấy chăng?

*

Hồi tối ngủ mơ, thơ chép lại, mai nhìn mốt ngắm biết mình mơ! Giấc mơ nào chẳng... Xinh Như Mộng? Có giấc mơ nào Không Xót Xa?

Má

Tôi thường nghĩ về Má với lòng thương vô cùng: Má suốt đời long đong, cuối đời thì quên hết... Quên cả tuổi gần chết, không biết buồn biết vui nhưng vẫn hay mỉm cười dù không gì trước mặt. Má còn rất ít tóc nhưng vẫn hay chải đầu, sợi tóc rụng bay đâu, Má nhìn theo kiếm mãi...

Con Má, trai và gái, tản lạc như tóc bay. Cuộc chiến tranh kéo dài, Má chịu nhiều mất mát: nhà ba căn tan nát, đất tiêu thổ, vườn hoang. Cha, người Má náu nương, đạn vèo qua, nằm xuống ngay sát bên bờ ruộng... rồi ở mãi ngoài đồng. Tôi Cải Tạo trên rừng, Má mấy lần thăm hỏi, gạo, khoai, tay Má gói, có bịch thuốc rê vàng. Thăm tôi, nắng chang chang, Má về, mưa tầm tã... Tôi thấy bước Má ngã, bà con dìu Má đi...

Tôi về lại chia ly. Em báo tin: Má lẫn, Má ngày càng yếu lắm, cầm cây gậy cũng run, tuy vậy vẫn ra vườn tưới hoa và nhổ cỏ. Em tôi đã có vợ... mà vợ nó người dưng! Một hôm Má reo mừng: thư tôi về thăm Má, tiền gửi về ít quá còn chia bảy chia ba... Hơn một năm tôi xa, Má ba trăm đồng chẵn, với Má đó nhiều lắm, hồi đó một lượng vàng... Má như nắng chiều tan, nhìn xa xăm và khóc...

Em tôi nhiều khi bực... cứ trách sao Má già. Tôi buồn lắm, ở xa, chuyện nhà giao cho nó. Má cơm nước thường bỏ, may không bệnh không đau. Rồi... bỗng một hôm nào, tôi nhận tin Má mất!
Tôi chắp tay lạy Phật xin Má được siêu thăng. Gói mì Má chưa ăn, em dâu tôi đem liệng. Những con gà láu liếng nhớ Má chỉ đứng nhìn. Tôi đang ngồi lặng thinh viết những dòng cho Má, nước mắt tôi lã chã, mưa tầm tã hồi nào...

Tuổi Con Ngựa

Má tôi nói: "Má sinh con sáng sớm, gà gáy rồi và xe ngựa đã đi. Má sinh con, Má chẳng vui gì, con tuổi Ngọ, giờ sinh con... bận rộn".

Má tôi mất năm tôi Năm-Mươi-Bốn, tôi chưa có một ngày nào thảnh thơi! Tôi thương Má tôi... mà ghét quá ông Blời: "Tuổi Nhâm Ngọ, đâu Nam Nhâm Nữ Quý"?

Mở Kinh Thánh, tôi thấy toàn Ma, Quỷ. Tôi không tin Chúa thương Cáo, thương Chim, với Con Người, Chúa không có trái tim – Chúa bảo "Con Người Cái Gối Đầu Không Có!" (*)

Chúa còn phán nhiều điều thiệt... ngộ: "Ta đến đây không đem đến Hòa Bình!". Chúa vỗ vai người đàn bà không giữ tiết trinh, Chúa không biết đến người đàn ông đã làm cho người đàn bà bị bắt! (**)

Chúa bảo đến nhà thờ, Chúa là Đấng Duy Nhất, không thờ ai, cả Cha, Mẹ, Thân Nhân. Chúa nói Chúa đi rao Tin Mừng nhưng Chúa cũng mở ra nhiều tầng Địa Ngục!

Chúa còn bảo "Tương Lai đừng thắc mắc, chuyện hôm nay đã đủ hôm nay, những đau thương, khổ ải, trần ai, Chúa đã xếp đặt cho ngày nào ngày đó"!

Má tôi nói "Má sinh con năm Ngọ, mới hừng đông ngựa đã đổ mồ hôi, suốt đời con chắc không có ngày vui, Má xin lỗi sinh con tuổi Ngọ"!

Má tôi nói... nói lần nào cũng khóc. Tôi đi nhà thờ, Má bàn Phật thắp nhang. Má và tôi, như vậy lỡ làng, tôi tin Chúa: có Thiên Đàng, Địa Ngục.

Lên Thiên Đàng toàn ông Sư, Linh Mục, mình mà lên quỳ lậy xói đầu. Tôi tám mươi rồi, tôi chết về đâu? Chắc gặp Má và Thiên Thu... cười ngất?

(*) *Chúa phán: "Con cáo có hang, con chim có tổ, con người không có chỗ gối đầu!".*

(**) *Một nhóm người bắt được một người đàn bà ngoại-tình-công-khai, dẫn đến thưa với Chúa: "Đây là người đàn bà phạm tội dâm dục, xin Chúa trừng phạt". Chúa hỏi: "Trong đám các ngươi, ai không có tội hãy ném đá nó trước". Người đàn ông trưởng nhóm bỏ đi. Cả nhóm tan hàng "Cố Gắng". Chúa đến vỗ vai người đàn bà: "Ta không bắt tội ngươi, đi đi!. Chuyện chép trong Kinh Thánh không nói gì về người đàn ông làm cho người đàn bà bị bắt. Chúa thật công minh. Khi Chúa tạo ra Eva, thế gian ai cũng có tội. Ghét đàn bà nhưng không bắt tội. Quý thay lòng Bác Ái của Chúa Blời.*

Mother's Day Ngày Của Mẹ

Hôm nay, Ngày Của Mẹ. Mỹ gọi Mother's Day. Tôi ngó lên trời mây: Mẹ... còn hình bóng đó!

Tôi biết những luồng gió... đã thổi trôi Mẹ tôi. Tôi biết tôi mồ côi, nhiều năm nay tứ xứ...

Tôi biết tôi rất nhớ, Mẹ ơi, con làm gì? Ngày con chào Má đi, Má nói..."Con Đi Hả?"

Một câu nói, ít quá, hai dòng lệ đã nhiều. Đất nước tôi rất yêu, Mẹ Cha còn đâu nữa?

Tôi đi có lời hứa: "Rồi Thì Con Sẽ Về". Ba năm thật não nề, tin nhà qua: "Má Mất!"

Tôi buồn thêm, chất ngất. Tôi buồn thêm chất ngất. Tôi buồn thêm... bao la!

Xứ Thái Lan tôi qua, Philippines tôi ở, Hawaii lớ ngớ... rồi nước Mỹ, lạc loài!

Hàng năm cứ tới ngày Mother's Day... muốn khóc. Hai dòng lệ hàng dọc, đâu nữa đời dọc ngang?

Hàng năm, mùa lá vàng, mây trời trôi bàng bạc... (*). Má ơi, lòng con nát, biển kia... rồi tro trôi!

Càng nhắc càng ngậm ngùi. Ôi chao Ngày Của Mẹ! Ngày nào tôi con bé... mà bây giờ già nua!

Má ơi, người Lính thua không nói gì thêm nữa. Có cái gì tan vỡ mà hàn gắn được đâu!

Mây đã bay qua cầu. Nước vẫn chảy qua cầu. Chỉ nỗi sầu đứng chựng. Ngày Của Mẹ... Trời ơi!

Cắn cỏ kêu Trời hoài, Trời nghe không Trời hỡi? Ba năm Mẹ hết đợi, bao năm tôi còn đây?

(*) Văn của Thanh Tịnh: *Hàng năm cứ vào cuối Thu, lá ngoài đường rụng nhiều và trên không có những đám mây bàng bạc, lòng tôi lại nao nức những kỷ niệm mang mang của buổi tựu trường....*

Nón Lá Má Tôi Và Người Dưng

Má tôi đội nón lá, lâu quá thành nón mê. Má là Má-Nhà-Quê dầm mưa và dãi nắng...

Có khi trên đồng trắng, có khi trong vườn xanh. Má tôi thương gia đình... để các con thương nước!

Ba tôi làm tư chức hãnh diện vì Má tôi. Ba được chào Thầy ơi, Má được chào Cô ạ...

Việt Nam không êm ả. Em tôi chết, chiến trường, anh tôi thì bị thương...và tôi đi Cải Tạo.

Ba tôi chết, đầy máu. Má tôi khóc tới già... khi tôi đã đi xa, sau ba năm Má mất!

Cái nón lá có thật! Cái nón thành nón mê... nghĩa là nó te tua, tôi nhớ... là nhớ Má!

Dĩ nhiên tôi nhớ quá... ngôi nhà tôi dễ thương, trước – sau – chung quanh vườn, Má tôi... và mưa nắng!

Đọc trên trang Hội Quán Các Bà Mẹ Việt Nam, tôi thấy lại xóm làng, tôi thấy hình nón lá...

Má à, con nhớ Má! Hội Quán, tôi cảm ơn! Tôi, người xa Quê Hương... Hội Quán như Cố Quận!

Tôi gác tay lên trán... nhớ quá thời Đơn Dương, ai đó đi trong vườn... tưởng như con của Má!

Tôi nhớ Má, nhớ quá! Nhớ cả ai, người dưng...

Tôi Nói Với Má Tôi

Ba mươi bốn năm tha hương, ba mươi mốt năm mất Má! Tôi thật mất tất cả: Tổ Quốc và... quê nhà!

Quê nhà, nơi tôi xa, quê nhà là Phan Thiết... Rồi quê nhà biền biệt từ sau năm bảy lăm!

Tôi Cải Tạo, Má thăm. Má băng rừng băng núi. Mười lăm phút, Má lầm lũi: đường về: Má xa xăm...

Tôi ra tù, dừng chân, Má già thấy mà tội. Tôi chỉ ở một tối. Một tối rồi Thiên Thu!

Năm tám chín giã từ, Má nhìn theo tôi, khóc. Ba năm sau Má mất. Đêm đó Rằm tháng Ba...

Tôi nghĩ thầm: chỉ xa vài ba năm trở lại. Ai ngờ... xa mãi mãi, mỗi năm Mother's Day!

*

Mother's Day hôm nay, tôi, bài thơ ướt nhẹp. Má còn, chi cũng đẹp. Má mất, cái gì khô?

Trời Việt Nam đang mưa, dưới mồ chắc Má lạnh? Trên trời sao lấp lánh... từng giọt lệ sao băng!

Việt Nam bốn mươi tám năm, bốn mươi tám năm dâu biển! Tại sao Má không hiện dẫu Má là bóng ma?

Có thể... vì quá xa? Có thể vì cách trở? Có thể... vì thương nhớ mà có Mother's Day?

Ôi! Tôi nói với ai những lời như độc thoại, những lời ai cũng nói trong một ngày của năm...

Chiều Về Ngang Qua Chợ

Chiều về ngang qua chợ, không buồn cũng thấy buồn!

Sao người ta vội vã mà mình hai tay buông? Mình không là mục tử, chẳng bận gì sớm, hôm. Người ta không điền chủ, bận gì cứ vấn vương? Bữa cơm chiều chưa dọn? Chuyện chồng con xốn xang? Kìa người vai gồng gánh, kìa người xách, người mang...

Chợ chiều là chợ tan. Tia nắng vàng hiu hắt. Tự nhiên cay khóe mắt, tôi thấy mình vô duyên. Không phải người nhàn tản... nhưng tại mình lang thang, khi đi ngang qua chợ, thấy cảnh buồn thì buồn!

*

Nhớ hồi chưa xa nước, đi ngang chợ nhiều lần, thấy bà con tất bật, biết Mẹ cũng đã từng lao đao như thiên hạ...

Hồi xưa buồn chưa quá tuổi con trai bưng biền, ngang qua chợ rồi quên bởi mình đang lính chiến. Giữa rừng chiều khói quyện, đâu thấy Mẹ thổi cơm! Chỉ lính đốt đống rơm, nước sôi và gạo sấy. Ôi hồi xưa như vậy, mình đúng là vô tâm!

Xa nước hai mươi năm, Mẹ đã về chín suối, nhớ nồi cơm Mẹ thổi khi mình còn ở nhà, chiều ngồi bên cạnh Cha, bên chị, em đầy đủ. Trán Mẹ mồ hôi đổ mà nụ cười sáng trưng. Chợ chiều vẫn hừng Đông thời tôi còn tuổi nhỏ, Mẹ không hề than thở đã khổ sở ra sao...

Cảnh chợ chiều ở đâu, đều giống nhau: tất bật. Mẹ yêu thương thì mất, chiều vàng đến tím than! Đi qua chợ, đi ngang, lúc chợ tàn, buồn thật. Gặp chiều mưa phơ phất, chợ tan, buồn mênh mang.

Tôi Ngó Ra Cây Mận

Chị tôi là dâu trưởng, theo chồng ở khá xa, lâu lâu mới về nhà ở chơi vài ba bữa...

Chị theo chồng, đã nhớ; về rồi đi, nhớ thêm. Chị nói Chị thương em mà càng ngày thưa thớt!

Chị có con càng lợt cái tình với cố hương. Ba Mạ nói, nghe buồn: "Sinh con gái là mất!".

Ba Mạ nói như thật, mà thật vậy, đúng không? Con gái ai sang sông... mấy ai về đò ngược!

Ngôi nhà sau và trước vắng Chị thấy buồn tênh. Tôi ước mình lớn nhanh đi tìm người bạn gái...

... rước về nhà ở mãi cho Ba Mạ vui lòng! Chị đã đi theo chồng, chắc chắn em có vợ...

Ở đời ai cũng nợ, hèn chi có chữ Duyên! Nợ và Duyên, gánh phiền, quên đi, lòng nhẹ hẫng?

Tôi ngó ra cây mận, cây mận đang đơm bông. Ngó sang bên kia sông, ai dâu nhà tôi nhỉ?

Đã qua hai Thế Kỷ, con sông nước chảy hoài. Hình như tôi thương ai mà ai nào có biết!

Con sông trôi biền biệt. Lục bình trôi theo sông. Nhà tôi ở hướng Đông, trăng thôn Đoài bàng bạc...

Đến Thơ Cũng Dở Dang

Sáu năm đời đổi, con vào tù
Má sống chờ con, phải nói: lâu
Về chẳng mấy năm, con bỏ nước
Má không chờ nữa. Má. Thiên Thu!

Má thành Thiên Cổ, con... thiên hạ
Lê lết đời trai suốt kiếp người
Cơm áo có lo nhưng chẳng thiết
Nhìn đời chỉ thấy bóng mây trôi!

Mây bay. Gió tạt. Rừng hay rú
Thơ thả đường đi cỏ lợt màu
Một bước chân xa... gần cái chết
Nước nhà, nước mắt... hết mong lau!

Khi con dừng bước. Con dừng lại
Má ạ, coi kìa con quạ bay...
Trái đất chuyển vòng Xuân tiếp Hạ
Chim thì có tổ, người sao đây?

Cha Má nằm yên giữa cánh đồng
Con gần chục đứa có như không...
Con thương Má quá, nằm trong đất
Đâu thấy trên trời trăng rất trong...

Đâu biết bên trời con úp mặt
Bài thơ con viết tới đây... thôi!

Thắp Giùm Anh Cây Nhang

Em đi Tỉnh Lộ 8, em thấy nhà anh chưa? Những đám ruộng ngăn bờ, những hàng cây so đũa. Em ơi đi chút nữa, những vườn dừa xanh um, những nấm mộ cỏ trùm, đó, Ông Bà anh đó... Em ơi cánh cửa ngõ, em mở vào đi em...Thắp giùm anh cây nhang trên bàn thờ Ba Má... thưa em là người lạ vì anh Lệ mà về...

Ba mươi năm anh xa, chỉ em anh nhờ cậy. Quê Hương anh hết thấy, mắt em nhìn giùm anh. Nước con sông long lanh, nghĩ rằng anh mới khóc, thương em đường khổ nhọc lặn lội vì người dưng... đi hái nụ hoa rừng thổi hương bay bốn phía, hoa rừng hồng hay tía, má em hồng hay hường cho anh ghé mặt hôn, cho anh nói cảm ơn em, một người yêu quý!

Mới mà hai Thế Kỷ... chắc gì không biển dâu? Con sông chắc bớt sâu vì trời hoài hạn hán? Người ta thay ngày tháng từ ba mươi tháng Tư. Người ta làm ngẩn ngơ nếu mà anh về lại cầm cây nhang lửa cháy, tàn rơi...Non Nước ơi! Phải chi anh ngậm cười hồi anh hai mươi sáu... Phải chi anh ăn cháo, cháo lú... rồi anh quên! Trăm sự anh nhờ em dịp em về Thiện Giáo, anh biết những vũng máu lâu quá rồi đã khô. Anh biết những bài thơ anh làm giờ bay hết...

Hỡi những người đã chết, hồn thiên cổ mênh mang, thêm một mùa lá vàng thêm một mùa Thu nữa... Má hết chờ bên cửa, Ba hết đứng ngoài hiên. Nhẹ nhàng tiếng bước em như tiếng tim anh đập. Em, em đừng đi gấp, cho anh hôn bàn chân... Ôi bàn chân người dưng sao đường gân thân thuộc? Phải chi anh có thước đo đường xa em đi...

Một Bài Thơ Buổi Trưa

Bây giờ không còn Ngoại. Không còn Má. Ôi buồn.
Tôi, gần trăm tuổi hạc lòng vẫn còn trẻ con!

Buổi trưa mà có Ngoại, hay Má nằm võng đưa.
Những bài ca dao cũ, ôi chao những lời ru!

Tôi thèm nghe tiếng hát Ngoại lỏm bỏm miếng trầu. Mái hiên nhà trưa mát. Gió và Ngoại ầu ơ...

Tôi thèm nghe tiếng nói của Má vừa la Cha. Hàng xóm thì rất xa. Má nói như Má hát.

Những ngày xưa xa xăm. Bao nhiêu người gãy gánh. Như tôi, một tàn quân. Ở đâu cũng hiu quạnh.

Ngồi ở cà phê hiên ngó khói bay nhàn nhạt. Con chim lẻ loi chuyền. Nhành cây rung rinh nắng...

Tôi cầm muỗng khua ly. Cái ly còn nước đá. Sóng sánh chút cà phê. Đời không còn gì cả...

Buổi trưa. Trưa thật xanh. Trời cao. Xanh vời vợi.
Trưa quê nhà lung linh. Nhớ ao sen nhà Ngoại...

Bây giờ có ai về chắc tôi theo níu áo? Tôi nhớ sao bờ tre. Buổi trưa. Bầy chim sáo...

PHẦN 2:
BẠN BÈ VỚI THƠ CỦA LỆ

Vẫn là vẫn lệ vẫn không thôi
trần ai bạc tóc đã cuối đời
sao còn nhưng nhức lòng vọng tưởng
chiêm nữ ngàn xưa nguyệt bạch hề
xin chào gió cát ngàn xưa cũ
thổi suốt hoang vu một phận người
dù xa phế tích thành quách cũ
vẫn khó lòng quên những điêu tàn

Vẫn ngoài biên tái – ngoài biên tái
vẫn lệ trăm năm giọt vẫn dài.

(Túy Hà)

- Diễm Lệ Kiều -

Chân Dung Trần Vấn Lệ

Trần Vấn Lệ
par Nguyễn Quang Chơn (Aug 20, 2016)

Những nếp hằn
Sâu hoắm vệt thời gian?
Hay ẩn chứa
Mênh mông miền tri thức?
Những câm lặng
Lặn sâu trong khóe mắt
Mỉm miệng cười
Khinh ngạo kiếp nhân gian...
Nửa bóng tối
Nhấn chìm thời quá vãng
Nửa buồn đau
Một nửa của quê hương...
Nửa ban ngày
Một nửa để yêu thương
Yêu trọn vẹn
Dẫu kiếp người... vinh nhục!

Diễm Lệ Kiều

* * *

Đà Lạt Hơi Thở Trong Thơ Trần Vấn Lệ

"Tiếng Cựa Mình Của Trang Giấy" là tên một tùy bút hay như tất cả tùy bút của nhà văn Võ Phiến, đăng trong tác phẩm "Cuối Cùng" xuất bản năm 2010.

Mở cảm hứng cho áng văn bàn về những nỗi ám ảnh thúc đẩy người cầm bút sáng tác, ông đã viết: *"Một câu thơ của ông Trần Vấn Lệ ám ảnh tôi. Ông Trần than thở: "Mỗi ngày là một ngày xưa"...*

Từ một câu thơ của Trần Vấn Lệ, tác giả phân tích những rung động nhỏ nhẹ, những kỷ niệm, ký ức từ những hành động thoáng qua, thật mơ hồ nhưng sống mãi với thời gian trong tác phẩm của những tên tuổi lớn Nhất Linh, Edgar Poe, Gustave Flaubert... Và như thể rất tự nhiên, ông trở lại:

"Tôi lại nghĩ tới ông Trần Vấn Lệ:
Đà Lạt ơi! Đà Lạt ơi!
Những cây thông nói với trời điều chi?
Hồ Xuân Hương, liễu thầm thì
Phải chăng thông đã nói gì mà quên?

(Tôi Về Thăm Chỗ Tôi Đi)

Liễu thầm thì bảo vậy có tin được không? Thông nói rồi thông quên tuốt! Cả thông, cả liễu, cả hồ, cả Đà Lạt, cả Trời đều sống thảnh thơi, an lành, nhẹ nhõm. Ngay người đời nói chung, thỉnh thoảng có gặp điều gì — hoặc vui hoặc buồn — đem ra tỉ tê với bạn bè; rồi trải qua năm tháng biền biệt cũng có thể quên dần, có khi quên luôn. Chỉ có các tác giả là không thoát được quá khứ. Nó nằm đó, đủ bầy đủ lũ, im lặng mà chòng chọc. Nó ám ảnh đấng sinh thành không buông tha."

Ông Võ Phiến đã nhìn thấu tâm can thi sĩ họ Trần: nỗi nhớ nơi ở trọ cái thời trai trẻ, thời tươi đẹp nhất của một đời người luôn day dứt, da diết, trăn trở trong thơ ông như một nỗi niềm không thể nguôi quên. Trong thơ Trần Vấn Lệ, Đà Lạt không hiện ra là một quá khứ cứ "chòng chọc" vào ông, mà Đà Lạt như bầu không khí trong lành để nhà thơ hít thở mỗi ngày mà sáng tác. Thơ của ông, chính ông cũng không đếm được, hàng vạn bài, mà trong số hàng vạn đó, Đà Lạt dù có được nhắc tên hay không thì cứ vẫn hiện hữu như hơi thở mỗi ngày cho ông sống vậy.

Năm 1958, Trần Vấn Lệ rời quê hương Phan Thiết – Bình Thuận lên trọ học tại Đà Lạt, cuộc ở trọ kéo dài suốt 31 năm đã gắn bó nhà thơ với xứ sở sương mù, với những kỷ niệm một thời đẹp nhất nhưng cũng khởi đầu cho giai đoạn đau đớn nhất của đời ông. Trong hơn 18 năm làm thầy giáo tại Đà Lạt, ông từng dạy tại nhiều trường và kết thúc nghiệp dĩ đưa đò khi đang là giáo sư Việt văn trường nữ trung học Bùi Thị Xuân. Khoảng thời gian gắn bó với phấn trắng, bảng đen có lẽ là thời đẹp nhất của cuộc đời ông, vì vậy mà cứ vương víu trong thơ ông những tà áo dài trắng tinh khiết với nắng sân trường, với khoảng hành lang lộng gió của ký ức.

Một ngày ở Los Angeles: "*Con chim buồn hiu không hót. Hôm nay rét ngọt tím người. Trời trong không có mây trôi. Tuyết rơi. Rơi đầy trắng ngõ...*". Trong cái rét buốt của ngày tuyết rơi trắng xóa đó, nỗi nhớ của thi nhân liền như chắp cánh, bay về nơi cách xa hơn nửa vòng trái đất: "*Trời trong không có chút gió, nhớ ơi tà áo dài xưa, vàng như hoa cúc vườn trưa, vàng như ánh trăng khuya lạnh*". (Rét ngọt – TVL) Cái hay ở đây, ông không hề nhắc đến Đà Lạt, nhưng đọc lên là ta nhận ngay ra Đà Lạt đó: Đà Lạt trong cái lạnh ngọt ngào chứ không rét buốt, Đà Lạt lại còn thơ ngây với tà áo dài học trò, Đà Lạt ấm áp vàng mơ màu hoa cúc, vàng hoa dã quỳ, cả ánh trăng cũng như võ vàng trong ký ức.

Cũng trong đôi mắt ký ức đó, những em học trò hiện về trong nỗi nhớ của người thầy cũng thật khác lắm: "*Đà Lạt tôi thắm thiết/ thời tôi dạy học trò/ có em thơm như ngo/ có em hiền như liễu...*" (Nói Trước Dẫu Muộn Màng – TVL). Có lẽ cũng chỉ có học trò của thầy giáo – nhà thơ Trần Vấn Lệ mới có nét đặc biệt "thơm như ngo", "hiền như liễu". Thông với liễu ở Đà Lạt thời đó thì nhiều lắm, thành phố giữa rừng thông mà, quanh năm rì rào vi vu tiếng thông reo. Hàng liễu rũ thướt tha dọc ven hồ Xuân Hương giữa lòng thành phố, hiền dịu nghiêng nghiêng bên những ngôi biệt thự kiêu sa. Những em học trò hồn nhiên, trong veo tiếng cười hay e ấp tuổi mộng mơ giữa thành phố của thơ ca nhạc họa đó, khi ùa về trong ký ức của người thầy thuở nào mang mùi thơm của thông, mang sự hiền dịu của liễu. Ký ức của người thầy thật đẹp và thơ mộng, vì vậy mà dù đã không còn đứng trên bục giảng hơn 20 năm, nhà thơ trong ông liền tâm niệm: "*Ngày nào còn thở nán/ gọi Đà Lạt thêm thương/ ngày nào hai tay buông/ chào bảng xanh phấn trắng!*" (Nói Trước Dẫu Muộn Màng – TVL)

Cũng đất trời đó, nhà thơ Hàn Mặc Tử một lần đến để lại những câu thơ bất tử với thành phố ngàn hoa: "*Ai hãy làm thinh chớ nói nhiều. Để nghe dưới đáy nước hồ reo. Để nghe tơ liễu run trong gió. Và để xem trời giải nghĩa yêu*". (Đà Lạt Trăng Mờ – HMT). Đã có không biết bao nhiêu người phân tích cái hay của những câu thơ này, tôi không có ý muốn lặp lại, chỉ muốn lưu ý rằng đây là rung động của một thi nhân lớn, nhưng là một khách thơ chỉ đến Đà Lạt một lần rồi đi. Còn Trần Vấn Lệ, đến với Đà Lạt lúc còn là một thư sinh, được hương gió hồn hoa mù sương của đất trời Đà Lạt tạo tác thành cảm hứng mà cầm bút. 31 năm trưởng thành, làm việc ở Đà Lạt, ông đã là một đứa con của mảnh đất này. Nhưng đa số sáng tác của ông được người ta biết đến khi ông đã rời quá xa một phần máu thịt của mình, nhưng vì đó là máu thịt, nên nó ám ảnh, nó "chòng chọc" vào ông thì cũng đúng thôi. Nhưng Đà Lạt trong thơ ông, trong ký ức của ông rất đỗi dịu dàng, đáng yêu, thân thiết vô cùng:

"Đà Lạt, dễ thương, ngay giữa phố: có con đường nhỏ – Dốc Nhà Làng. Đường không xe cộ, người đi bộ, cấp đá, không ai bước vội vàng...

Lòng đường chỉ rộng chừng hai mét, kẻ xuống người lên giáp mặt nhau. Chưa kịp nói chi thì cũng đã / chạm tay nheo mắt thế câu chào...

Rất xưa, tôi ở trên Đà Lạt, đi trốn mù sương, len lách đây, nhẩm đếm cấp lên rồi cấp xuống, tưởng mình lơ lửng giữa tầng mây...

Đà Lạt, dễ thương, không dễ ghét / bởi người tôi gặp thuở xuân xanh / là ai, mãi mãi tôi còn nhớ... mà mãi mãi buồn khi ngó quanh!"

(Kỷ Niệm Đà Lạt – TVL)

A, đây rồi, không thể khác! Chàng trai xứ biển lớn lên ở xứ sở tình yêu mà không có một bóng hồng để tơ tưởng thì kể mới lạ, huống hồ chàng đã được biết bao thiếu nữ không chỉ ở Đà Lạt tự thời nào đã e ấp chép vào sổ tay câu thơ màu mực tím: "*Ai bảo em sinh ra làm con gái, để tôi thề chê hết thảy giai nhân*". Và dấu chân Nàng Thơ ấy đã in trong thơ Trần Vấn Lệ cùng với Đà Lạt, Dran, đi suốt cả quãng đường thơ của ông cũng như cả cuộc đời ông. Đó là một nỗi ám ảnh khác trong thơ Trần Vấn Lệ cùng Đà Lạt-Dran: đó là người con gái 17 tuổi bỏ học theo chồng, để lại vầng trăng mãi khuyết trong trái tim ông.

Đây, ở một ***Quán Cóc Bên Đường***: "*... Đất níu chân đi, gió cản áo về, biết bao giờ nữa? Níu cành hoa nở, hoa quỳ dễ thương, tôi để nụ hôn, hôn ai, ai biết? Em ơi, nói thiệt: Nhớ Em, Anh Về. Nhớ mái tóc thề, chiều xanh tuổi xanh...*" (Quán Cóc Bên Đường – TVL).

Rồi giữa một ***Đêm Đông***: "*Bây giờ mà Đơn Dương, anh lên đèo Ngoạn Mục, ngồi nhìn con trăng khóc bên góc trời biển xa... Ở đó tuyết bay qua, tóc em buồn ai chải? Ai biểu em con gái... mười bảy tuổi, ngày xưa! Mười bảy tuổi ai đưa em qua bờ bến lạ? Kìa, cây xanh còn lá, đa đa vỗ cánh bay...*" (Đêm Đông – TVL)

Trong một ***Sáng Hôm Nay Lạnh Quá***: "*Em ơi em nhiều năm anh nhớ áo dài em bay trắng sân trường. Em dễ thương như bà Bùi Thị Xuân đưa tay phất bầy voi rạp xuống. Em đưa tay phất tà áo dài bay lượn, anh mơ hồ tưởng bụi phấn bay lên... Hoa quỳ nở vì em. Đà Lạt mình đẹp chi đẹp lạ! Trước cổng nhà đường Hai Bà Trưng em vòng tay chào Ba chào Mạ. Em không chào anh. Anh không ở đó. Em đi...*"

Và ***Tuổi Cố Nhân***: *"Em ơi em à trăng đêm Rằm, hôm nay tuổi Chúa mấy ngàn năm, tuổi em chắc cũng ngàn năm nhỉ? Ôi tuổi Tình Yêu tuổi Cố Nhân!"*

Vậy đó, người bạn học 17 tuổi bước xuống đò ngang từ thuở nào, nhưng đôi chân nàng đã đi theo nhà thơ suốt cả đời. Có thể trong đời Trần Vấn Lệ, đã hiện hữu thêm những người phụ nữ ông quen, nhưng ông cũng chỉ theo đôi chân người đó để tràn về miền hồi tưởng cùng người con gái mãi tuổi thanh xuân ấy, với đôi má hồng, với mái tóc thề muôn thuở. Chính vì vậy mà khách tri âm thơ Trần Vấn Lệ cứ thấy thơ ông trẻ mãi với thời gian. Thơ trẻ, người cũng trẻ chăng? Có ai đi ngược được với quy luật của Tạo hóa đâu? Nhưng giữ được một tâm hồn mãi trẻ với thời gian, để cho đời những vần thơ ướp mật, dù mật có lúc không ngọt, như pha chút vị đắng cay man mác một nỗi buồn, buồn nỗi quê hương dâu bể, buồn nỗi lòng người đổi thay: *"Tôi nhớ quá đi Đà Lạt hình như sóng gợn... Đâu nữa những rừng thông bạt ngàn? Tại sao tôi cứ là thằng bé lang thang. Mà không bao giờ là một Hoàng Tử Bé?"* (Đó Là Đà Lạt Hay Sao? – TVL)

Hơn 30 năm ở, cũng gần bằng chừng ấy năm xa, mỗi ngày ông vẫn ràn rụa trông về miền đất sương khói ấy. Mỗi ngày một bài thơ, ông gửi về Đà Lạt nỗi niềm hoài niệm, luyến nhớ. Đà Lạt xa xôi, nhưng đó là bầu không khí để thi sĩ họ Trần thở hít mỗi ngày, nên thơ ông mang nặng hồn Đà Lạt. Ông giải thích cho ông, cũng để giải thích với mọi người: *"Tôi đang nhớ Giang Sơn Cẩm Tú. Phải chi còn học trò tôi giảng cho các em nghe. Tại sao con người có một cảnh Quê, có một nơi gọi là Nơi-Chôn-Nhau-Cắt-Rốn. Không có ai bên, tôi nói với người-trong-mộng."* (Đà Lạt Mùa Hoa Quỳ – TVL)

Diễm Lệ Kiều

- Duyên -

Cảm Đề "Người Ta Ở Bển"

Bài thơ quá dễ thương,
dễ thương quá, vì "ngoại" hông xuất hiện,
hình ảnh "ngoại" ngày xưa, cô bé răng khểnh,
môi thơm mùi kẹo, tóc mượt như mây
ríu rít nói cười: ngoại ơi, ổng dìa...

ôi,
cô bé 17 tuổi... kia ơi,
cô ở Đà Lạt,
Huế,
hay Cồn Thới Sơn?
khi cô là mưa,
khi cô là nắng,
có lúc cô là trăng,
cô là sao,
là cơn gió nhẹ,
là dòng sông, là đóa hoa đào, đầu xuân...

nhưng mãi mãi, cô vẫn 17 tuổi
và, thi sĩ muôn đời là thi sĩ,
làm thơ...
tình mười bảy.

Duyên

– Đặng Xuân Xuyến –

Thơ, Em Và Quê Hương Trong "Thơ Trần Vấn Lệ"

Nhận được tập thơ THƠ TRẦN VẤN LỆ từ nhà thơ Nguyễn Thiên Nga (nhà thơ Trần Vấn Lệ ủy thác) từ Đà Lạt gửi tặng, tôi rất vui vì có được tập thơ của nhà thơ tôi yêu quý nhưng có chút tiếng tiếc là không được chính nhà thơ Trần Vấn Lệ đề tặng vì cách trở địa lý.

Tôi kết bạn facebook với ông từ tháng 6 năm 2019, từ tình cờ đọc những comment trao đổi giữa ông với bạn facebook về thơ ca, thấy cách "nói chuyện" của ông lạ lạ nên tò mò vào đọc trang facebook của ông và tôi bị thơ ông chinh phục. Sau đó ít ngày, tôi được nhà thơ Trần Quốc Phiệt cho biết đôi chút về ông: *"Nhà thơ Trần Vấn Lệ, sinh ngày 31-5-1942 tại Phan Thiết tỉnh Bình Thuận. Trưởng thành và dạy học ở Đà Lạt. Hiện định cư tại Los Angeles – Hoa Kỳ"*. Sau này, khi đã trở thành bạn facebook một thời gian, nhà thơ Trần Vấn Lệ cho tôi thêm chút thông tin về ông: Định cư tại thị trấn Temple, Nam California, Hoa Kỳ từ năm 1989. Trước năm 1975, là Giáo sư Việt Văn trường Bùi Thị Xuân (Đà Lạt), đã từng tham gia Quân lực Việt Nam Cộng Hòa, phục vụ trong đơn vị Bộ binh, Quân khu II của Chính quyền Việt Nam Cộng Hòa.

Tập thơ ***"Thơ Trần Vấn Lệ"*** là tập thơ thứ 22 của ông đã xuất bản thành sách.

Thơ ông viết tự nhiên, chân thực, không câu nệ hình thức, viết như trải lòng, như có gì viết nấy nhưng lại rất tài dùng câu chữ trong những văn cảnh cụ thể, cũng rất khéo ngụy trang cách thể hiện thi ảnh thi tứ để bạn đọc luôn cảm nhận được sự chân chất, tự nhiên mà sâu lắng, tinh tế trong không gian thơ ca đa tầng, đa chiều của thế giới thơ ca Trần Vấn Lệ.

Bài viết này là chút cảm nhận của tôi khi đọc tập thơ ***"Thơ Trần Vấn Lệ"*** qua một số bài thơ viết về THƠ, EM VÀ QUÊ HƯƠNG.

1.

Ông viết về "Em" và tình yêu ông dành cho "Em" lạ lắm, chả như mọi người cứ gồng lên em đẹp đến thế này, em đẹp đến thế kia, em đẹp đến "*nghiêng nước nghiêng thành*", đến "*hoa ghen nguyệt thẹn*"... "Em" của ông đơn giản chỉ là những niềm vui bình dị chợt đến từ câu thơ "*nói về em*", từ nụ cười "*mỉm*" của "Em"... chỉ vậy thôi cũng đủ khiến cuộc sống quanh ông trở nên tươi ấm:

"Có câu thơ, một hôm rất lạ,
nói về em như nói một ngày vui!

Em biết không em đã mỉm cười
và hôm ấy tự nhiên trời nắng ấm!"

(Bài Thơ Làm Từ Hồi Năm Xưa Xưa Lắm)

Những câu thơ được cố ý viết bằng cách sắp xếp câu chữ thật bình dị, cấu tứ thật đơn giản với chủ ý diễn tả tâm trạng thật tự nhiên như tiếng lòng chân chất bật ra, đã khiến những câu thơ có ngữ điệu mộc mạc như thế trở nên ấm áp hơn, thật hơn, đời hơn bằng giọng thơ rất riêng của thơ Trần Vấn Lệ. Người đàn ông Trần Vấn Lệ ấy đã rất si mê, cũng rất biết nhịn nhường và biết hết mình vì "Em" với một tình yêu ăm ắp lãng mạn!

Hay những câu thơ:

"Sáng thức dậy, đóa hoa hồng trắng nở,
nụ môi em thì lại rất hồng!
Đang còn là tháng Chạp mùa Đông
em chớp mắt mùa Xuân đẹp quá!"

(Bài Thơ Làm Từ Hồi Năm Xưa Xưa Lắm)

là khối tình si ông giành cho "Em" thật độc đáo đến độc nhất vô nhị. Hỏi thế gian này liệu có người thứ hai yêu "Em" như nhà thơ Trần Vấn Lệ?! Tôi không biết "Em" ở đời thực của ông đẹp thế nào nhưng với những câu thơ: "*Đang còn là tháng Chạp mùa Đông / em chớp mắt mùa Xuân đẹp quá*!" thì hẳn "Em" trong tâm tưởng của nhà thơ Trần Vấn Lệ không chỉ "*bát ngát Xuân*", căng tràn nhựa sống mà còn đem đến cho nhà thơ niềm tin yêu phơi phới. Hai chữ "*chớp mắt*" khiến câu thơ: "*em chớp mắt mùa Xuân đẹp quá*!" trở thành điểm nhấn lấp lánh làm bừng sáng "Em", bừng sáng sang cả bài thơ. Những câu thơ tinh tế đậm chất riêng như thế tôi gặp khá nhiều trong "*Thơ Trần Vấn Lệ*".

Ông viết về tình yêu, về nỗi nhớ "Em" cũng lạ lắm, cũng chả cần phải "cồn cào", "da diết", "thôi thúc"... đến ồn ã, khuếch đại như nhiều nhà thơ mà là những cảm xúc rất thật, những tưởng tượng cũng rất thật với những hoàn cảnh thực tại mà ông – nhân vật trữ tình trong thơ – đang cô đơn độc thoại với lòng mình:

"Giờ này, Mỹ, tôi thức. Mặt trời lên. Chói chang
Em vẫn ở Việt Nam. Đêm. Trăng cài song cửa.

.

Tôi dang tay. Tôi thở. Tay em trên ngực em?
Tôi đang nghe tiếng chim. Em lim dim đi nhé..."

(Một Bài Thơ Nằm Ngoài Giới Hạn)

Hay:

– "Tôi nhìn nước mênh mông. Tôi nhìn trời bát ngát. Tôi muốn nghe ai hát bài Tình Xa. Tình Xa...

Em ơi em dễ thương, bài Tình Xa cứ hát... Tôi thèm cơn gió tạt áo dài em mênh mông!"

(Tình Xa)

– "Màu tím của áo dài, gió vương nhòa sắc đá, đôi mắt huyền đẹp lạ... làm nao nao lòng người!"

(Dốc Nhà Làng Đà Lạt Để Thương Để Nhớ)

– "Ở nhỉ anh hôn mắt
của em xinh quá nha!
Cái miệng em nở hoa
hình như... chưa hôn nhé!"

(Đi Chơi Hoài Trong Thơ)

Những câu thơ đầy ắp cảm xúc với cách bộc lộ trực tiếp bằng những lo lắng cụ thể, những nỗi nhớ cụ thể của tâm thế cô đơn: Lặng lẽ yêu, lặng lẽ nhớ của nhà thơ Trần Vấn Lệ đã tạo sức nặng ám ảnh tới người đọc bởi những da diết yêu thương, những quặn thắt nỗi nhớ và dằng dặc những nỗi buồn bủa vây "khách lãng tử" đa tình cô đơn, cay đắng:

"Thương em quá, bàn tay, hai cái bàn tay ngọc! Thương em quá, mái tóc... Mái tóc dài như sông! Thương em quá cái lưng... cái lưng tàn nhang bám... Hay là anh phơi nắng... giấy trắng cho nó vàng?

.

Tôi đã nói với nàng những câu buồn như vậy!
Nước mắt nàng vẫn chảy. Thơ tôi ràn rụa theo!"

(Thơ Và Em)

Hay:

– "Thương em quá cái mặt. Nhớ em quá cái lưng.
Nói với nụ hoa hồng... Nụ hoa hồng màu trắng!"

(Một Bài Thơ Nằm Ngoài Giới Hạn)

– "Hoa có hương là hương Xuân nồng
Mưa phùn không chỉ một bên sông!
Người đi nửa bước đầu không nón
Nửa bước làm ai vạn nhớ nhung!"

(Mưa Phùn Mỗi Tết)

Không cố ý cách tân làm mới thơ theo hình thức Thơ Hậu Hiện đại, cũng không cố công gọt dũa câu chữ, sáng tạo ngôn từ nhưng nhà thơ Trần Vấn Lệ luôn chú trọng cách thể hiện tâm trạng nhân vật trữ tình bằng sự nâng niu cảm xúc, bằng cách chọn lựa câu chữ, sắp xếp câu chữ và sắp xếp thi tứ, thi ảnh sao thật chân chất, gần gũi, dễ thương, dễ cảm để thông điệp bài thơ truyền tải đến bạn đọc thật tự nhiên nên thơ Trần Vấn Lệ luôn mộc mạc mà tinh tế, bình dị mà sâu lắng:

– "Lúc đó gió động lay bức rèm xuân...
Lúc đó bâng khuâng mấy nhành liễu chạm!

.

Mặt trời bỗng sáng – sáng hơn hôm qua
Con ngõ vàng hoa – vàng hơn bữa trước ..."

(Bài Thơ Yêu Quá)

– "Trước khi em đi ngủ, em gọi tôi: "Anh à...
Trăng, đúng là trăng ngà, đêm nay Rằm anh ạ!".

.

Mới "anh à, anh ạ". Em không nói gì thêm,
có lẽ em kéo mền che hai chân ngà ngọc?"

(Một Bài Thơ Nằm Ngoài Giới Hạn)

– "Mưa Đà Lạt trong veo, tôi nhớ thương Đà Lạt, tóc ai trầm hương ngát, chạm nhẹ mà ngát hương!"

(Dốc Nhà Làng Đà Lạt Để Thương Để Nhớ)

"Hình như tôi mới bật cười! Con sông Ba nước cuốn trời Phú Yên... cuốn em luôn cái mặt hiền... câu thơ tôi sợi chỉ viền áo xưa!"

(Dẫn Nhau Đi Tới Đỉnh Ngàn)

– "Anh nhớ vườn cau, em với Ngoại
Mưa làm lá rụng ngỡ tàu bay
Em sau bước Ngoại nâng tà áo
Chút xíu mưa làm má đỏ hây"

(Mù Sương Mùa Đông)

– "Nàng mỉm cười như hoa ban mai
Tuyết băng óng ánh cặp chân mày
Mùa Xuân không đợi chờ chi nữa
Nắng bỗng chói ngời mỗi ngón tay!"

(Noel Quê Người Quê Nhà)

Đến cách đặt tên bài thơ ông cũng không giống mọi người, rất khác, rất ngộ, rất riêng của Trần Vấn Lệ: Năm nay năm con hổ năm nào năm con người, Buồn tay ghi lại dòng năm tháng, Dốc nhà làng Đà Lạt để thương để nhớ, Bạn có bao giờ nhặt nắng chưa, Bài thơ làm từ hồi năm xưa xưa lắm, Bài thơ có vị thơ, Bài thơ mồ côi, Mãi mãi thơ là thơ, Một bài thơ nằm ngoài giới hạn, Bài thơ yêu quá, Đi chơi hoài trong thơ, Gió chờ hoài không gió, Thế mà cũng xong một bài thơ...

2.

Cuộc chiến tranh 2 miền Nam – Bắc Việt Nam kết thúc vào ngày 30 tháng 4 năm 1975 và ông (nhà thơ Trần Vấn Lệ) thuộc phía những người "thua cuộc". Dời bỏ Tổ Quốc đến định cư tại xứ sở cờ hoa từ năm 1989 nhưng mãi tới tháng 3 năm 2016 ông mới có cơ duyên trở về thăm lại Cố Hương. Có lẽ vì thế mà thơ ông luôn đau đáu trầm buồn 2 tiếng Quê Hương:

"Lâu quá, lâu rồi, hai Thế Kỷ, người thì cuối biển kẻ đầu non... Tôi xa Tổ Quốc như chim én nhớ tổ bay tìm hương Cố Hương..."

(Hương Tóc)

Hay:

– "Đà Lạt đào nở thắm
mùa Xuân ôi mùa Xuân!
Tôi đang sống tha hương,
mơ màng về thiên cổ!"

(Đi Chơi Hoài Trong Thơ)

– "Tết nay năm mới mùa Xuân mới
Đào đứng mong hoài gió ấm, không!
Gió có tới bay vào cửa điện
Giai nhân chải tóc, điểm môi son..."

(Nhắm Mắt Buồn Thôi Nhé Cố Hương)

Đọc thơ ông, chỉ thấy những nhớ thương đầy vơi, những xót xa buồn tủi nặng lòng kẻ phải cô đơn tha hương nơi xa xứ. Và lãng đãng trong thơ Trần Vấn Lệ, nhưng cũng hiếm hoi lắm mới chợt gặp tâm trạng ngậm ngùi tiếc nuối về quá khứ của "*miền Nam tự hào*", của "*Sử vàng một giấc chiêm bao*", xen lẫn chút xót xa trước (hiện trạng) "*Sử hồng máu lệ đã trào tiếp theo...*" (?) bằng tâm thế bi ai của người phía "bên thua cuộc":

"Mình yêu biết mấy Đà Rằng, yêu cây cầu thuở miền Nam tự hào... Sử vàng một giấc chiêm bao. Sử hồng máu lệ đã trào tiếp theo..."

(Dẫn Nhau Đi Tới Đỉnh Ngàn)

mà tuyệt không thấy câu thơ oán thán, hô hào "chống cộng" như không ít nhà văn nhà thơ đứng bên kia chiến tuyến với những người "anh em cùng dòng giống Tiên Rồng" phía "bên thắng cuộc". Có lẽ nhà thơ Trần Vấn Lệ đã ngộ ra được nỗi đau sau cuộc chiến sẽ loang tới tận hang cùng ngõ hẻm, luồn lách tới mọi ngóc ngách cuộc sống của người dân nên dù là "bên thắng cuộc" hay "bên thua cuộc" thì những di họa của cuộc chiến cũng đổ hết lên đầu người dân và những di chứng của cuộc chiến do đối lập ý thức hệ giữa 2 chính thể ở 2 miền Nam – Bắc còn mãi âm ỉ đau trong dòng chảy lịch sử của dân tộc:

"Tôi biết quê tôi không có tuyết
Chỉ làn khói quyện mỗi mai, chiều

Khói nhang hay khói cơm dẫn bụng?
... những tấm bia mồ lính ngả xiêu..."

(Noel Quê Người Quê Nhà)

Hay:

"Có những miếu đình trơ đống gạch
Có những Nhà Thờ dấu đạn ghim
Những túp lều tranh đều lụp xụp
Bếp còn củi gộc cháy trong đêm..."

(Buồn Tay Ghi Lại Dòng Năm Tháng)

Tôi nghĩ đó là những cảm xúc rất thật của nhà thơ Trần Vấn Lệ, không phải ông cố diễn để dung hòa với những "người bạn" đang cổ súy tinh thần "chống Cộng" cực đoan nên Thơ và "Em" đã trở thành cứu cánh để nhà thơ Trần Vấn Lệ bám víu, tự xoa dịu những hệ lụy tàn khốc của cuộc chiến "huynh đệ tương tàn" mà trụ lại với đời. Nhưng rồi Thơ và cả "Em" nữa cũng trở thành thứ yếu, không đủ sức để làm dịu mát nỗi đau, nỗi buồn, nỗi nhớ... khi tuổi ông đã dần ngả về chiều, khi trái tim ông ngày đêm thêm quặn thắt hướng về Cố Hương:

"Liệu còn về được hay không? Quê Hương, nhật nguyệt hay vòng khói nhang? Khói vòng rồi khói cũng tan, cây nhang cắm đất mà tàn không bay..."

(Giấc Mơ Hồi Hương)

Hay:

– "Thế là chúng ta đã thấy
Bốn tám năm rồi phù vân
Giao thừa không một âm thanh
Chỉ tiếng thở dài thậm thượt!

(Thêm Một Mùa Xuân Tha Hương)

– "Tôi muốn về Cheo Reo... đứng nhìn mãi ngọn núi.
Tôi muốn tìm bờ suối, hái, săm soi hoa quỳ...

Em ơi, anh muốn đi / tới đầu trời cuối biển. Thơ, anh hốt, anh liệng, ném khắp Thái Bình Dương? Ai cũng có Quê Hương... thơ thì vô Tổ Quốc?

.

Bây giờ thì tôi khóc!
Tại sao tôi làm thơ?"

(Thơ Và Em)

Tôi có chút "kỷ niệm" về câu kết một bài thơ với nhà thơ Trần Vấn Lệ khi viết vài dòng cảm nhận về bài thơ ***"Như Một Bài Tập Làm Văn"*** của ông.

Khổ cuối của bài thơ, ông bỏ lửng, chỉ có 2 câu:

"Cho tôi được im lặng
khi nghĩ về Quê Hương!"

Đây là dạng câu "kết mở", sẽ có những cảm nhận khác biệt giữa những người đọc và cả người đọc với tác giả.

Khi cảm nhận bài thơ này tôi đã viết: "Tôi không thích cái kết của bài thơ như thế! Bởi yêu Quê Hương ai lại chọn giải pháp im lặng? Bất kỳ lý do nào, hoàn cảnh nào thì tôi nghĩ giải pháp: "*Cho tôi được im lặng / khi nghĩ về Quê Hương*" vẫn thuộc tâm thế của người có tình yêu Quê Hương chưa đủ lớn để vượt qua những trở ngại của phép tính giữ mình.", nhưng khi đọc tập thơ "THƠ TRẦN VẤN LỆ" – (những sáng tác từ mùa Đông năm 2021 đến mùa Xuân năm 2022), với những câu thơ day dứt, nặng lòng về Quê Hương:

– "Trăng rơi! Có lẽ trăng rơi thật?
Ướt mắt tôi là những ánh sương!
Lấy giấy lau khô mà vẫn ướt
Lẽ nào đang bão ở Quê Hương?"

(Hỏi Bờ Lau Sậy Gió Bay Qua)

– "Ai yêu Hà Nội, xa Hà Nội, chỉ để buồn cho ai ngó theo... Còn để lại chăng là tiếng gió, tiếng dương cầm những giọt trong veo!"

(Vĩnh biệt nhạc sỹ Phú Quang)

– "Vừa mới Noel rồi sắp Tết
bao giờ nước Mỹ hết mùa Đông?
Dĩ nhiên ai cũng nhìn lên lịch
hoa sắp nở nhiều, Xuân phải không?"

(Đường Xa Chi Mấy)

– "Quê Hương thành cái ảo, từ lâu rồi, quá buồn! Khi không mình tha hương, ba mươi ba năm, nhớ!

(Gửi Hương Cho Gió)

– "Những người lầm lũi, nay lầm lũi
Gánh núi non mình lên núi xa
Họ hứng mây sương làm áo mặc
Hứng mưa làm nước mắt, tuôn ra"

(Nhắm Mắt Buồn Thôi Nhé Cố Hương)

– "Bao giờ mình về thật
cúi nhặt tuổi hai mươi?
Không lẽ cứ đi chơi
trong thơ hoài, buồn quá!"

(Đi Chơi Hoài Trong Thơ)

– "Nụ hồng trắng đắm đuối
Nở trong bàn tay ai...
Đó không phải Tương Lai
...mà Trời ơi! Dĩ Vãng!"

(Nụ Hoa Hồng Trắng Và Bàn Tay Em)

– "Đời đẹp như bài thơ! Đâu bài thơ nào đẹp?
Mắt tôi từ từ khép. Lòng cửa kính sương lăn..."

(Đêm Mùa Đông)

"Chắc chắn Chúa giật mình... giật rớt cây Thánh Giá, cái lư hương được trả...
khói thơm suốt bờ sông..."

(Thế Mà Cũng Xong Một Bài Thơ)

Và những câu thơ đã trích dẫn đưa vào bài viết từ tập thơ ***"Thơ Trần Vấn Lệ"*** thì tôi hiểu "đòi hỏi" như thế với nhà thơ Trần Vấn Lệ quả là không thỏa đáng. Bởi cũng như ở Việt Nam, bên cạnh những vòng tay luôn giang rộng đón chào "người anh em từng ở bên kia chiến tuyến" gác lại quá khứ trở về Việt Nam cùng hàn gắn vết thương chiến tranh, cùng chung tay xây dựng Đất nước thì vẫn còn những kẻ luôn tìm cách cản trở tiến trình Hòa giải Hòa hợp Dân tộc bằng sự phân biệt đối xử, tạo thêm hận thù, gây chia rẽ tình đoàn kết Dân tộc thì trong cộng đồng người Việt ở hải ngoại cũng vậy, bên cạnh những trái tim luôn đau đáu hướng về Tổ Quốc với tinh thần Hòa hợp Hòa giải Dân tộc cụ thể, thiết thực thì vẫn còn những kẻ rắp tâm cản trở tiến trình Hòa giải Hòa hợp Dân tộc bằng những hành động "chống Cộng" cực đoan.

Từng là người lính, tuổi cũng đã dần ngả về chiều nên có lẽ nhà thơ Trần Vấn Lệ sợ chiến tranh, sợ tái diễn cảnh "huynh đệ tương tàn", sợ những đau thương mất mát lại tái hiện trên mảnh đất Việt Nam nên ông đã chọn phép dung hòa để "giữ mình", để hy vọng tình yêu ông dành cho Quê Hương Việt Nam được vẹn nguyên, không sứt mẻ.

Tôi chép vào đây bài thơ ***"Xa Quê"*** viết tặng nhà thơ Trần Vấn Lệ ngày 23 tháng 6 năm 2021 để kết thúc bài viết này.

XA QUÊ...

– Kính tặng nhà thơ Trần Vấn Lệ –

Xa quê lâu ngày tưởng nhớ
Ai ngờ cứ dửng dưng quê
Chiều nay, hay tin núi lở
Cả làng vùi dưới chân đê...

.

Hôm tê, từ quê báo thế
Lũ dâng, dâng kín mái nhà
Người người hò nhau cứu tế
Lửa gần mà nước quá xa...

.

Hôm qua, thêm ba "tàu lạ"
Bắn chìm dân đảo Phú Lâm
Biển ta sắp là biển lạ
Dân ta nuốt lệ lặng thầm...

.

Ừ thôi, cứ bàn chân dậm
Ừ thì, cứ chặt nắm tay
Xa quê, thì đau thì thấm
Nước mắt ngược dòng mới hay...

Đặng Xuân Xuyến
Hà Nội, ngày 15 tháng 5-2022

– *Đỗ Hồng Ngọc* –

Chân Dung Bạn Tôi

tặng Trần Vấn Lệ

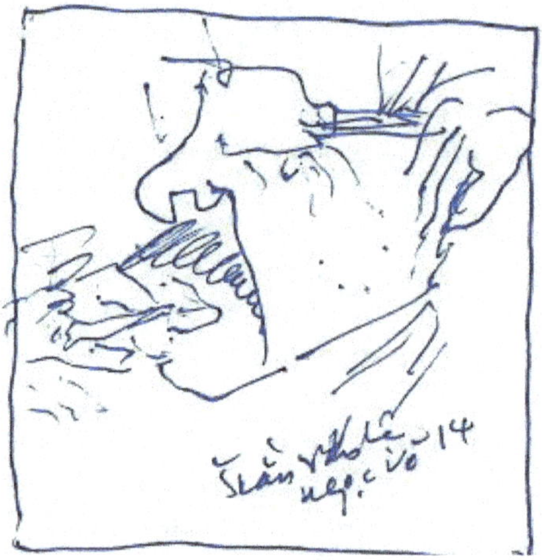

Trần Vấn Lệ, vẽ bởi Đỗ Hồng Ngọc, 12.2014

ta cứ ngỡ ngươi vẫn là chú bé con
chạy loăng quăng bên bờ sông mường mán
hay ít ra cũng là cậu thiếu niên
lững thững theo sau tà áo tím
tệ lắm cũng là ông thầy giáo
ngóng học trò bên dốc mờ sương
ai dè ngươi diện cặp kiếng đen
ngậm thuốc lá ngầu như anh chị bự
lởm chởm râu ria mọc rầu mọc rĩ
nhăn nheo không chừa một chỗ nào
(trên khuôn mặt đẹp trai ngày đó)
vậy mà thơ tình làm nhanh như gió
khiến bao cô nàng ray rứt khôn nguôi
anh chàng thi sĩ bạn tôi
mới có cái tên... trần vấn lệ!

Đỗ Hồng Ngọc
(saigon 27.12.2014)

* * *

Trần Vấn Lệ – Đỗ Hồng Ngọc (Sài Gòn – 22.3.2016)

Trần Vấn Lệ "May Mà Còn Nhớ Thương!"

Trần Vấn Lệ ở Mỹ, về Việt Nam chơi mấy hôm! Ái chà. Không dễ đâu nha. Anh chàng thi sĩ từng đòi "một đi không trở lại" mà lần này quyết về thăm "người ta ở bển...", nơi Cồn Thới Sơn sông nước Tiền Giang một chuyến. Lại vừa có tập thơ Dã Quỳ Thương Nhớ ra mắt! Rồi làm một vòng lên Dalat, đến Dran, về Phan Thiết... rất vui.

Về Đà Lạt, không khóc mà nước mắt cứ chảy, Lệ nói. Đã ở đó 32 năm mà! Rồi về Tiền Giang, qua Cồn Thới Sơn thăm... người xưa, chỉ để vuốt mái tóc bạc phơ của nàng (một cái)... Còn về Phan Thiết thì chỉ kịp thăm mồ mả ông bà!

May Mà Còn Nhớ Thương *(Thơ **Trần Vấn Lệ**)*

Gửi bạn tôi,

Bây giờ Phan Thiết mình dọc bờ sông phượng đỏ. Ngọc ơi sao mình nhớ ngày xưa thuở học trò...

Ngày xưa ôi ngày xưa khi cây cầu đúc gãy, đò xé dòng nước chảy, hoa phượng trôi theo đò...

Mấy mươi năm không chờ, con sông đó chừ khác: ba cây cầu được bắc...mà một người đi xa...

Mỗi năm một mùa hoa không bao giờ thay đổi, hoa phượng tàn, rơi, nổi, con sông đỏ ráng chiều...

Bạn mình cứ nhắc hoài – chuyện thời gian, hoa phượng. Lòng mình thật đau đớn: Tại sao mình bỏ quê?

Ngày xưa mỗi độ Hè, mình ra bờ sông hứng, hoa phượng bay trong nắng, lòng mình như nắng trong...

Hồi đó, Ngọc nửa chừng bỏ trường và xa bạn, mãi đến năm chín tám mình mới tìm lại nhau!

Thời gian qua thật mau, năm mươi năm thiếu chút, tưởng người còn người mất... té ra hai đứa còn!

Mình đang ở đầu non, đang trông về cuối biển: Phan Thiết mình hiển hiện, Ngọc tóc bạc gió đùa...

Đang cũng vào mùa Hè, mình thấy thêm hoa phượng, đỏ rực trong trời nắng...mà tím hườm trong mơ!

Ngọc ơi, một chút thơ gửi về cho Ngọc ngó – mình, con thuyền chưa đỗ, mình, con thuyền còn trôi...

Mình đang rất xa xôi. Ngọc cũng không gần gũi. Phận người, con dế nhũi...May mà còn nhớ thương!

Trần Vấn Lệ viết ngày về thăm lại quê hương:

"Năm 2016 tôi có chuyến về thăm gia đình ở Phan Thiết, tôi có gặp Đỗ Hồng Ngọc bằng-da-bằng-thịt tại Sài Gòn ngay lúc tôi vừa rời phi trường Tân Sơn Nhứt để về khách sạn. Ôi bạn tôi...giống tôi: Già! Xa nhau từ năm 1955 đến năm 2016 mới gặp lại, ai còn sống mà không già khú đế? Tay bắt mặt mừng, và khách sáo như không khách sáo: Cả hai đều ứa nước mắt. Cả hai đều gọi tên nhau như...hồi nhỏ: Ồ Ngọc! Ồ Lệ! Rồi, trước khi cầm đũa bữa cơm trưa, hai đứa mặc kệ lu bù người khách mời của BS Đỗ Hồng Ngọc, hai đứa chúng tôi nhắc lại một vài chuyện của thời tí hon: Trong lớp mìnhcó hai thằng trùng họ trùng tên, chỉ khác có tên lót là Đỗ Hồng Ngọc và Đỗ Hoàng Ngọc. Đỗ Hồng Ngọc biến mất khỏi trường Trung Học Phan Bội Châu Phan Thiết từ niên khóa 1955-1956 trở đi... biền biệt. Năm 1989, tôi mới thấy lại cái tên Đỗ Hồng Ngọc trên báo trong nước. Nay, hội ngộ Đỗ Hồng Ngọc thật tình... cứ ngỡ mình gặp ma! Thời gian như nước chảy qua, tại sao con người hay đi ngược lại nhỉ? Tìm gì trong quá khứ? Những nụ cười thắm tươi? Những giọt lệ đoanh tròng? Ôi, tìm gì cũng được...cốt là thấy cái bóng cái hình của cố nhân!

Trong chuyến về của tôi sau hai mươi bảy năm "trời ơi đất hỡi", Đỗ Hồng Ngọc ký tặng cho tôi tập Tùy Bút mới nhất: ***Một Hôm Gặp Lại***.

Đây là một cuốn sách khá dày của Đỗ Hồng Ngọc, 300 trang, khổ sách, vuông vắn, dễ thương. Tôi từng "mê" tùy bút của Nguyễn Tuân, Vũ Bằng. Có nhiều năm rất chờ mong tác phẩm mới của Võ Phiến về Tùy Bút. Nay đọc ***Một Hôm Gặp Lại***... của Đỗ Hồng Ngọc tôi thấy Tùy Bút là một thể văn đẹp, mềm mại, tao nhã không khác gì Thơ! Xưa, xưa lắm Phạm Đình Hổ có cuốn ***Vũ Trung Tùy Bút***... mô tả, cô đọng, hâm nóng chỉ vài ba giọt mưa trên tàu lá chuối mà đã ấm cả lòng người. Bây giờ đọc ***Một Hôm Gặp Lại*** của Đỗ Hồng Ngọc, xếp sách mấy lần, gần hai năm tròn trịa, vẫn nghe lòng nao nao, êm ru và diệu vợi..."

Còn tôi, mỗi khi viết cho Trần Vấn Lệ không bao giờ quên nhắc Phan

Thiết, lần nào đi ngang núi Tà Cú, dãy Ba Hòn, lang thang bên bờ sông Cà Ty (sông Mương Mán) ... không thể không nhớ Hoài Khanh, nhà thơ xứ mình. Nhất là khi đi ngang Ba Hòn mình thường nhẩm câu thơ của Hoài Khanh "Người đi để dãy Ba Hòn chơ vơ" và cái Bưng Cò Ke ở ngay dưới chân dãy núi đó . Thế nhưng, nhớ lần ghé thăm Hoài Khanh ở Biên Hòa, anh đính chánh "Người đi nhớ dãy Ba Hòn trơ vơ" chứ!

Hoài Khanh sinh ra và lớn lên ở Đức Nghĩa, Phan Thiết. Nhà anh cách chỗ chùa mình ở không xa. Anh lứa lớn, đã phiêu bạt... giang hồ tự thuở nào, lúc mình còn cắp sách đến trường tiểu học bên bờ sông Cà Ty! Anh vào Saigon, làm thơ, làm báo và một mình dựng nên Nhà xuất bản Ca Dao nổi tiếng một thời. Và thơ Hoài Khanh thì thời tụi mình không ai không thuộc ít nhiều. Trong bài thơ Đức Nghĩa, Hoài Khanh viết:

"Biển mang niềm nhớ đi hoang
Gió Trường Sơn luyến mây ngàn Tà Dôn
Ôi sương Núi Cú lạnh hồn
Người đi nhớ dãy Ba Hòn trơ vơ
Cành dương cát trắng hững hờ
Nhìn nhau thuở ấy bây giờ nhớ nhau."

Hoài Khanh

Vậy đó. Nói tới Phan Thiết là vậy đó. Biển. Cát trắng. Đồi dương. Mây ngàn. Tà Dôn. Tà Cú. Ba Hòn...Tình cờ gặp Phạm Gia Cẩn, ở Úc về, là học sinh đệ thất Phan Bội Châu Phan Thiết 1956, sau bọn mình 2 lớp. Cẩn nhận ra mình, anh em bèn kéo vào quán café ngồi nhắc ngôi trường Phan Bội Châu cũ – là chỗ trường Tiến Đức ngày xưa bọn mình đã học ở đường Trần Hưng Đạo – trước khi dời qua trường mới sau này... Rồi nhắc Phan Đổng Lý, Trần Vấn Lệ, Phan Bá Thụy Dương... và những con đường làm mình không thể không kêu lên:

"Ơi những con đường ta đã đi
Gia Long Đồng Khánh mượt xuân thì
Chân run rẩy cát bờ Thương Chánh
Gió ở đâu về thơm bước khuya..."

(Đỗ Hồng Ngọc, Trên Sông Khói Sóng 1970)

Núi Tà Cú, bạn nhớ không? Bọn mình ở Phan Thiết ngày xưa Mùng 2 Tết thường đi xe đò hay xe đạp lên Núi Cú chơi. Ôi nam thanh nữ tú. Đường bộ leo suốt vài giờ không thấy mệt. Riêng mình, nhà bà Ngoại ở ngay dưới chân núi Cú nên từ hồi 4,5 tuổi đã được các cậu cõng lên núi cùng Bamá, có khi ở luôn mấy ngày liền, ăn tương chao cũng đã quen.

Bây giờ Tà Cú đã có cáp treo. Trong đoàn có nhà văn Elena, người Ý, vợ nhà văn Trương Văn Dân cứ nhứt định "Tà Cu, Tà Cu" dù đã học tiếng Việt mấy năm vẫn chưa phát âm đúng!

Tà là "núi", vùng này mình có Tà Cú, Tà Dôn, Tà Đặng, Tà Lài, Tà Bao... Cũng như La là "sông", có La Gi, La Gàn, La Ngà, La Ngâu v.v... (tiếng Chăm).

Tà Cú nổi tiếng với tượng Phật nằm, dài 49m, được xây dựng từ năm 1960 đến nay vẫn là một thắng cảnh tuyệt đẹp. Nguiễn Ngu Í đã có mấy câu thơ về Tà Cú:

"Nhè nhẹ sương bông ôm núi lịm
Êm đềm cây cỏ đắm trong mơ
Tiếng chuông đâu bỗng rung lòng đá
Ngó xuống trần ai thấy mịt mờ..."

(Nguien Ngu I, 1945)

Hãy đọc Trần Vấn Lệ qua ngòi bút Kiều Minh Mạnh, người xứ Dran dịp ra mắt tập thơ ***Dã Quỳ Thương Nhớ***:

"Ông là người con của Phan Thiết – Bình Thuận. Nhưng là một người đã ở trọ Đà Lạt suốt 31 năm thì thành phố sương mù đối với Trần Vấn Lệ chắc chắn không chỉ "là nơi đất ở", như ông đã tâm sự: "... Mình coi Đà Lạt như Cha Mẹ. Cha Mẹ đổi thay nét mặt, thân hình...nhưng không đổi thay tấm lòng...". "Ai đã lên Đà Lạt, quả thật không muốn về...Tôi nhớ quá rừng thông, xanh xanh từng dốc núi. Nhớ cả con dế nhũi, chạy dưới gốc dã quỳ. Đà Lạt – tôi ở đây, mấy mươi năm khôn lớn..."

Hơn 15 năm làm thầy giáo: "Đà Lạt tôi thắm thiết, thời tôi dạy học trò, có em thơm như ngo, có em hiền như liễu..." Chắc chỉ có thầy giáo nhà thơ thì mới cảm nhận học trò mình "thơm như ngo, hiền như liễu". Ngo và liễu ở Đà Lạt thì nhiều lắm...mà sao lại không "thơm như thông" mà lại "thơm như ngo" nhỉ? Ngo được chẻ ra từ thân cây thông, là những đoạn thân đọng nhiều tinh dầu nhất, người ta dùng nhóm lửa.

Trong màu vàng thủy chung nhưng đầy tiếc nuối xuyên suốt Dã Quỳ Thương Nhớ, có một địa danh thi nhân thường nhắc đến bên cạnh Đà Lạt, đó là Dran – Đơn Dương: "Chiếc xe đò Đà Lạt xuống dốc về Dran, đường xe lửa nghiến răng chỉ còn trong ký ức. Lạy trời em đừng mất...vì còn hoa quỳ kia"... ***(TVL).***

Thơ Trần Vấn Lệ như văn xuôi nhưng có vần có điệu. Nhiều bài chẳng có dấu câu khiến người đọc phải tự tìm ngắt điệu, có người tưởng đó là lỗi của biên tập in ấn, đọc đến bài gần cuối mới vỡ lẽ. Thơ ông lạ, nhưng ông làm thơ dễ dàng như hơi thở, câu từ bình dị, cấu tứ giản đơn, dễ tìm được sự đồng cảm. Trần Vấn Lệ suy nghĩ bằng thơ, hoài niệm thành thơ, khóc cười cũng nên thơ..." ***(KMM)***

Cũng nên thêm một bài thơ nữa kiểu Trần Vấn Lệ:

Mỗi Bước Em Mùa Xuân

Tôi không biết bây giờ bãi biển Phan Thiết sao; nhưng tôi nhớ hồi nào...bãi biển Phan Thiết đẹp bởi em không mang dép, em đi hai chân trần, mỗi bước em, mùa Xuân gờn gợn như làn sóng...

Buổi chiều không gió lộng, tóc em vẫn bềnh bồng. Nắng hoàng hôn cửa sông (con sông Cà Ty đó), em trong manh áo gió, lồng lộng môt hình dung. Em là đóa hoa hồng, tôi bỗng mà được nhỉ, hôn bao nhiêu cho phỉ...cho trọn lòng nhớ nhung...

Em đuổi những con còng / vòng quanh bàn chân ngọc. Em đã quên mái tóc / thổi ngược về phía tôi. Em em à em ơi...ngày đầu đời tôi biết mình yêu người ta thiệt (hồi đó tuổi hai mươi).

...Rồi thì lặn mặt trời. Rồi em về, bỏ biển. Những con còng đau điếng cũng lội về biển sâu. Em biết tôi đứng đâu cúi đầu thương nhớ lắm? Bãi biển Phan Thiết ấm... còn hương thừa tóc em...

Nhiều năm tôi lênh đênh trên rừng và trên núi. Biển Phan Thiết vời vợi thấy ngang đường chân mây. Nhiều năm tôi ở đây, nghẹn ngào đời viễn xứ, biển Phan Thiết... ai đó, có còn đi đuổi còng? Tôi hỏi và tôi không nghe một lời vọng lại. Tôi biết đời tang hải. Tôi hiểu chữ đổi đời. Nhưng tôi nhớ một người tóc thề thơm gió biển!

Như...con còng đau điếng, tôi làm bài thơ này... Đó, là chiều hôm nay / lòng tôi đây yêu quý. Tôi nhớ về tới Huế, ôi ai đó tóc thề...

(Trần Vấn Lệ)

Bài thơ viết về sông Cà Ty Phan Thiết mà bỗng nhớ tới sông Hương khiến cho *Tôn Nữ Thu Dung* cũng phải kêu lên:

"Nỗi nhớ từ Phan Thiết
Lang thang về sông Hương
Bởi con còng ... đau điếng
Ngậm hoài một vết thương !"

(TNTD)

Lần nọ, Trần Vấn Lệ nghe tôi có dịp về Mỹ Tho bèn nhắn:

"bạn có qua cồn Thới Sơn
người ta ở bển..."

(Trần Vấn Lệ)

Người ta ở bển...

bạn nhắn nhờ thăm người ta ở bển
cồn Thới Sơn giữa dòng Mekong
ta lặn lội trăm lần tìm kiếm
ngược xuôi khắp ngả chằng chịt bóng dừa xanh.
sông rạch quanh co lách con thuyền nhỏ
bập bềnh sóng nước phương Nam

bạn dặn người ta mười bảy
tóc chải mượt dầu dừa

môi thơm mùi kẹo
nước da trắng muốt
nhờ tắm nước dừa xiêm
ta lang thang kiếm tìm
gặp ai cũng hỏi
những cô gái Thới Sơn
má hồng hây hẩy
lắc đầu quầy quậy
hổng quen!

cho đến một hôm trời cũng chiều lòng
có một cô răng khểnh,
bẻ gãy sừng trâu,
rất xinh
đúng là người xưa của bạn
nàng nhìn ta đôi mắt long lanh
khi ta nhắc tên,
nàng ôm chầm lấy ta rồi kêu to
ngoại ơi ngoại ơi...
trần vấn lệ
ổng dìa nè!

(Đỗ Hồng Ngọc, Saigon, 22.01.2015)

Khi đọc tập thơ "Thư cho Bé Sơ Sinh & Những bài thơ khác" của Đỗ Hồng Ngọc / Đỗ Nghê (2010), Trần Vấn Lệ viết: "... VUI VÌ NGHE TRÁI TIM MÌNH ĐẬP", bởi vì "*Thơ ông không rườm rà, không làm duyên làm dáng, không lập dị. Thơ ông là Thơ Hồn Nhiên, Thơ Nhã Nhặn, Thơ Ngọt Ngào. Tôi đọc thơ ông rồi úp cuốn sách lên ngực nghe ấm...Gió Bấc đang thổi ở quê nhà, ngày Xuân đang đến không riêng ai...*".

Khuất Đẩu ở Nha Trang bảo: *Bài viết rất lạ. Mới nghe như có vẻ cà rỡn, bông lơn. Nhưng càng nghe càng thấy người viết cũng vào hạng thượng thừa. Viết như chơi, như giỡn, mà bóc tách được cái ẩn tàng của thi sĩ tình yêu. Xa cách đến vậy mà cũng gần nhau đến vậy. Điều ấy chỉ có văn chương mới làm được. Lại nữa, trong số hiếm hoi ấy có một người luôn tự nhận mình không phải là nhà thơ mà làm được như Đỗ Nghê.* ***(Nha Trang, 10.01.2010)***

Còn cô giáo Lê Uyển Văn ở Trà Vinh thì bảo: *Em đọc liền một mạch bài viết dài 9 trang này. Lòng rung lên theo chữ, nghẹn ngào theo chữ. Hạnh phúc vì tìm thấy trong bài viết đó những suy nghĩ của mình nhưng ở một tầm cao hơn, sâu rộng hơn, đáng ngả mũ kính trọng vì cái tâm, cái tài của người viết. Em thích nhiều đoạn lắm, nhưng đoạn này mới tuyệt vời làm sao! "Thơ Đỗ Hồng Ngọc / Đỗ Nghê không rườm rà, không làm duyên làm dáng, không lập dị. Thơ ông là Thơ Hồn Nhiên, Thơ Nhã Nhặn, Thơ Ngọt Ngào. Tôi đọc thơ ông rồi úp cuốn sách lên ngực nghe ấm... Gió Bấc đang thổi ở quê nhà, ngày Xuân đang đến không riêng ai..." Cái hình ảnh úp một quyển sách nào đó của anh lên ngực mà nghe ấm quả rất thực, và em tin nó thực với nhiều người. Ngoài kia, có chút lạnh, em hôm nay có chút buồn, buồn cho một đồng nghiệp trẻ sắp qua đời vì bệnh nan y, nhưng đọc bài viết này, em nghe ấm lắm! Em xin cảm ơn rất nhiều vì sự chia sẻ bài viết này.* ***(Trà Vinh 1.2010)***

Nói cách nào khác, phải chăng cái chất muối mặn, cái mùi gió Bấc thoảng hương của xứ sở Phan Thiết kia đã làm cho bọn họ gần nhau đến vậy?

Đỗ Hồng Ngọc
Saigon, 07.2022

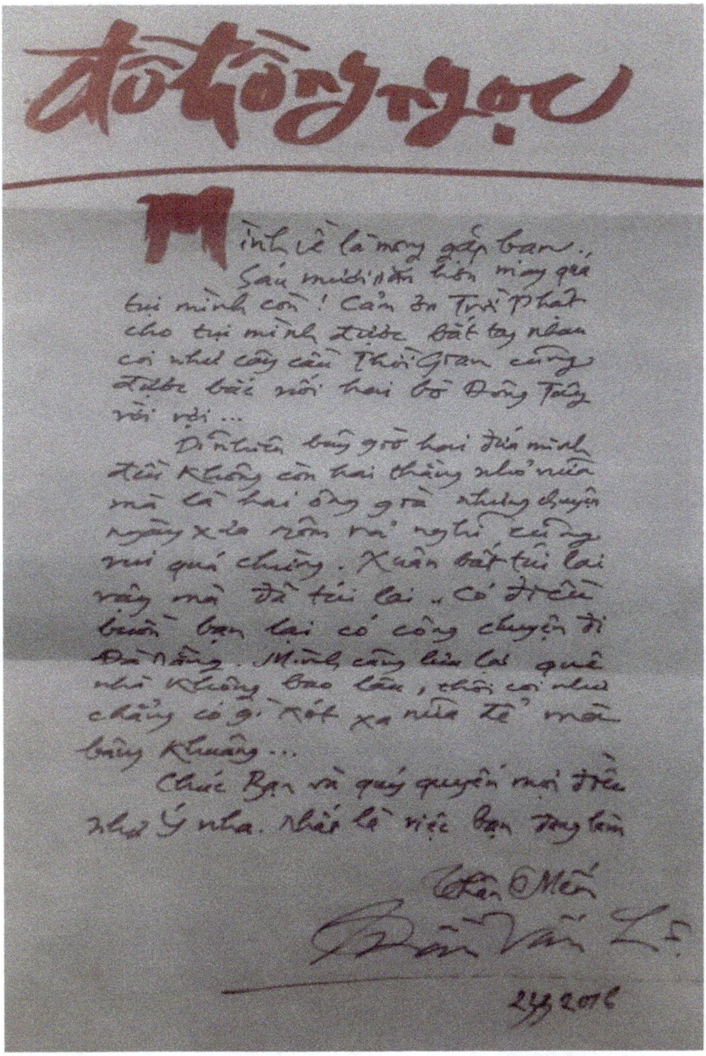
Đỗ Hồng Ngọc

Mình về là mong gặp bạn..
Sáu mươi năm hơn mừng quá
tụi mình còn! Cảm ơn Trời Phật
cho tụi mình được bắt tay nhau
coi như cây cầu Thời Gian cũng
được bắc nối hai bờ Đông Tây
rồi vợi...
Dĩ nhiên bây giờ hai đứa mình
đâu không còn hai thằng nhỏ nữa
mà là hai ông già nhưng chuyện
ngày xưa rôm rả nghĩ cũng
vui quá chừng. Xuân bất tái lai
vậy mà đã tái lai. Có điều
buồn bạn lại có công chuyện đi
Đà Nẵng. Mình cũng lưu lại quê
nhà không bao lâu, thôi coi như
chẳng có gì xót xa nữa để mãi
bâng khuâng...
Chúc Bạn và quý quyến mọi điều
như ý nha. Nhất là việc bạn đang làm

Thân Mến
Trần Vấn Lệ
23.3.2016

– Hạ Thái Trần Quốc Phiệt –

Thơ Gởi Anh Trần Vấn Lệ

Bài thơ nào cũng thế
anh làm tôi say mê
tôi một kẻ xa quê
anh là người xa xứ!

Sao giống nhau quá nhỉ
anh suy nghĩ thế nào
tôi cũng như anh vậy
đọc thấm thía vô cùng!

Nhờ anh rất tài tình
nói dùm cho tất cả
cho luôn hai thế hệ
thế kỷ trước, bây giờ ...

Những điều tưởng vu vơ
là nỗi đau chung đó
thơ anh là tiếng gió
thơ anh là vầng trăng

thơ anh là dòng sông
thơ anh là là núi thẳm
thơ anh là biển trắng
thơ anh là đồng bằng ...

thơ anh chất nỗi lòng
niềm vui thì ít ỏi
nỗi buồn lại mênh mông
sự thật xót xa lòng!

Lại, cám ơn anh nữa
nói hoài không thấy nhàm
anh là một hiện tượng
của văn học hôm nay.

26/03/2018

– Hai Trầu – Lương Thư Trung –

Đôi Lời Tâm Tình (1)

Tui rất khoái đọc thơ của tác giả Trần Vấn Lệ trên trang nhà của Bác sĩ Đỗ Hồng Ngọc. Đọc thơ ông tui có cảm tưởng như trong bụng ông lúc nào cũng có sẵn thơ và mỗi lần ông ngồi xuống đặt bút viết là thơ cứ như dòng suối róc rách chảy xuôi theo ý tưởng dường như bất tận...

Nhưng tui là người cũ, thế hệ những người sanh khoảng những năm 1940-1943, nên khoái thơ theo kiểu cũ, nên xin phép tác giả cho tui được chép lại bài thơ này theo thể cũ để tui có thể ngồi ngâm nga một mình chơi cho vui vậy!

Xin chân thành cảm ơn bác sĩ Đỗ Hồng Ngọc và tác giả Trần vấn Lệ rất nhiều.

Trân trọng,

HT
Long Xuyên, 29/11/2021 lúc 9:24 sáng

Cũng Đành Gió Lạc Mùi Hương

Bỗng thơm như có hương ngàn /
bay qua nội cỏ tới làng xóm khuya...
Có ai trong gió đi về /
áo bay và tóc bay kìa, đêm trăng!
Chuyện này có tự muôn năm,
đêm nay lại hiện và thầm thì thơ...
Chuyện tình nào cũng rất xưa,
rất sau mà chẳng ai ngờ mới tinh...
Trăng vàng thêm tỏ áo xanh!
Gió thơm hai vạt thình lình dễ thương!
Lại thêm hai má rất hường,
hai môi rất ngọt một nguồn suối trong...
Người về lòng tưởng đêm không,
đi êm đến nỗi trăng song song người...
Còn ai trên ngựa cứ ngồi,
nhánh cây che khuất mặt trời cũng duyên...
Chuyện rằng khởi tự một đêm
viết câu tình nhớ trao em xa mờ...
cũng vì duyên khởi mà chưa
trầu cau nên nỗi đường tơ mịt mùng...
Nếu xưa mà chiến tranh đừng...
đâu thơm rất lạ gió rừng hỡi em?

Nếu sau đừng nghĩ có Tiên...
thì câu thơ chắc không phiền lụy đâu!
Tại em, ai biểu qua cầu.
tại em áo đổi sang màu hoàng hôn...
Em xa gió đã hoảng hồn
bay tan hết khói, đạn còn mảnh tim!
Bài thơ này tạ tình em,
cũng là ta tạ tình riêng của mình...
Có ai khi đã hòa bình
ngẩn ngơ đến nỗi nhớ hình như thương?
Cũng đành gió lạc mùi hương,
hoa thơm lối cũ hồn dường trăng sao!

(TVL)

* * *

Đôi Lời Tâm Tình (2)

Kính chào Bác sĩ Đỗ Hồng Ngọc và anh Trần Vấn Lệ,

Trước nhứt tôi xin chân thành cảm ơn anh Trần Vấn Lệ đã thông cảm và không rầy tôi về việc tôi tự ý chép lại bài thơ của anh theo thể cũ, có lẽ vì cùng thế hệ như anh viết: "BS Đỗ Hồng Ngọc, Anh và tôi, chúng ta cùng thế hệ, tôi sinh năm 1942. Tôi làm anh mệt từ bài thơ, thêm mệt vì những lời tôi kể lể vô duyên. Đó lý do tôi hiểu tôi, hiểu đời tôi: "mình hoang vu giữa cõi đời chộn rộn". Chúng ta giống nhau: "Mất Thời Gian"!

Thưa hai anh,

Tôi nay cũng gần 80, mà lại là gốc gác dân quê tay lấm chân bùn nên tâm trí lúc nào cũng nhớ về cái cũ; chẳng hạn như nhớ Sài Gòn, nhớ Long Xuyên là nhớ những con đường cũ với tên cũ kể cả những ổ gà, lổ chưn trâu trên những con đường mà ngày xưa tụi tôi đạp xe đạp đi học qua những con đường có nhiều ổ gà ấy hơn là nhớ những con đường láng bon bon như bây giờ... Thành ra, tôi khoái đọc thơ mới mà thể thơ cũ là vậy!

Thú thiệt với anh Trần Vấn Lệ là tôi không biết làm thơ nhưng tôi ưa đọc thơ và nhiều lúc ngồi buồn ghi quọt quẹt vài cái cảm nghĩ của mình về bài thơ vừa đọc chơi cho vui vậy thôi chứ hổng dám "nhận định, nhận điếc" gì ráo trọi nhe anh Trần Vấn Lệ.

Tôi mê đọc thơ dữ lắm, nhứt là những tác giả xưa và những tác giả cùng thời tôi đều mê. Xưa thì khỏi nói rồi, đó chính là những áng văn chương bất hũ, trác tuyệt của tiền nhân mình còn lưu truyền tới bây giờ; còn nay thì các tác giả hiện đại hoặc cùng thời mà tâm cảm mình phù hợp với thơ của các vị ấy tôi luôn tìm đọc như Tô Thùy Yên, Trần Phù Thế, Phan Xuân Sinh, Đỗ Nghê, Đức Phổ, Lâm Hảo Dũng, Nguyễn Xuân Thiệp, Trần Hoài Thư, Lữ Kiều, Lâm Hảo Khôi, Hoa Văn, Trần Trung Đạo, Hoàng Lộc ..., nhiều và nhiều lắm không làm sao kể ra hết; dĩ nhiên trong số các vần thơ ấy có tác giả Trần Vấn Lệ nữa mà tới nay qua trang nhà Bác sĩ Đỗ Hồng Ngọc tôi mới bày tỏ với tác giả qua ý kiến bên trên...

Theo ý ngu của mình, tôi nghĩ tiếng thơ là tiếng lòng của các tác giả, nên dường như thơ nào cũng buồn trừ khi thơ trào phúng; mà ngay như trong thơ trào phúng bên cạnh những nụ cười đời nhiều lúc cũng đượm nỗi buồn tê tái mà tác giả không biết ngỏ cùng ai nên lại đành phải gởi gắm nó qua mấy vần thơ tưởng như cười mà chua chát, buồn muốn đứt ruột ấy!

Một lần nữa xin chân thành cảm ơn Bác sĩ Đỗ Hồng Ngọc, anh Trần Vấn Lệ cho tôi có vài ý kiến thô thiển này trên trang nhà của anh Đỗ Hồng Ngọc.

Kính chúc hai anh cùng bửu quyến vạn sự bình an, may mắn và hạnh phúc.

Thân kính,

HT
Long Xuyên, 29/11/2021 lúc 10:41 chiều

- Hoàng Xuân Sơn -

Đoạn Ráp Tặng Bác Trần [Vấn Lệ]

có bè có bạn can chi tủi?
còn gió còn trăng thế mới... dzui!
(trích email tvl gửi hxs)

bác cho tôi bay thì tôi bổng
bác cho tôi sống
tôi sẽ chuồn[g]
bác cho tôi luồn
tôi cứ [tà tà] lọt
bác cho tôi ngọt
tôi hóa bùi
bác cho tôi dzui
xin tuyên thề bái lĩnh

mười lăm tháng tám
2016

Hoàng Xuân Sơn

- Hoàng Vĩnh Thao -

Mưa Mùa Hạ

Tháng 5, những cơn mưa đầu mùa đã về với Đà Lạt. Đà Lạt trở nên trầm mặc và buồn hơn trong mưa như làm tăng thêm sự quyến luyến của tuổi học trò lúc chia tay bạn bè, thầy cô, xa tuổi học trò để bước vào đời của những học sinh cuối Trung học. Mùa hè của tuổi học trò Đà Lạt không gắn với những cánh phượng đỏ rực, với tiếng ve kêu râm ran mà thay vào đó là những bức màn mưa bàng bạc.

Tuổi học trò cuối cấp Trung học Đà Lạt được báo hiệu bằng những dòng lưu bút với bạn bè, với bao ước mơ hoài bão cho tương lai. Rồi mai kia mỗi người một ngã, người tiếp tục bút nghiên, kẻ lên đường thực hiện nghĩa vụ của một thanh niên với Đất nước như bao lớp người đi trước. Những cô cậu học trò thư sinh hôm nào còn vô tư chưa thấu hiểu hết câu nói sâu sắc: CƠM CHA – ÁO MẸ – CÔNG THẦY sẽ phải tự trang bị cho mình một hành trang vào đời nhưng các em vẫn may mắn hơn lớp anh chị đi trước cách đây hơn ba mươi năm khi đất nước vừa đi qua cuộc chiến tranh với muôn vàn khó khăn.

Còn nhớ những ngày đầu thập niên 70 khi cuộc chiến tranh đang hồi khốc liệt và gay gắt nhất thì Đà Lạt vẫn được sống trong hoàn cảnh tương đối yên ổn nhưng thỉnh thoảng vẫn nghe tiếng đại bác từ xa xăm vọng về làm cho người lớn cảm thấy lo lắng cho sự bình yên đang bị đe dọa từng ngày. Rồi biến cố lịch sử tháng 4 – 1975 đã xáo trộn cuộc sống, có những cuộc chia ly ngoài mong muốn, kẻ ở người đi theo tình hình thời cuộc. Những cuộc di dân để ổn định nền kinh tế sau chiến tranh, những cuộc ra đi không hẹn ngày về và cả những cuộc chia ly của những người lớn có liên quan đến những vấn đề nhạy cảm.

Viết những dòng miên man như trên để những người thuộc thế hệ sau hoặc những người chưa có mặt ở Đà Lạt vào thời điểm ấy hình dung được phần nào về thế hệ học trò của những năm 70 – 80 vô cùng gian nan nhưng cũng lắm mộng mơ của tuổi học trò mà thời nào cũng có.

Ngót một phần ba thế kỷ rời xa tuổi học trò, xa mái trường thân yêu với thầy cô, bè bạn, xa gia đình để bước vào cuộc mưu sinh. Hôm nay nhìn mưa rơi đầu hạ chợt nhớ ngày xưa tuổi học trò lớn tồng ngồng còn chơi bi, đánh đáo, tuổi hoa niên mộng mơ khờ dại. Thương thầy, nhớ bạn khi tóc đã pha sương, những chai sạn cuộc đời cũng đã tạo nên vết hằn trên khóe mắt, trên trán của những đứa học trò dạo ấy. Bỗng nhớ một bài thơ về nghĩa thầy trò Đà Lạt năm nào của Nhà thơ Trần Vấn Lệ. Chính xác tựa đề bài thơ là gì thì không nhớ rõ thôi thì tạm chép lại bài thơ với nội dung như sau:

Nhớ Đà Lạt.

Nhìn các em ngồi đó
Một góc sân trường xưa
Thương quá thời nắng gió
Nhớ quá chiều, sáng mưa...
Đà Lạt, các em ở.
Đà Lạt, Thầy bỏ đi.
Các em thì vẫn nhỏ
Như vầng trăng núi kia...
Đà Lạt các em ở
Xanh biếc nhé bầu trời
Ngước lên nhìn nỗi nhớ
Thầy là áng mây trôi...

(Thơ Trần Vấn Lệ)

Ở đây xin nói rõ một chút về các câu thơ nêu trên. Bài thơ gần như viết dưới dạng văn xuôi theo từng đoạn ngắn, người đọc tùy theo cảm nhận của cá nhân mà ngắt câu, xuống dòng theo vần điệu. Vì chỉ mượn một bài thơ trong những tập thơ của Trần Vấn Lệ nên không đi sâu vào thân thế và các tác phẩm của tác giả. Ở đây chỉ nhắc đến một chi tiết là Trần Vấn Lệ có một thời kỳ dạy Quốc văn ở Trường Nữ Trung học Bùi Thị Xuân trước 1975. Sau tháng 4 – 1975 vì những lý do khách quan nên ông không dạy học ở Bùi Thị Xuân nữa. Có lẽ do mảnh đất Đà Lạt vốn hiền hòa níu giữ mặc khách tao nhân chăng mà có nhiều những người thầy, người cô khi đã rời xa bục giảng, xa lũ học trò tinh nghịch nhưng trong sáng đáng yêu mà trong số họ đã có những người viết nên những vần thơ đầy cảm xúc. Trần Vấn Lệ cũng là một người thầy nằm trong số đó.

"Nhìn các em ngồi đó.
Một góc sân trường xưa."

Một sự luyến tiếc trong tâm hồn người thầy khi phải bỏ giữa chừng tay chèo con thuyền chữ nghĩa cho lũ học trò thân yêu. Nỗi khắc khoải khi vì thời cuộc hay vì một lý do nào đó người những thầy, người cô buộc phải chia tay đám học trò Đà Lạt để đi về một nơi nào đó:

"Đà Lạt các em ở.
Đà Lạt thầy bỏ đi.
Các em thì vẫn nhỏ.
Như vầng trăng núi kia."

Nỗi day dứt còn đó, lo lắng cho học trò bé nhỏ còn đó nhưng chia ly là điều không thể tránh khỏi đối với một số thầy cô giáo lúc bấy giờ. Ra đi bất đắc dĩ nhưng biết làm sao được khi con người ta buộc phải chấp nhận những sóng gió thời cuộc, những xô đẩy cuộc đời.

Người ra đi nhưng vẫn hy vọng một tương lai tốt đẹp cho những đứa học trò, hy vọng cho con đường tương lai sẽ rộng mở cho người ở lại:

"Đà Lạt các em ở.
Xanh biếc nhé bầu trời."

Chất chứa nỗi niềm chia ly, người ra đi an ủi động viên người ở lại:

"Ngước lên nhìn bầu trời.
Thầy là áng mây trôi."

"Thầy là áng mây trôi "– Đúng vậy, mây không thể không trôi. Cuộc đời mỗi con người cũng giống như những áng mây trên bầu trời kia. Những áng mây có thể trôi đi không theo môt quỹ đạo nhất định nào nhưng cũng có những áng mây chịu tác động của ngoại cảnh mà bay theo một quỹ đạo vạch sẵn. Suy cho cùng rồi cũng đến một lúc nào đó mây phải tan đi hoặc biến đổi thành một vật chất nào đó, cũng như thân xác con người sẽ hóa thành cát bụi khi trở về với lòng đất. Tất cả sẽ được xóa mờ theo bụi thời gian, duy chỉ có tâm hồn và tấm lòng con người là mãi mãi đọng lại trong cuộc sống đời người.

Ngồi viết đôi dòng tự tâm sự với chính mình và cũng là lời tri ân đến các thầy cô xưa đã hao hơi tốn sức để dạy dỗ mình làm người. Mãi mãi vẫn không bao giờ quên tuổi cắp sách đến trường với những trò nghịch ngợm bị thầy cô phạt roi đánh đòn đau quắn đít mà vẫn cứ nghịch như ma như quỷ. Sẽ mãi mãi không bao giờ được trở về thời thơ ấu, không bao giờ được trở về với cái tuổi ăn chưa no lo chưa tới mà vẫn thích làm người lớn ngày xưa.

Cảm ơn những vần thơ của nhà thơ Trần Vấn Lệ. Những vần thơ nhẹ nhàng chan chứa tình nghĩa thầy trò làm xúc tác cho những dòng cảm xúc hôm nay. Và cũng xin xin lỗi nhà thơ nếu trong quá trình trích dẫn có gì sai sót hoặc diễn đạt chưa đúng thì Nhà thơ cũng rộng lòng thứ cho.

Sài Gòn, Đêm 29/05/2016
Hoàng Anh Toàn *(Hoàng Vĩnh Thao)*

Minh họa: Đinh Cường

– Hồ Đình Nghiêm –

Lệ

Lệ là nước mắt. Chừng như ai cũng hiểu thấu.

Vậy còn ước lệ là gì? Khoan giải thích. Ước lệ khác ướt lệ (rèm mi).

Và vấn lệ? Tra hỏi giọt nước mắt? Hay giòng lệ vấn vương? Chớ cất công gạn đục khơi trong, ngoại trừ viết hoa thành Vấn Lệ, chú thích một đôi hàng về hai chữ kia chưa chắc đã thấu đáo, đã hiểu ra.

Trước đây, họa sĩ Đinh Cường làm nhiều thơ, hầu như mỗi ngày đều có đôi ba bài, anh xem đó chỉ là những đoạn ghi, kể lại những gặp gỡ, các kỷ niệm, những hồi ức. Thuật lại bao sự tình sống động vừa xẩy tới hoặc thoáng hiện trong cơn mê thiếp. Đơn giản, anh gọi công việc đó là một phương cách vận động đầu óc. Bổ sung thêm ba chữ của Bùi Giáng: "Vui thôi mà".

Anh mất đi, tôi mon men vào trang nhà chị Nguyệt Mai (giao tình đáng mến ngày cũ, nơi sửa lỗi chính tả giúp anh) và tôi choáng trước sức sáng tác chẳng mỏi mệt của một người mang tên Vấn Lệ, họ Trần. Anh gửi thơ vào mảnh đất "xin những tình thân ái/ còn hoài như hôm nay" đều đặn, như kiểu mỗi ngày người yêu vườn tược không quên cầm bình nước tưới hoa. Cành này bông nọ thảy đều ướt át, đều tươi mươi, đều lại thần hồn để khoe sắc.

Xưa, có Đinh Cường. Nay, có Trần Vấn Lệ. Hình như mức độ "thể dục đầu óc" của nhị vị trước sau chưa ai đạt tới mức hoả hầu tựa thế. Cổ văn gọi sự tựu thành đó bằng mấy chữ: "dễ như lấy đồ trong túi". Có dễ không? Sai lầm. Hoặc dễ theo kiểu "dễ như ăn ớt". Tôi từng động não, từng loay hoay, từng trăn trở xuýt xoa với ớt hiểm, ớt chỉ thiên, chảy nước mắt. Ngày này qua tháng nọ, lâu rồi, cây kim trong bọc cứ không chịu ló đầu ra. Hoàn cảnh lắm! Kín cổng cao tường thay cho nhân vật được người đời gán là nàng Thơ. Thiếu căn cơ, khó vận công lên tới mười hai thành công lực? Sức nhà ngươi bao tá?

Thơ Trần Vấn Lệ có khi là áng văn xuôi mượt mà, đằm thắm một tâm sự. Tưởng tượng ra một đối tượng để nắm tay mà hàn huyên, ngôi thứ hai nọ dùng dằng chân bước, bỏ đi không đành, bởi hiểu tầm quan trọng của sự tỉ tê kia, không nghe không được mà nghe thì đâm xốn lòng. Tiến thoái lưỡng nan! Mưa rơi bất chợt, nắng chiếu vu vơ giữa hai hàng chữ của anh cũng tác thành ra thứ khí hậu riêng biệt. Ôn đới, mùa màng xanh tươi, tuyệt chẳng bắt gặp hạn hán hay triều cường nước lũ. Bảo hiền hoà cũng được. Nói mưa thuận gió hoà cũng chẳng sai. Bởi cái đẹp khó hiện diện trong cuồng nộ, trong phẫn hận, trong nặng lời, trong rối rắm ngôn ngữ. Chữ dùng của anh không cầu kỳ, thản nhiên trôi, êm ả, là con sông nước ngọt chừng không thích đổ ra xao xác vùng biển mặn. Tôi yêu chuộng âm thanh róc rách ấy nếu nhỡ phải chảy qua một địa hình xa lạ nhiều chướng ngại. Đó là câu cú thật giản dị, mộc mạc, đơn sơ nhưng tạo được nhạc tính. Ngần ấy đã đủ vậy!

Ở lãnh vực hội hoạ, những nghệ sĩ tạo hình giàu công thử nghiệm đã đúc lại một nhận định: Chừng nào bạn tiến gần tới sự đơn giản, như một chắt lọc, chừng ấy bạn nắm bắt được cái cốt lõi của nghệ thuật. Những bước khởi đầu thường hăm hở, như tâm lý của con trẻ là ham hố màu, ưa nhồi nhét lắm đường nét ngang dọc; càng đứng tuổi, càng chín chắn người ta luôn tìm cách giản lược chúng đi. Lữ hành đa phần đều ưa nhẹ gánh hành trang trong cuộc tìm về đích tới. Một lá thư dài bốn năm trang viết cho người tình chưa chắc đã gây tác động bằng lá thư mỏng cô lại nỗi nhớ thương. Thơ Trần Vấn Lệ là tờ giấy xanh tựa thế, chẳng nhiều lời. Tựa một bức ảnh, và ảnh đã nói hơn vạn điều.

Thời gian gần đây tôi đọc được hai bài thơ hay: "Năm Ngoái Tôi Về" và "Bốn Mươi Hai Năm Biền Biệt". Bài "Một Thời Mãi Mãi" cũng vậy, nghe rung động. Bài "Một Thời Mình Không Đi Sang Sông". Rồi đến "Trăng Đêm Nay Chờ Trăng Mai Mốt":

"Trăng đêm nay đã tròn chưa em nhỉ?
Chắc chưa tròn vì mới tối mười hai...
Ba ngày nữa thì trăng Rằm em nhé
Mình ở bên nhau còn chỉ một ngày!

Nói ngày mai nghe sao buồn quá vậy?
Có ngày mai nào đã chẳng hôm nay
Trăng không tròn thì gọi là trăng khuyết
Tình rất tròn sao lại phải chia tay?

Mấy mươi năm anh mới về cố quận
Cảm ơn em không là cố nhân
Chỉ bến đò ngày xưa là cổ độ
Cảm ơn vườn còn nở hoa Xuân!

Cảm ơn gì nữa... nói đi cho hết
Cảm ơn mình đầu tóc bạc hay sao?
Cây cổ thụ ngàn năm không chết
Tình ngàn năm cũng thế, giấc chiêm bao!

Trăng đêm nay chờ trăng mai mốt
Mai mốt anh về trăng sẽ tròn trăng
Cứ nghĩ anh còn là Tư Mã
Thì em là mãi mãi Trác Văn Quân!

Hai đứa mình ra vườn một chút
Anh hái cho em hạt ngọc sương nha!
Anh nâng niu trái tim em ngà ngọc
Sáng mãi lòng anh dẫu có tối trăng tà..."

Giản dị trong phân trần, mộc mạc trong lý giải, dịu dàng trong phân bua. Đặc điểm thơ của Trần Vấn Lệ đều vậy cả. Từ tốn là chất giọng của anh, thích con chim Quyên, ưa con cá lia thia và thường trộn chút điển tích nằm lẫn trong ca dao. EM là nguyên cớ để lời thơ tìm đến, không đổi, dù em có khi là một địa danh, một bến đò, một hàng cây, một khung cảnh, một chốn cũ. Và dĩ nhiên, em còn đó là nàng thơ, là người tình duy nhất, một và chỉ một mà thôi.

Tôi thử dọ tìm trong Vuông Chiếu Luân Hoán, thấy tiểu sử và tác phẩm chỉ ghi vắn tắt (ắt hẳn còn nhiều khiếm khuyết):

Trần Vấn Lệ sinh ngày 31 tháng 5 năm 1942 tại Phan Thiết, trưởng thành tại Đà Lạt. Cựu giáo chức và Sĩ quan VNCH. Định cư ở Los Angeles từ 1989. Đã xuất bản:

– Bay Về Đâu Đó Ở Quê Hương (1992)

– Hồn Tan Trong Thơ (1993)

– Nắng Rớt Vườn Xuân (1995).

Thơ anh mang nhiều cảnh sắc đặc thù của từng địa phương, từ trong nước trôi giạt sang xứ cờ Huê, nhưng "đụng" tới Huế chừng như nghe thấm cái e ấp rất sương khói của chốn cố đô toả lan, vướng lòng. Tiểu sử anh cô đọng quá, chẳng nói chi tới Huế cả. E hồ đồ rằng xứ thần kinh đã trao vào lòng anh một mối tình sâu đậm nào đó? Kể từ Hàn Mặc Tử, Nguyễn Bính, nhà thơ nào nhỡ ghé qua một lần e phải "chân đi không đành", chảy trôi vào thơ, lắng đọng chút sầu muộn của mưa giăng mờ sông Hương, co ro và hoài cảm cuộc lữ.

Trần Vấn Lệ là tên thật mà ban đầu tôi ngỡ anh dùng bút danh. Vấn Lệ là gì, thưa nhà thơ? Thơ anh làm chỉ gây cho người đọc chút "buồn vương cây Ngô đồng", nghe ra một lời than rất nhẹ và tôi tin chắc chẳng có ai phải lệ vấn vương hàng mi cả. Hay chữ lệ này có ý nghĩa: Phép vua thua lệ làng? Tôi chỉ có đôi hàng lẩn thẩn nói ra cảm nhận như rứa đó. Anh có là vua một cõi thì vị tình cho cái lệ của (làng) tôi không?

Hồ Đình Nghiêm
Apr. 12, 2017

* * *

Tiếng Trưa Thơ Thẩn Tím Tháng Tư

Phố tôi cây cỏ đang làm đầy sắc xanh, diệp lục tố mỗi năm cựa mình thức dịp này. Mưa qua nắng lại chút gió thoảng, vậy là góp đủ lực hồi sinh. Trời phơi phới đất cựa mình giúp người hưởng được chút lâng lâng. Trưa đứng bóng mát dịu màu nắng, trưa không ngủ, trưa gửi thầm tiếng to nhỏ. Ừ, mùa Xuân nhắc nhẹ nỗi xa xăm chợt về.

"Tháng Tư, tôi một bài thơ
Gửi cho em đọc, bây giờ. Trời ơi!"

Bưu điện than ế đổ hô lỗi do internet, cắt giảm nhân viên, thời khoá biểu xáo những hạn kỳ, nhưng ông phát thư quen mặt vẫn còn đó, vai nghiêng túi nặng chào buổi trưa. Tôi xin passport điền đơn nhờ ông này ký. Ồ, moa biết lũy này người Việt chôn chân chốn ni đã gần bốn mươi niên. Chả biết hắn làm chi mà trăm khi moa giao bưu kiện tuyền sách vở, cánh nhạn la đà tới lũy bao giờ cũng khiến lệch vai moa. Tôi giao lưu tình cảm: Ờ bị tui có viết lách lai rai đa phần đều ca cẩm nên giấy mới nặng, đã mất rồi thời nhận thư xanh mỏng tang những thề nguyền lứa đôi.

"Đến đây không nước không nhà
Tháng Tư cỏ mượt ngồi phà khói sương..."

Khi nhận sách, muốn khoe khoang, thường người ta chụp lại cái bìa. Tôi khác, tôi ưa chìa cái ruột ra. Này, bạn từng thấy qua một hàng chữ đẹp? Tôi hạp bụng với cố họa sỹ Võ Đình: Mang cảm tình với những ai có đôi bàn tay đong đủ mười hột gạo. Họ mà viết thư tình, con chim Quyên đang bay phải đậu lại hót du dương. Tôi sợ anh phật lòng nhưng cứ ưa xiển dương cái đẹp, bởi người xưa dặn "thiệt vàng sợ chi lửa" ai ơi! Tôi không lạ khi biết anh từng là nhà giáo, chữ viết đẹp biểu sao học trò không nhớ thương? Tôi chỉ hồ nghi tại răng hồi trọ học ở Đà Lạt lại chẳng được nhìn thấy anh! Đồi Cù mù sương cho tới hư ảo cầu Ông Đạo, khu Hòa Bình rét run tin chiến sự, hoang mang dốc Minh Mạng đổ dài... tới mấy chục năm đứng lại, thở hào hển: Ủa, xưa ở Trại Hầm ổng làm thầy, nghe dân khu phố 4 bảo, người giáo viên mười chín tuổi ấy chuyển trường rồi nhập ngũ, mút mùa cải tạo lệ thủy, ngang đập chắn kêu Danhim là hồ nước mắt. Hồ thủy lệ là chị của Hồ Đình Nghiêm đó thầy! Ôi, xa xăm, bên này hồ ngó sang sóng gợn mây nhăn những cụm lưu lạc!

"Có một buổi trưa nghe tiếng gió, tiếng ru nhè nhẹ, tiếng xa xôi..."

Xa lắm người ạ! Năm 1967 người đeo lon Chuẩn Úy, lúc đó mắt tôi chưa vướng lệ sầu, đầu tôi xanh nằm ngủ còn ôm siết Mạ một bên lưng đòi nghe kể chuyện cổ tích. *"Em đi. Bóng khuất. Còn hương tóc. Còn nụ cười trong tấm ảnh xưa. Tôi sẽ làm thơ bằng nước mắt từ nay... không biết tới bao giờ!"*

Tôi hứng đủ những giòng lệ chảy, tan trong lòng tôi những nét đẹp lung linh. Tôi hạnh phúc vì có được những người anh sẵn lòng cầm súng ra mặt trận, bảo vệ cho giấc ngủ tôi thơm thảo những mộng lành. Tôi cảm động khi bài luận văn tôi viết đầy sai lạc, anh độ lượng cười cho một nấc điểm cao. Nửa đời người tôi chậm bước theo anh, rưng rưng khi nhận được những tặng vật gom chặt tiếng thở dài. Tôi yêu những địa danh chưa nhạt dấu thơ soi đủ, yêu những người con gái được gọi tên bằng các mẫu tự T. rồi P. rồi từ A cho tới Y. Thậm chí khản giọng kêu bất tận người tên 55555555555. Từ 17 tuổi sang sông thương về màu nước tím, thương cánh hoa vàng trên đồi rộ đóa dã quỳ, hiển lộng hóa thành tà áo dài em mặc, chưa sờn phai đã 50 năm từ độ... con sáo bay đi.

"Bạn mình Phan Thiết lai "người Huế", lấy vợ mơ màng gái Quảng Nam. Thỉnh thoảng vợ cho ăn món Quảng, khen hoài Mì Quảng, cứ thèm ăn... Hôm nay "bà xã" đi về chợ, nói với chồng, chờ: "ăn món... em!"

Món em, sao nghe duyên dáng lạ, ông nhà thơ Luân Hoán chính hiệu chắc phải thèm. "*Đất xứ Quảng chưa mưa đã thấm*", có ngấm không món Mì Quảng được vợ cho ăn? Tôi no nê hít hà hương nồng đậm, vin vào thơ anh đãi bữa quê nhà. Tôi biết khoe gì thêm về cái duyên anh bày lối, giữ riêng tôi một nhân ảnh thật thân quen.

"Bạn đưa tặng mình một nụ hồng tím, bảo: "Giữ làm kỷ niệm!", rồi bạn quay lưng... Ôi hoa kỷ niệm bạn mới cho mình..."

Anh Trần Vấn Lệ kính mến, hoa nào rồi cũng tàn úa nhưng hoa kỷ niệm thì ngoại lệ, bước ra ngoài định luật khắc nghiệt của thiên nhiên, anh nhỉ? Tôi khắc ghi.

"Ngồi đây quán trọ hiên người, một ly trà đá, một trời tà huy, một non sông hết mong về, một trái tim héo, còn gì nữa đâu!"

Hạnh phúc thay cho tôi, tôi đang ngồi dưới trời tà huy, tôi đang uống ly trà đá, nhưng tim tôi chưa héo, ở đó vừa nở một nụ hồng. Cảm ơn nhà thơ giàu lòng nhân Trần Vấn Lệ, đã đơm bông kết trái, người đang ngụ ở thành phố mang tên Miếu Đền. Cali. giờ này có ngập tràn màu nắng rát bỏng Phan Thiết không anh? Tháng Tư đang rơi những tờ lịch cuối và mắt tôi ngấn lệ khi lật trang hai tập thơ anh cho. Mong anh luôn tâm thân an lạc. Ồ, có con chim lạ vừa bay ngang, gửi xuống tiếng trưa một giai điệu say nồng...

Hồ Đình Nghiêm
27 tháng Tư, 2017

** Chú thích: Những câu thơ nằm trong ngoặc kép là của nhà thơ Trần Vấn Lệ, không ghi năm tháng.*

Thủ bút của nhà thơ Trần Vấn Lệ

* * *

Thư Gửi Anh Trần Vấn Lệ

Buổi trưa nghe tiếng chuông reo, phát hiệu lệnh biểu tôi ra ngồi quán cà phê, bị có một số em nhiễm máu văn nghệ thích cà kê. Tôi mừng không phải vì được rủ rê mà vui vì mấy nàng thích thơ gần như thiếp mệt mê.

Cả ba cô đều là người ngoại đạo, nhưng tin lòng dậy sóng ba đào lỡ gặp thơ hay, chúng em mô có xạo! Tất thảy rất tươi dung mạo.

Bên này hỏi tuổi đàn bà là điều tối kỵ. Còn đàn ông, chắc đâu nỡ hiềm tỵ? Anh à, Trần Vấn Lệ đã lớn tuổi chưa hỉ? Sao lời thơ dễ thương, vấn vương tươi trẻ, cao tay là ngũ thập, nhỉ?

Cà phê thơm, như tên ai vừa nhắc quá thảo. Tiếc là nhà thơ ở chỗ quá xa, tôi bảo. Xa chi xa mút chỉ hồng tha, không thì đã hát ca: Có ba đóa dã quỳ vừa nở bông nha. Đà Lạt mùa này bỗng tuyết rơi, vào quán ngồi để nghiệm lòng bớt chơi vơi, ôi anh ơi!

Mấy em ạ, nhà thơ vốn không có tuổi tác, hãy đọc lấy rồi phát giác "thiệt dễ thương" hoặc hay chi "hay ác"! Rứa là đủ cho sự tương tác giữa song phương. Nếu có thương nhà thơ các em cứ hô đại ảnh tuổi mười bảy. Ồ, mười bảy tuổi em lên ghe vượt biển sang đây. Em nào biết gì vào độ tuổi hàm oan bẻ gãy sừng trâu khi hai trái cau vừa nhú. Người ta lấy chồng thì gọi người ấy sang sông. Em lấy ai mà phải cực lòng băng trường giang đại hải để đánh đổi bến đục bến trong? Thế thì đừng quở thơ ai sao dỗi buồn đến lạ, mình không may phải rời xa đất mạ. Ai sang ngang nở nụ cười chừng ướt mặt, đứng dại khờ nơi khô làm răng nhặt cánh hoa trôi, quá ngặt!

Em thích thơ nghe tâm sự nửa dằn vặt, lời thở than chẳng cho bi luỵ dự phần. Ly cà phê đậm làm tôi bần thần, nghĩ mấy em quen vui với ngoại ngữ tới nửa đời, giờ này còn giữ sót một chương vàng ngọc. Tìm lời ấp úng ngó khó nhọc, thấy thương đứt đuôi con nòng nọc. Có em nói: đôi khi em muốn vọc, thử chuyển đôi bài sang tiếng Pháp cho anh đọc. Ai can du, tôi nhủ trộm rồi thốt đừng, dịch là phản. Tỷ như em tên Hoa anh gọi Flower hoặc Fleur luống ngượng mồm. Hồng kêu bằng Pink hay Rose nghe thêm oải, mất tình tứ. Vấn Lệ là gì đừng giải nghĩa sang Tây u, như anh thích thơ hai cu của Nhật nhưng nó quá cụt. Nhớ em nhiều thì dẫu mưa to cũng thôi đụt, dầm thân đi chẳng thậm thụt một phân nao. Sao người ta ví con chim bồ câu là biểu tượng của hòa bình? Mình không rõ. Tô son trái tim nhằm đại diện cho chữ tình? Vẽ chẳng liền lạc liền kêu rằng tim vỡ. Liệu ký hiệu nọ có chuyên chở đủ không?

Tôi mang hai bài "***Tuổi Của Em Con Gì***" và "***Bạn Ơi Làm Tiếp Với Tôi***

Bài Thơ" cho Phượng, Hồng, Hoa đọc. Xuýt xoa. Đọc qua một lần rồi đọc lại. Thích quá, ông Trần Vấn Lệ ui, tui không nói ngoa.

Em ạ, nếu anh biết làm thơ chỉ nuôi một ước mơ, nó thế khăn tay cho em chặm khi buồn chảy, đắp lên ngực em mỗi khi nghe gió chướng xua lạnh. Sự cứu chuộc có giúp em thêm mạnh? Anh từng ngơ ngác đứng ở sân ga năm 79 móc hết tiền mua ổ bánh mì có độn thịt. Ăn xong mới nhìn ra nguồn lương thực èo uột đó được gói bằng một trang báo cũ, in nhạt màu một bài thơ chính quyền mới không dung. Bài thơ đi theo anh lên tàu hỏa nhọc mệt ngốn một phần ba bề dài lãnh thổ, đầy đau khổ. Cảm ơn tác giả "ngụy quân ngụy quyền" không chân dung đã dìu anh tới được bãi bốc. Xa quê hương nhớ mẹ hiền, binh lính miền Nam thích xăm vào tay hàng chữ ấy, anh rời đất mẹ trong đêm đen mà bài thơ vô danh kia tựa một ngọn hải đăng. Sóng hung dữ chỉ xem chừng lăn tăn, nào ai đủ sức can ngăn...

Chuyện trò chưa chín mùi, đại diện những loài hoa đứng lên thốt lời tái ngộ. Mới đó mà thoi thóp bóng xế chiều, anh có chộ? Nếu có quen nhà thơ nhờ anh nhắn, tụi em từng mang ơn một ông Trần Vấn Lệ. Trần Quốc Toản bóp nát trái cam, riêng người Vấn Lệ lại mang dạ sầu. Chúng em là lữ hành không cầu lại được lót lòng một trang thơ êm đẹp. Ổ bánh mì kẹp thịt anh từng ăn hồi chưa chắc đã ngon bằng... Thôi chia tay nha, tin rằng tụi mình còn lắm phen hội tụ hàn huyên.

"nói gì... đừng có đứng im
mà cây ngả bóng, trăng chìm, nước trôi...
thơ tôi không thể cạn lời
tới đây xin để mọi người làm thêm...
tôi nâng vạt áo dài em
thấy lung linh nắng: một thềm nở hoa..."

Tôi viết thư này sau buổi líu lo được gần bên chim quyên đầy hạnh ngộ. Trời giăng tuyết, vắng xe cộ và người nghe ấm vô độ. Chỉ tường thuật vậy thôi, mỡ không bôi môi. Cuối thư thế chim quyên lỡ ăn trái nhãn lồng, chúc nhà thơ an mạnh ở chốn xa xôi. Quý mến là chữ sau cùng của tôi.

Hồ Đình Nghiêm
Ngày đầu tháng Hai sắp qua năm Mậu Tuất.

* * *

Trang Phượng Thắm

Họ hẹn gặp trong một quán ăn ở Nam Cali, không mưa lũ như phía Bắc từng hứng chịu. Tất cả là chín người. Chín người vượt biển, đứa vượt trời, đường đi muôn lối. Phải sáu mươi ba năm mới được thấy nhau, bạn bè tả tơi, thương quá... Tóc đã bạc, thì cũng phải, đâu còn như thuở đầu xanh, 63 năm nghe tàn phai tuổi chiều bóng xế. Họ ăn ít, chỉ bận nhìn ngó nhau qua đôi mắt có nhiều vết chân chim. Nhắc chuyện cũ, ừ, sao hồi đó tụi mình cứ ưa giận hờn! Có bạn nhận xét: Lệ nói như thơ! Thơ ra sao: "Phượng à hoa nở vì em". Phượng là Kim Phượng hay Thúy Phượng? Phan Thiết có trường Phan Bội Châu. Từ 1954 đến 1958 vẫn còn đó, trên mặt Phượng mấy sợi tóc vương...

Bức tranh ở trên được vẽ ra bởi một người có ký ức thật tốt: Trần Vấn Lệ. Mừng vui thay, anh còn tới những tám người bạn vụng dại thuở ấu thời đang kề cận mà kẻ khác, hậu sinh như tôi, chưa bao giờ đếm đủ. Nằm mộng cũng hao hụt loe ngoe ra một hai. Tôi lẻ loi, tôi buồn, tôi ganh tị. Làm sao đọc thông cái phân giải của ai kia: "Tình bạn, nó không là thứ gì lớn lao cả, nó chỉ gom một triệu điều bé nhỏ để gầy dựng nên". Về già, người ta vui với bạn hiền, cười đùa với cháu bé bỏng (một ngày sao chóng thế!).

Ở trên có nhắc tới Lệ nhân vật nam. Có nói tới Phượng nhân vật nữ, khiến dẫn trí nhớ tôi về bốn câu thơ của Bùi Giáng:

"Em có khóc? Ta xin em đừng khóc
Em nhìn ta? Lệ chảy có vui gì
Trang phượng mở giữa nguồn em hãy đọc
Nước xuôi dòng ngàn thu hận tan đi".

Hẳn các bạn từng đọc qua một trang phượng, ít nhất một lần trong đời. Trang phượng ấy nhằm dẫn chứng chữ lệ không nên hiểu là nước mắt (nào có vui gì!). Lệ này là Hoa Lệ, Lệ kia là Mỹ Lệ, thậm chí là Cẩm Lệ (địa danh nằm sát vòng đai thành phố Đà Nẵng, nổi tiếng món thuốc lá vấn mà Mạ tôi ưa hút).

Vậy thì với tôi, Trần Vấn Lệ là "trang phượng mở giữa nguồn em hãy đọc". Tôi đọc và nhìn ra đầy đủ tấm lòng nhân ái anh bày chật giữa những dòng thơ luân lưu chảy một điệp khúc êm ả: Tình Người. Tôi cảm ơn sự lạc quan anh mang đến trao trong khi người làm thơ khác vẫn còn giấu ở đó bao bất bình, bao phẫn hận chưa nguôi.

Thơ Trần Vấn Lệ luôn loay hoay với vấn nạn tình yêu, cách anh gỡ rối gần biến thành một thứ triết lý riêng anh tạo dựng. Trong "Làm Xong Một Bài Thơ" có nhiều câu "tới":

"Làm xong bài thơ, chắc tôi bơ phờ? Có người vuốt tóc, một giọt nước mắt rớt trên tóc tôi... Tóc bạc hết rồi, không ngó lên nữa. Người đó ra cửa. Bài thơ tôi theo...

Tôi biết tình yêu không già như tóc... nhưng mà hạnh phúc thì... bạc như mây.

Tôi thích chữ đặng trong câu ca dao, "lấy nhau chẳng đặng, thương hoài ngàn năm". Ngàn năm bao lăm khi người ta bước xuống một bến nước, xuống đò sang sông?"

Nếu bạn không cho đó là triết lý thì có chữ khác điền thế: Vô thường. Tôi rất mến chuộng bài thơ "***Đời Vô Thường***" sau đây, yêu lắm:

"Tôi đi về Việt Nam, mua một ký thóc, đem rải cho chim ăn... thấy mình thật hạnh phúc. Bầy chim đậu lúc nhúc, chúng giành ăn, vui ghê! Rồi hết, chúng bay đi... về đâu, tôi không biết!

Một ký thóc ít thiệt, tôi vui được hai tuần. Tôi ngắm nghía cái sân... Cái sân chừ hoang vắng. Hết mưa, đang là nắng. Cái vắng là cái buồn. Sáng sáng mờ mờ sương. Trời bốn phương tụ lại. Tôi cứ ngồi nhìn mãi cái mặt sân bao la...

Không còn thóc ném ra thì chim không còn nữa... Việt Nam tôi còn đó mà xa lắm người ơi! Tôi thật là buồn cười, thấy mình như con nít! Thích cái gì ưa thích! Có gì thích bền đâu! Ngay cặp chim bồ câu, cũng không về mái ngói...

Hình như tôi mới nói? Nói gì trong cơn mê? Nói gì hỡi nắng hoe, nói gì hỡi lá héo? Đưa tay níu nhành liễu, tôi làm nhánh liễu cong. Tôi ngó về phương Đông, quê nhà tôi ở đó. Cái vòng trời quá nhỏ, nửa vòng trời mênh mông! Tôi thèm mình là sông trôi ra ngoài biển cả, về bưng cánh đồng mạ trải như lòng tôi phơi...

Hai tuần lễ qua rồi, một ký thóc đã hết! Bao giờ thì tôi chết? Hỏi Phật, Phật không biết... chỉ biết đời Vô Thường!"

Tôi xúc động, tôi tự hỏi, tôi bần thần, tôi mê mệt: Có ông Việt kiều nào lạ lùng đến thế không? Ông dắt tay tôi về, cù ra ngồi ngoài sân, trong hai tuần chỉ để cho chim ăn. Thích lắm! Vui ghê! Có thế thôi. Ngắm nghía sự hợp tan, mới tụ bầy giờ thì trống vắng. Hết mưa tới nắng. Tỉnh táo rồi mê sảng. Quá nhỏ rồi mênh mông. Buồn cười cho hạnh phúc. Rồi tự nhận mình là con nít. Lạ, con nít làm gì biết tới lẽ vô thường!

Có nhiều chữ "ông con nít" ấy dùng mà người lớn đọc phải giật mình, ví dụ chữ "bưng": Tôi thèm mình là sông trôi ra ngoài biển cả, về bưng cánh đồng mạ trải lòng tôi phơi. "Người lớn" khác ông hẳn đã viết xuống chữ "ôm", hoặc "quàng", hoặc "vây", hoặc "níu". Hoặc này hoặc nọ chẳng sáng bằng bưng, không ví được. Ôi, ông Việt kiều nọ thật đáng yêu làm sao! Tôi ngồi bia ôm gọi vào di động ổng không bắt máy. Tôi tham quan Chú Ía, tìm lại động hoa vàng ở Lăng Cha Cả hối thúc liên hồi kỳ trận mà ổng bận ngồi cho chim ăn. Lạ đời là ông, mà vô thường cũng là ông vậy! Ông níu nhành liễu, mới hay ra nhành liễu cong là bởi tay mình. Hết thóc thì chim thôi tới, ấy là lẽ thường, sao ông nghĩ tới Việt Nam còn đó mà xa xôi? Ừ, thì chữ Vô Thường đã ẩn chứa một dấu hỏi. Triết lý là gì? Không phải nó mang đầy ngờ vực sao?

Trang phượng mở ra một bài thơ hay khác, xúc động dấy lên trong dịu dàng, vu vơ một nỗi buồn chưa tìm ra lối thoát. Và buộc tôi phải chép lại ở đây. Bài thơ mang tên ***Chẳng Qua Là Cái Cớ***:

"Chị tôi lấy chồng có duyên Bình Định. Anh rể tôi, lính, hết giặc về quê, Chị tôi theo về nói giọng Xứ Nẫu...

Giọng nói không xấu (không xấu bao giờ). Thăm Chị, sau tù, tôi về ghé đó. Mấy đứa cháu nhỏ nói nghe như chim, khi đục khi êm líu lo ríu rít...

Tôi rời đất nước, nay, ba mươi năm, chỉ thư về thăm chớ chưa về lại. Nhiều khi tự hỏi Chị mình ra sao, nhưng không thư nào hồi âm tôi cả...

Sáu đứa cháu đã, chắc giờ lớn khôn? Tôi nhớ dập dồn. Tôi hỏi, im lặng... Trời mưa trời nắng, tôi nghĩ thôi thì thương nhớ làm chi để nghe đứt ruột! Tôi cầm cây thước đo lòng mình đau...

Cứ sống chiêm bao, đời ta thoải mái? Chị tôi con gái lấy chồng thì quên – quên anh quên em, quên Cha quên Mẹ. Xưa nay vẫn thế, ai lấy chồng xa...

Xứ Nẫu bao la hồi tôi ghé đó. Bây giờ nó nhỏ bằng giọt lệ lăn. Tôi có cố nhân, sang ngang mười bảy, từ rời xa Huế, bây chừ biết mô? Trời mưa, đang mưa, nhớ Quy Nhơn quá, nhớ Nam Phổ lạ. Nhớ cả đèo Cả, con đường xuôi Nam, xe ngang Phan Rang vang vang tiếng Nẫu, tôi đưa tay bấu thành xe, ngẩn ngơ!

Xe lên Cà Beu, xe lên Cầu Đất, tôi nghe tức ngực: phía sau Dran! Tôi nhớ cố nhân, nghe nói về đó từ ngày áo đỏ theo chồng cao nguyên... Xe ngang Đa Nhim, một hồ nước mắt..."

Bài thơ buồn thật, tôi nhớ lung tung...

Trong tất cả những bài thơ của thi nhân Trần Vấn Lệ đặc biệt anh dùng đôi câu, một khổ, một đoạn đổi sang chữ nghiêng. Và chẳng mấy khi chú thích ngày tháng bên dưới. Cũng dễ hiểu bởi tôi biết, có khi, một ngày anh làm tới năm bảy bài là chuyện thường. Mười, hai mươi, ba mươi, lẽ nào đứng chung vào một ô lịch đóng khung, giam chật?

Ở ***Tôi Biết Sáng Mai Nàng Thức Giấc*** có thắp sáng một hình ảnh:

"Tôi làm thơ cho em gần xong... tôi xoay lưng ngắm má em hồng... em ơi biển không bờ em thấy... thấy nhé tình yêu chẳng tận cùng...

...

Tôi hôn chân nàng hôn ngón út... tôi gọi tên làng Út của anh... tôi biết sáng mai nàng thức giấc... mắt huyền đậu lại ngón chân xanh..."

Luôn luôn, nhập hồn vào thơ Trần Vấn Lệ, tôi thấy mình trẻ lại. Cảm giác như đang đi ngược thời gian, bởi chăng những nhân vật Nữ, những Nàng hiện diện trong thơ anh họ toàn là thiếu nữ cả, độ chừng mười sáu tới hai mươi, mà dẫu họ có là Chị, là Phu nhân, là Mẹ, là Ngoại, là Nội... thì tâm hồn họ tuồng như mới vừa va với bụi trần. Tóm gọn, họ có muốn già nhà thơ cũng chưa thuận lòng để phải lật trang đời vàng phai. "*Đưa cho anh hôn cái miệng*", "*kìa cái mặt không ai đánh đã sưng, cái môi chưa ai hôn đã hồng*" là một ví dụ về thứ đánh cắp thời gian qua thủ pháp ân cần của nhà thơ.

Một đôi khi trang phượng có ký tên Trần Vấn Lệ chở tôi đi giật lùi về miền quá khứ, đánh động tới khung cảnh một "Vườn Xưa" của Tế Hanh (1957):

"... một ngày xuân em trở lại nhà
nghe mẹ nói anh có về anh hái ổi
em nhìn lên vòm cây gió thổi
lá như môi thắm thì gọi anh về

lần sau anh trở lại một ngày hè
nghe mẹ nói em có về bên giếng giặt
anh nhìn giếng giếng sâu trong vắt
nước như gương soi lẻ bóng hình anh".

Xong lại dẫn tôi về dật dờ trước cánh cổng của Joseph Huỳnh Văn:

"ai cầm dưới nguyệt ai như mây
cỏ hoa rất lệ ngát hiên tây...
ai xoã tóc xanh, ai đẫm áo
nửa đêm ngất tạnh cầm buông dây
ôi nửa đêm sầu, sầu ngất tạnh
sầu như cầm, nguyệt tàn về đâu..."

Rồi khóa cứng tôi lại với hai câu của Bùi Giáng:

"Lên rừng hỏi lại chóc chim
vùng sương cố quận ai tìm ở đâu".

Trong mười hai trang lịch lớn, có một ngày tô son bằng một quả tim nhỏ. Lịch tiếng Pháp ghi chú: Saint-Valentine. Đó là ngày gì? Với tôi, ấy là hai mươi bốn giờ dành cho mơ mộng. Mỗi năm trải ra một giấc mơ. Tôi mong năm tới, giấc mơ tôi tựu thành là mong đón nhận một thi tập mang tên Trần Vấn Lệ. Tôi sẽ cẩn trọng gói trong giấy hoa, cột nơ đỏ để làm quà cho cô bạn cũ mãi còn lận đận ở phương xa. Em hãy đọc hết giúp anh, bởi em hiểu cho, người đủ sức để nói tới tình yêu, thay anh, chính là nhà thơ Trần Vấn Lệ. Một dòng thơ chân tình chảy trôi vào lòng, em có cảm được chăng? Em có thấy vậy không? Một món quà Hoa Lệ! Yêu em, lệ ngát hiên tây...

Hồ Đình Nghiêm
18 tháng Tư, 2017

- Kiều Minh Mạnh -

Dran – Khối Tình Trong Thơ Trần Vấn Lệ

"Lâu rồi, hai thế kỷ/ bỗng tôi nhớ Đơn Dương/ nhớ con – dê – cô – đơn – ăn cỏ vàng tháng chạp/ thằng bé chăn dê hát/ Ai lên xứ Hoa đào"... Vậy đó, thật giản dị đến dung dị, Dran – Đơn Dương, mảnh đất như dải lụa kết nối vùng duyên hải miền Trung với cao nguyên Lang Biang đi vào thơ của Trần Vấn Lệ.

Giản dị vậy, bởi Dran – Đơn Dương chỉ được người ta biết đến như một vùng ngoại ô của thành phố ngàn hoa Đà Lạt. Một điểm dừng chân của khách du vừa vượt chặng đèo Ngoạn Mục, bắt đầu cảm nhận cái không khí mát lành của cao nguyên, sự bình yên bên những nếp nhà chen dày trong thung lũng, thấp thoáng bên triền đồi... giữa bạt ngàn màu xanh của rừng thông, của những vườn rau ven đôi bờ dòng Đa Nhim... Con người sống nơi đây cần cù cày xới, yên lành với cuộc sống bình yên như một tên gọi khác của Dran: Lạc Nghiệp. Nhưng cũng có biết bao đứa con đã vượt sông ra biển lớn, để rồi khắc khoải nhớ về nơi chôn nhau cắt rốn của mình với bao kỷ niệm buồn thương. Hình ảnh họ nhớ về là dòng sông tuổi thơ êm ả, những vườn hồng trái ngọt và màu vàng hoang hoải của những đồi hoa quỳ mỗi độ đông về... Chắc chắn đã có nhiều người viết về hoa quỳ, nhưng viết nhiều để người đọc có cảm giác màu hoa quỳ như một nỗi ám ảnh trong thơ hay trải suốt cuộc đời nhà thơ thì chắc mới chỉ có Trần Vấn Lệ.

Sinh năm 1942, ở Phan Thiết. Năm 1958, 16 tuổi, Trần Vấn Lệ được cha đưa lên Đà Lạt để tiếp tục học lấy bằng trung học đệ nhất cấp và tú tài. Chuyến đi đó như là định mệnh, vì nơi đến đã thành quê hương thứ hai, nơi ông trưởng thành và làm việc đến 31 năm, để lại trong ông những ấn tượng, kỷ niệm sâu nặng trở thành nỗi niềm hoài niệm khôn nguôi. Ông tâm sự: "*... Mình coi Đà Lạt như cha mẹ. Cha mẹ đổi thay nét mặt, thân hình... nhưng không đổi thay tấm lòng...*". Khối tình sâu nặng vậy nên Đà Lạt luôn hiển hiện trong thơ ông, hy vọng sẽ được nhắc sâu hơn trong một bài viết khác. Trong bài viết này, xin cho phép tôi dành riêng Trần Vấn Lệ cho Dran – Đơn Dương, một ga nhỏ ông đã dừng chân trên con đường đến nơi ở trọ...

Trong tâm tưởng của nhà thơ, Dran hiện lên như trong mơ một màu vàng chung thủy của nắng thơm ướp mật hoa quỳ. Dran đẹp như người con gái đẹp, với dải khăn len trắng vắt ngang sườn núi, với những vườn hồng trĩu trái chín, tiếng nhạc ngựa rung vang trong chiều. Dran thơ mộng "thơm ngát khói của ngày xưa" trên chuyến tàu lửa đã xa hơn năm mươi năm. Để bây giờ trong ông, nỗi niềm tiếc nhớ hiện ra với "Con đường xe lửa răng cưa nghiến"... Cũng trên con đường sắt lên xứ sở sương mù ấy, mà lúc trẻ trai chỉ nghe mùi thơm tho của khói, của nắng, của hoa; trong cuộc "trở về" trong tâm tưởng hơn nửa thế kỷ sau thì chỉ còn tiếng nghiến trong lòng, bởi đoàn tàu sắt từ lâu đã mất...

Quận Dran xưa như một cánh cung ôm bọc thành phố Đà Lạt gần trọn hướng đông nam từ Cầu Đất đến tận Liên Khương thuộc huyện Đức Trọng bây giờ. Dran bây giờ chỉ còn là một thị trấn nhỏ, bằng xã Lạc Nghiệp ngày xưa. Dran nhỏ vậy thôi nhưng đó chính là khu quận lỵ Dran ngày xưa, hình thành đồng thời với Đà Lạt, đối với người Dran là một trời kỷ niệm. Chỉ là một ga nhỏ giữa chặng đường sắt răng cưa huyền thoại Tháp Chàm – Đà Lạt, Dran đã là nơi dừng chân của bao lữ khách vô tình, nhưng lại hữu duyên với không chỉ chàng trai Trần Vấn Lệ. Mảnh đất này đã là nơi tạo cảm hứng để họa sĩ Đinh Cường vẽ nên những bức tranh để đời. Cũng mảnh đất này đã in dấu chân chàng du ca họ Trịnh, là nơi nhạc sĩ sáng tác nhạc phẩm "Chiều trên quê hương tôi" thi vị. Riêng đối với Trần Vấn Lệ, Dran đi vào thi ca thắm thiết màu hoa quỳ vàng, tha thiết bóng hình người thiếu nữ 17 tuổi sang ngang, để thi nhân mê mị trao đời hai câu thơ tình tứ: "Ai biểu em sinh ra làm con gái, để anh thề chê hết thảy giai nhân".

"... Chiếc xe đò Đà Lạt, xuống dốc về Dran, đường xe lửa nghiến răng, chỉ còn trong ký ức. Lạy trời em đừng mất... vì còn hoa quỳ kia! Lạy trời cuộc ngăn chia, đây là bờ bến cuối... Em ơi rừng với núi, anh lạy hết núi rừng. Anh như một con sông, ngược dòng tìm Mẹ suối. Anh như tàu lá chuối, trùm đầu một cơn mưa...

... Nãy giờ tôi làm thơ... Lần đầu tiên giấy trắng, chở trái tim tôi nặng, về Dran cho nàng. Một chỗ mây tan hoang, cảm ơn lòng chưa vỡ. Em ơi, anh còn nhớ, em từng dấu bàn chân..."

(Em Ơi, Anh Còn Nhớ Em Từng Dấu Chân – Thơ TVL).

Mới đọc chỉ tưởng là một bài thơ tình, của một người thất tình, khi người trong mộng đã sang sông mà thi nhân thì chưa đủ tuổi lớn... Đó là người con gái 17 tuổi xuất hiện thường xuyên trong thơ Trần Vấn Lệ. Người con gái mới 17 tuổi áo hồng sang sông, như vầng trăng chưa kịp tròn, cứ khuyết mãi trong trái tim người. Nhưng lắng sâu hơn trong từng hơi thở của thơ ông, ta còn như thấy nỗi buồn sâu kín hơn, nỗi buồn bể dâu của dân tộc qua cuộc chiến chinh đẫm máu một thời hằn vào thân phận mỗi con người. Trong thơ, Trần Vấn Lệ như mượn một đôi chân hữu hình đưa ông trở về với quá khứ, với ký ức, với những kỷ niệm cứ trăn trở, quấn quýt trong trái tim đa sầu đa cảm. Người con gái như có như không, hòa lẫn vào màu hoa quỳ, hòa trong nắng thơm, vào hơi gió thoảng trong miền tâm tưởng.

Chúng ta sẽ còn đọc thấy rất nhiều lần trong thơ của Trần Vấn Lệ hình bóng người thiếu nữ tuổi 17 sang ngang đầy tiếc nuối. Có phải người con gái sinh ở Dran, đã học ở Trường Bùi Thị Xuân – Đà Lạt, nói giọng Huế dịu dàng đã níu vướng trái tim chàng thi sĩ từ ngày ấy đến tận bây giờ. Để thêm cuộc chia ly, sự cách ngăn về địa lý giữa nhà thơ và cố quốc, khiến nỗi niềm hoài niệm của ông như cao lên, như sâu hơn. Đó là hình bóng một người con gái vô danh vô hình ẩn trong màu hoa quỳ chung thủy, hình bóng đó là em, em là hoa Dã quỳ – Dã quỳ là quê hương – quê hương giữa lòng Tổ quốc! "Với người, tôi nghĩ là hoa. Với hoa, tôi nghĩ người là núi sông! Quê hương, ôi đẹp vô cùng. Câu thơ cẩm tú tôi lồng trong tranh". (Chiều Sương Khói Tỏa – TVL).

Thơ Trần Vấn Lệ như văn xuôi nhưng có vần có điệu. Ông nắm rõ luật của thơ nên như tung hứng cùng con chữ, có bài hàng ngàn từ mà chẳng có dấu chấm, phẩy nào như đùa nghịch với khách tri âm. Thơ ông lạ, nhưng ông làm thơ dễ dàng như hơi thở, câu từ bình dị, cấu tứ giản đơn, dễ tìm được sự đồng cảm. Trần Vấn Lệ suy nghĩ bằng thơ, hoài niệm thành thơ, khóc cười cũng nên thơ...

Kiều Minh Mạnh

– Lâm Nguyên –
Đọc Thơ Trần Vấn Lệ

Ồ! Thì Ra Là Vậy!

Sáng mùa Thu trời đẹp. Lá vàng lác đác rơi. Nhà Sư hươ chổi quét. Thỉnh thoảng dừng tay, cười: "Trăm năm một kiếp người, một năm một kiếp lá. Xanh tươi và tàn tạ, bắt đầu – kết thúc, thôi!"

Nhà Sư nghe ai gọi. Quay lại, người đàn bà, ôm cái bọc chìa ra: "Này con của ông, đấy!". "Ồ! Thì ra là vậy!". Ông ôm bọc, vào Chùa. Người đàn bà ngẩn ngơ, quay lưng và đi mất.

Nhà Sư trước bệ Phật, mở bọc nhìn hài nhi, ông hôn, không nói chi. Ngày ngày chăm sóc nó. Mỗi sáng ông quét lá. Chiều chiều ông bế con / đi vòng quanh cái sân. Bánh luân hồi cứ chuyển.

Rồi một ngày lại đến, người đàn bà năm nao, thêm người đàn ông, vào, cúi chào ông lí nhí: "Thưa Thầy xin đại xá, trả lại con cho tôi". Nhà Sư mỉm nụ cười: "Ồ! Thì ra là vậy!"

Đứa bé thơ năm ấy / nó là con người ta. Ông gọi thằng bé ra, bảo nó chào Cha Mẹ. Dĩ nhiên có giọt lệ / từ con mắt ông lăn, ông nuôi nó bao năm, không luyến lưu không thể!

Ông nhìn theo thằng bé. Nó quay lại nhìn ông. Lá vàng rơi trắng sân, ông cầm cây chổi quét. Bánh luân hồi quay miết. Hết Hạ đang là Thu. Mai mốt Đông vi vu / gọi mời mùa Xuân khác...

Xếp bằng trước bệ Phật, ông chắp tay nhìn lên. Trước mặt ông, mông mênh. Trong lòng ông, bát ngát. Ngoài vườn, tiếng chim hót / nghe vui như tiếng chuông.

Giọt nước mắt ông tuôn lăn tròn như viên ngọc...
Nam Mô A Di Đà Phật
Nam Mô A Di Đà Phật...

Một Thoáng Đơn Dương

"Vô duyên sao khéo gây kỳ ngộ?
Trái nợ xui chi gặp gỡ này!" (*)
Không biết thơ ai mình cứ nhớ
Nhớ thơ... và cũng nhớ thương ai!

Xưa, xuống Dran, không ở mãi
Chỉ vài ngày tạm, ở rồi đi
Chiến tranh, bè bạn hao mòn hết
Có ở lâu thì cũng biệt ly!

Đến nỗi núi sông mà cũng biệt
Đất không níu được bước chân người!
Gió không thổi ngược bao mùa gió
Lòng cứ như là mây trắng trôi!

Vẫn nhớ Dran, nhớ lũng ngàn
Ngàn thông bát ngát gió thênh thang
Lũng chouchou mượt màu xanh mướt
Và tóc ai, Trời ơi dễ thương!

Hồi đó, ai là o nữ sinh
Hai con mắt biếc cứ ưa nhìn
(dĩ nhiên một thoáng rồi ngơ ngẩn
Rồi cũng mong chờ một tiếng Anh!)

... rồi chẳng bao giờ nghe tiếng đó,
Nghe chừng mười bảy nàng sang sông
Nàng sang cả biển, nàng sang Mỹ?
Trong lúc tôi trên núi trên rừng...

Thiếu ý làm thơ, tôi chắp vá
Thơ ai mờ mờ trong sương mây:
"Vô duyên sao khéo gây kỳ ngộ?
Trái nợ xui chi gặp gỡ này!"

Người ta hay bảo "đời vô thường"
Không trả lời giùm "sao cứ thương?"
Thương quá nắng kia, chiều nắng quái
Thương hoài dẫu một thoáng Đơn Dương!

(Trần Vấn Lệ)

(*) *Thơ của bà Tú Hoa, mào đầu tiểu thuyết Bến Mộng*

Vào một ngày tháng 3-2016 Trần Vấn Lệ đi cùng Nguyễn Dương Quang đến tận nhà thăm tôi. Mà kể cũng lạ, chiếc cầu nối đưa Lệ đến với tôi lại là Nguyễn Thị Thanh Thúy một học trò cũ của tôi mà Lệ thường gọi là Nguyễn trong các bài viết của mình. Trước đó tôi và TV Lệ chỉ biết nhau qua một số bài cùng viết trong tuyển tập TỰ TÌNH CÙNG SƯƠNG KHÓI, đây là lần đầu gặp mặt và trò chuyện với nhau. Sinh ra và lớn lên ở Phan Thiết nhưng chẳng mấy khi TV Lệ nhắc về vùng biển mặn quê mình ngược lại dạy học tại Dalat không lâu, lưu trú Dran cũng chẳng bao ngày, vậy mà mấy cái tên Dran/ĐơnDương/Dalat cứ như chất chứa trong tim của Lệ, lúc nào cũng chực tuôn trào:

Lẻ Loi Con Chim Én Bay Trên Hồ Danhim

Tháng Mười về Đơn Dương, đúng mùa hoa quỳ nở...

Em về...vì em nhớ, ai đó, người tha hương!

Tháng Mười, mưa Đơn Dương, mưa trắng trời Đà Lạt, em nghe buồn man mác, người xa ôi người xa...

Tháng Mười rừng đơm hoa mà đầm đìa nước mắt. Núi, kìa núi cao ngất, rừng, kìa rừng thâm nghiêm...

Ai từng nói với em: Em-Người-Yêu-Duy-Nhất, mà kìa, con ong mật đi tìm hoa như em... Em biết nói gì thêm, trời đang mưa anh ạ, mùa Thu còn xanh lá, hoa quỳ vàng lưa thưa...

Đây, những con đường xưa, xe thổ mộ cọc cạch, tháng Mười nào len lách, anh hái hoa cho em... Em biết nói gì thêm? Trời bao la không bớt cái màu xanh nhợt nhạt, bao la bao la buồn!

*

Tháng Mười về Đơn Dương, em buồn, ai có biết? Tại sao anh biền biệt tháng Mười, đây, Quê Hương!

Tháng Mười ôi Đơn Dương tháng Mười ôi Đơn Dương ăn miếng cơm mà nghẹn! Lẻ loi con chim én bay trên hồ Đanhim...

(Trần Vấn Lệ)

Lẽ ra phải gắn liền với vùng biển trời bát ngát thì TV. Lệ lại mải mê ôm ấp rừng thông bạt ngàn với Cúc Quỳ hoang dại. Lệ tương tư Dran/ĐơnDương/Dalat rồi đó. Lệ tương tư Dã Quỳ rồi đó.

TV. Lệ là dân K24/SQTB/Thủ Đức, con nhà lính mà tính nhà thơ. Trái với vẻ ngoài thô ráp tưởng chừng khô khan nhưng đây lại là một con người rất giàu tình cảm, sống nội tâm. Tuy chỉ là buổi sơ giao, tưởng chừng gặp nhau một lần rồi như gió thoảng, không ngờ một tháng sau tôi lại nhận được mail của TV. Lệ từ Cali. Ở vào cái thời buổi mà người ta chỉ cần nhắc phone lên hoặc mở máy ra gõ vài dòng messages là đủ để thăm hỏi nhau rồi, vậy mà Lệ đã dành nhiều thời gian để viết cho tôi một cái e-mail dài dằng dặc, lời lẽ chan chứa cảm tình:

Kính Thưa Anh Lâm Trung Châu (Dran)

Hôm nọ, 26 tháng 3 năm 2016, nhà thơ Nguyễn Dương Quang và Nguyễn đưa tôi tới nhà thăm anh chị. Dran, buổi chiều êm ả. Anh chị tiếp đón chúng tôi bằng nụ cười và chén trà thơm ngát. Lần đầu tiên tôi biết anh chị và tôi có cảm tình với anh chị. Tôi biết ơn anh chị đãi tôi chén trà thơm mùi Cầu Đất. Tôi biết ơn anh chị hỏi thăm tôi chuyện đường xa, chuyện đời xa. (trích e-mail) ...

Chúng ta chia tay nhau mà bịn rịn thật tình, nhất là món quà anh dành cho riêng tôi, tập thơ anh làm, tự đánh máy, in copy, đóng và cho bạn bè, ai tri âm của anh. Tôi bỗng thành tri âm của anh, nghĩ khôngsướng sao! Tôi cầm tập thơ anh cho, Thư Cho Em Và Những Giây Phút Tản Mạn, ôm nó vào lòng và hôn nó thay lời chào anh chị. Từ đó, tập thơ của anh luôn luôn đồng hành với tôi, tôi đọc, tôi cảm, tôi thương thơ, tôi thương anh...

(trích e-mail)

Trần Vấn Lệ là thế đó. Nhìn vẻ ngoài tưởng chừng cứng cáp lắm nhưng bên trong lại khá yếu mềm, có phần ủy mị nữa là đằng khác. Tôi tự hỏi, anh là Vấn Lệ hay Ngấn Lệ? Mà thôi, cứ đọc qua mấy dòng anh tiễn biệt bạn bè lần cuối:

Vĩnh Biệt Anh Đinh Cường

Ở Dran hoa quỳ đang nở
Anh hứa về, sau Tết, mà thôi Tuyết đang bay nơi anh ngủ tuyệt vời
Tôi xin trải thêm nước mắt cho anh trôi về Tổ Quốc!
Anh Đinh Cường! Tôi, Trần Vấn Lệ, tôi đang khóc...
Thôi anh đi đi đường xa khổ nhọc
Tôi xa xôi không kề vai vác chút xíu quan tài...

(Temple City, CA 10 giờ 30 sáng 8 tháng Giêng 2016)

Vĩnh Biệt Võ Phiến

Tối đó trăng tròn, trăng tròn đầy, người đi tan khuất tựa làn mây! Cali đưa tiễn mưa không hạt, tôi nóng ran người thương tiếc ai... Con hạc vàng bay trong trăng vàng. Con hạc vàng bay về Quy Nhơn. Tôi đưa tay hứng gì, không biết. Một chiếc lá rơi. Một nỗi buồn! Tôi khóc. Trời ơi tôi bật khóc. Từ nay tôi mất một Tình Yêu. Từ nay, vĩnh viễn...người-tro-bụi, còn lại Người...trang sách lật theo!

Vĩnh Biệt Nguyễn Xuân Hoàng

Thêm một người rời Nhà Dưỡng Lão Tay không còn vin nữa chiếc xe lăn Không còn cần ai dìu đi từng bước chân Con Hạc Vàng cõng người về chắc đã tới Trời Đâu Suất?

... Nhà Dưỡng Lão Mission De La Casa buổi trưa lất phất Lá vàng bay Vĩnh Biệt Nguyễn Xuân Hoàng! Hai hàng ghế ở nhà họa sĩ Nguyễn Đình Thuần Chúa Nhật này một cái để trống...

Như thế là ủy mị quá rồi chứ còn gì, một sự ủy mị đáng yêu, đáng trân trọng. TV. Lệ viết rất nhiều, rất khỏe, không dưới ngàn bài thơ, đã xuất bản mười bảy, mười tám tập cả trong và ngoài nước, đọc không xuể. Thi thoảng Lệ cũng có viết tùy bút, tạp bút và cũng đã sử dụng nhiều bút danh như Trần Trung Tá, Trần Tú Uyên, Lê Phụng Ân, Lê Nhiên Hạo...

Đừng mong tìm ở TV. Lệ những câu thơ trau chuốt, bóng bẩy, mượt mà đọc lên nghe êm tai bởi ngôn từ anh dùng rất đỗi bình dị gần gũi với đời thường. Cách viết cũng vậy, là lạ, thơ mà cứ như văn, đọc văn mà cứ như đang nghe anh tỉ tê kể chuyện, như chuyện Nhà Sư nuôi đứa bé. Bỏ qua điều tiếng thị phi, mặc cho người đời đàm tiếu, Sư lặng lẽ nuôi bé nên vóc nên hình. Từ đầu chí cuối Sư chỉ thốt một câu: "Ồ! Thì ra là vậy! "rồi mặc cho Pháp Luân Thường Chuyển. Trần Vấn Lệ là vậy đó.

Lâm Nguyên

– Lê Tâm Anh –

"Ông Đồ Gàn" Trần Vấn Lệ

Một gã đàn ông. Phải! lần đầu tiên tôi gặp, tóc tai bù xù, khói thuốc nhả liên miên, nói năng bất cần ai phê phán, thật mất cảm tình – tại tư gia nhà văn Đặng Phú Phong. Khi anh phát ngôn miệng có quai có xách. Lúc nào trên tay cũng có lon bia, để làm chứng ta đây một tay có sừng có gạc, nhưng đó cũng chỉ là làm dáng với kẻ lạ mà thôi. Tôi nghĩ là mình khó kết bạn với người nầy. Nhưng khi rượu vào... lời ra... thơ văng tung tóe như pháo nổ đầu xuân, tôi mới biết, à! Thì ra người dễ ghét kia là nhà thơ Trần Vấn Lệ. Đó là một ngày nắng đẹp, mùa hè năm 1997.

Trần Vấn Lệ trông bề ngoài rất ngầu, to con, có gương mặt rất nghệ sĩ, miệng hơi trề ra, môi dày, mũi thẳng và cao, mang cặp mắt kiếng to tổ chảng! Nhìn chung, vẻ đẹp trai nhưng hơi có tướng tay anh chị! Anh làm thơ dễ dàng, nhẹ nhàng như hơi thở, không suy nghĩ đắn đo, không cố gắng vay mượn điển tích hay đánh bóng văn phong! Đúng là có duyên nợ với nhau, tôi lần lần có cảm tình, và mến tài năng của anh. Chúng tôi thỉnh thoảng gặp nhau mỗi tuần hoặc vài tuần một lần tại nhà của các bạn nghệ sĩ, họ tụ hợp để làm "văn nghệ" thơ văn bỏ túi. Nhà của Họa Sĩ Nguyễn Đình Thuần có thể nói là thường xuyên hơn hết.

Trần Vấn Lệ không lái xe, lúc nào tài xế đưa anh từ Tample City – Los Angeles cũng là anh bạn Huế, Nguyễn Phúc Liên Kỳ! Hình như thứ bảy nào cũng thế, một nhạc sĩ Huế làm tài xế, đưa anh chàng thi sĩ gốc Phan Thiết "ngược đường vong quốc" về Little Saigon. Hầu như thứ bảy nào cũng có mặt một trong các quán càphê, cà kê dê ngỗng với đủ mọi hạng người thơ, văn, nhạc, họa... Và cuối cùng là xách vài thùng bia và ít đồ nhậu, rủ mấy bạn hợp gu đến nhà anh nào "chịu chơi" để "bù khú" cho đến chiều! Thỉnh thoảng tôi cũng có tham dự vào những cuộc vui nầy và rất là tâm đắc. Nhưng tôi, vì còn nghiệp chướng chưa cởi được, vẫn phải đi cày đêm tám tiếng đồng hồ, ngày thẳng cẳng ngủ... Cho nên năm khi mười họa mới lạc chân vào chốn "trần ai" đầy bia rượu và thơ nầy!

Trần Vấn Lệ, thoạt tiên, nếu ai mới gặp đều ít cảm tình vì cái "ngông" của một nhà thơ, mang đầy những vết hằn, những uất nghẹn thăng trầm lịch sử. Nhưng gần anh một thời gian, ta sẽ thích thú và mong gặp để nhìn nụ cười khinh đời của anh! Sau nầy chúng tôi đã thân nhau, tôi gọi anh là "Ông Đồ Gàn". Anh nghe tôi đặt tên anh như thế, anh chỉ mỉm cười.

Trần Vấn Lệ là tên thật của anh. Tôi lại giải thích theo kiểu chọc tức anh: "Tên của anh sao kỳ quá, vấn là dùng giấy cuốn lại, mà cuốn giọt lệ để làm thuốc hút cho nên mới chảy xuống trần ai...!" Nghe thế anh vẫn cười theo kiểu "don't care"! Đây là một con người có nhiều bút hiệu nhất, một thi nhân có nhiều thơ nhất: Trần Vấn Lệ! Ta thử kể những bút hiệu anh tự đặt cho mình là: Trần Trung Tá – Trần Trung Thuần – Trần Tú Uyên – Lê Phụng An – Lê Nhiên Hạo – Lê Nguyên Khái – Lê Thành Khuyên – Trương Nghiã Kỳ – Nguyễn Tân Trãi... sở dĩ tôi còn thêm mấy chấm sau những tên "bút hiệu" là vì tôi nghĩ cái "Ông Đồ Gàn" nầy có thể đặt thêm cho mình nhiều tên nữa chứ không dừng ở con số đó đâu!

"Đồ Gàn" sinh năm 1942 tại Phan Thiết – Bình Thuận. Thuở "thiếu thời" là học sinh Phan Bội Châu – Sau đó vào Trường Sư Phạm. Làm nghề "gõ đầu trẻ" tại Đà Lạt, Lâm Đồng. Khi "Sơn Hà nguy biến" chàng cũng theo nghiệp đao cung vì tiếng gọi núi sông – Khóa 24 SQTB Trường Bộ Binh Thủ Đức. Ra trường "Chàng tuổi trẻ vốn giòng hào kiệt" về phục vụ ngay quê nhà – Tiểu Khu Bình Thuận. Do tài làm thơ, cho nên vị sĩ quan hào hoa đã kết duyên với người đẹp nhất vùng năm 1963 và có với nhau được nhị Kiều! Nhưng nghiệp văn chương và nghề giáo cuả anh lại được Bộ Giáo Dục biệt phái trở lại học đường để dạy Quốc Văn trường Nữ Trung Học Bùi Thị Xuân Đà Lạt.

Cuộc đời tưởng đã yên phận với nghiệp văn chương và bầu rượu túi thơ, nào ngờ con thuyền Tổ Quốc ngả nghiêng trong cơn bão tố 30-4-75! Cũng như mọi người, anh quảy ba lô vào "trường Đại Học tù" tại G3 Sông Mao. Anh hiện cùng gia đình và các con định cư tại Tample City, Los Angles thuộc Calfornia.

Bây giờ ta sẽ lần lượt giở bầu thơ của ông Đồ Gàn Trần Vấn Lệ. Trong tay tôi có được mười sáu (16) tập thơ, được anh tuần tự xuất bản trong những năm tha hương tị nạn. Nghe nói anh còn những tập thơ lúc mới qua Hoa Kỳ được anh đánh máy, viết tay và photocopy tặng bạn bè và những bài đăng rải rác trong vô số báo chí – nhật báo, Tuần Báo, Đặc San, Nguyệt San... thì không kể... Trong tất cả các lần xuất bản, "ông Đồ Gàn" đã tự đặt tên cho các nhà xuất bản theo tưởng tượng gàn bướng của anh. Vì cho đến hôm nay, khi cầm tập thơ nào của anh ta lên đọc, chúng ta đều không biết nhà xuất bản mà anh ghi ngoài bià nó ở đâu...! Nầy nhé, chúng ta cứ xem các tập thơ: ***Hình Như Từ Trong Chiêm Bao*** do nhà xuất bản "Người Thượng" – Hỏi ***Sao Không Buồn Cho Được***, nhà xuất bản "Người Tàu 2000" – ***Nếu Bước Chân Ngà Có Mỏi*** nhà xuất bản "Người Nga 2004" – ***5 Năm Ngàn*** người Ba Lan xuất bản! ***Mai Sau Kiếp Khác***, Người Anh xuất bản tại Mỹ (?) – ***Chiều Bên Song Đứng Trông Làn Khói***, Người Ban Mê Thuột xuất bản...! Có thể nói, Trần Vấn Lệ là một nhà thơ "ngông" hay tàng tàng... Những nhà xuất bản theo kiểu nầy chỉ lập ra để có trên bìa thơ của nhiều bút hiệu Trần Vấn Lệ mà thôi!

Với tập thơ ***May Mà Có Em Đời Còn Dễ Thương*** do nhà xuất bản Người Mỹ (?) năm 2001. Ngoài bìa sau có bài thơ viết với dạng văn, không sang hàng theo thứ tự:

"Trời xanh lốm đốm làn mây trắng, tưởng suối ngàn khô trải tấm lòng! Em cũng hiện ra như thế nhỉ, tôi đâu buồn mãi với thương mong! Chao ôi! Tôi nói như thi sĩ, tựa cái mơ hồ nói ngân ngơ! Em tận bên trời, xa lắm lắm, gió rừng mây núi cũng bơ vơ..."

Trong một đoạn thơ ***"Tội và tình"***:

"Vì sao Chúa chết cho ta sống?
Câu hỏi ngàn năm đã mốc meo!
Cây Thánh Giá kìa, sương nhỏ lệ
Không chừng mai một rậm dây leo!"

Hay ta giở những trang thơ trong ***Nếu Bước Chân Ngà Có Mỏi***:

"Em đãi anh ăn tô bún Huế, ngồi bên cứ nhắc: chớ ăn cay, đừng nêm thêm mắm, nên kiêng mặn. Bún Huế bỗng thành mì La Cai!

"Hai đứa mình chiều đi dạo phố, đi bên em cấm anh nhìn nghiêng, cũng đừng liếc dọc hay nheo mắt, em nhắc: anh thề chỉ có em!...

"...Rất nhiều kỷ niệm em khơi lại, em vẫn hiền như em rất xưa; Thế mà anh lỡ nhìn sương khói, có bữa em hờn xé hết thơ..."

Đồ Gàn được ghen như thế nầy thì rất là "đã"!

Bên trong, trang 61, có bài thơ ***Đoạn Trường Tân Thanh*** như sau:

"Buổi chiều, người yêu tôi nói: Anh à em mới xem phim thấy Việt Nam mình khổ quá! Quê hương mình em muốn quên! Đây cảnh những người đánh cá, khổ ơi là khổ trăm bề. Không bàn tay nào lành lặn, những đường nứt thấy mà... ghê! Đó là những ray rứt khôn nguôi về một quê nhà đau khổ trong lời thơ..."

Hình như Trần Vấn Lệ đã xa quê hương hơn hai mươi năm, nhưng tâm hồn anh lúc nào cũng vương vấn vào bờ biển cá tôm quê hương Phan Thiết. Qua gần hơn hai mươi (20) tập thơ được ra đời; đây là những đứa con tinh thần của anh và hình như ta cũng cảm nhận được nỗi đau "mất quê hương" của một tâm hồn nhà giáo đã bị "tháo giày" từ cơn hồng thủy năm 1975! Toàn bộ những bài thơ trong tất cả những tập thơ dày cộm là hàng nghìn tiếng thở dài, hàng vạn niềm ước mơ trong chỉ có một con người mang theo cho mình nhiều bút hiệu.

Trong tập ***Mấy Ai Biết Mình Sống Một Thời Trong Trang Thơ***, anh than thở ngoài bìa sau:

"Sáng tự dưng nghe gió trở mùa
Buồn
Con chim hót tiếng vui thưa...
Hoa

Còn ngậm giọt sương mai đọng
Trời ảm đạm trời như muốn mưa!
Tôi đốt thuốc lên
Nhìn khói tỏa
Mù tan...
Không để chút hương thừa!
lạnh buồn
Chẳng biết từ đâu lại
Nhớ quá quê nhà lúc tiễn đưa...
...
Nhìn ra trời đất không gì lạ
Chỉ lạ sao mình lại có thơ"

Đây là một bài thơ, tác giả để lộ hết tâm tư và nỗi buồn vào ***Vịnh Năm Ất Dậu 2005***:

"Tết nhất của ta hay của Tàu,
Đại Hàn Nhật Bản
có là sao"
Một năm tất bật mong ngày mới
Nhật tân! Nhật Tân! Hựu nhật tân
Ối dào!
Năm con Gà
Pháo lưa thưa nổ
Là biết Tàu chê Ất Dậu niên!
Sáu chục năm xưa – năm Ất Dậu
Dân mình chết đói, hỏi ai quên"
Năm con gà... cúm gà đang phát
Du khách co chân cụt cẳng rồi
Châu Á vừa qua cơn sóng dữ
Lại thêm hết chỗ để mua vui!
.....
Những người homeless không nơi tựa
Thì rũ rê nhau xuống địa đàng!
Năm con Gà hóa năm con Ngỗng
Mặc sức tung bay bốn phương trời...
Ta – Nhật – Đại Hàn – Tàu... ngửa mặt
Pháo thành tiếng sấm của thiên lôi!"

Với một gia tài hàng ngàn bài thơ trong nhiều bút hiệu rải khắp mấy chục tập thơ dầy cộm là một đặc biệt của con người thơ Trần Vấn Lệ! Chắt chiu từng đồng, rồi gửi cho nhà in để có thêm một tập thơ nữa tặng bạn bè, cứ thế ngày tháng dần trôi... Con dốc, anh thường chứng kiến qua làn sương mù vùng thị trấn Tample, thấy những bóng dáng lạ xứ người mà mơ về vùng Ba mê Thuột xa lắc xa lơ, vùng rừng thông Đà Lạt đầy hoa rừng và thông reo; hay quê hương Phan Thiết đầy tôm cá! Ôi! Ngày hai buổi lầm lũi trên những con đường xa lạ xứ người mà đau lòng xót dạ.

Tuy quê hương mới đã nuôi sống thân già, nhưng người thơ trong lòng cứ giục giã quay về với những quá khứ đam mê! Con người Trần Vấn Lệ vì thế mà trở nên xa lạ với chính mình, hồn thơ dồn dập với chỉ có thơ nhưng không thể thỏa mản được khát khao trở về mộng củ! Cho nên thỉnh thoảng Trần Vấn Lệ nổi loạn trong chính anh và cũng chính anh đã kiềm chế để phun ra những lời thơ ước đẫm hoài mong, nặng trĩu từng trang

Trong tập thơ ***5 Năm Ngàn***, có bài ***Mai Kia Tôi Chết***

"Bằng hữu của tôi còn mấy đứa, một mai tôi chết cũng không sao! Chúng sinh tỉ tỉ loài chen chúc, tro bụi rồi bay tới chỗ nào"

... Tôi sẽ chết như người lính cũ, chôn bờ chôn bụi chốn sơn lâm. Biển dâu đã khiến tôi quên họ, không có lúc nào đi viếng thăm.

...Tôi thường ra nghĩa trang thành phố, đứng rất lâu nhìn những mộ bia, này kẻ nổi danh người đạo hạnh, thấy mình mãi mãi đứa nhà quê.

... Chiều nghĩa trang! Chiều nghĩa trang! Tôi nhai cọng cỏ nói mơ màng; mai kia mình chết nằm đây nhỉ, người lạ thương tình đốt nén nhang"

Đây là một bài thơ Đường Luật tiêu biểu của Trần Vấn lệ nói về chính mình được in trong ***Mấy Ai Biết Mình Sống Một Thời Trong Trang Thơ:***

Sinh Năm 1942

"Từ tuổi thanh xuân tới tuổi già,
Đường thời gian đó có bao xa.
Bao lần dâu bể xoay luồng nước,
Mấy lượt phong sương xóa mộng ngà!

Nhớ tiếng nôi đưa không trẻ lại,
Nghĩ lời tiễn biệt muốn tuôn ra.
Trót sinh nhằm lúc đời ly loạn,
Nhắm mắt chưa nghe khúc thái hòa!"

Qua bài thơ nầy, chúng ta có thể thấy hết nét thơ và dáng dấp người thơ Trần Vấn Lệ! và cũng thấy được một trong những nét rất "đời", bất cứ bài thơ nào, câu thơ nào trong thơ Trần Vấn Lệ ta cũng thấy có hình bóng của chính ta!

Nếu Bước Chân Ngà Có Mỏi, Mấy Ai Biết Mình Sống Một Thời Trong Thơ, May mà có em đời còn dễ thương, Ta Nhớ Người Xa Cách Núi Sông, 5 Năm Ngàn, Mai Sau Kiếp Khác, Nói Thầm Với Thơ, Hình Như Từ Trong Chiêm Bao, Hỏi Sao Không Buồn Cho Được, Con Trao Trảo Bờ Ao Bay Đi Buồn Lẳng Lặng, Ngàn Thu Hội Lại, Trăm Năm Để Lại, Gởi Em Một Đóa Hoa Hồng, Chiều Bên Sông Đứng Trông Làn Khói, Từ Lúc Đưa Em Về Là Biết Xa Ngàn Trùng, Chữ Gì Mang Không Nổi Chữ Gì Gió Thổi Không Bay... Là những tập thơ tiêu biểu của nhà thơ Trần Vấn Lệ!

Có thể nói, ta sẽ không bao giờ đọc hết thơ và hiểu hết ý thơ của nhà thơ "Gàn Bát Sách" nầy đâu! Làm thế nào ta có thể ngồi ngâm nga, nhâm nhi hàng ngàn bài thơ, "một đống thơ" của một thi nhân sáng tác thơ của Trần Vấn Lệ" Nó như như hơi thở, như làn khói hay đám mây bay hàng hà sa số...!

Có lần tôi nói riêng với "Ông Đồ Gàn" là tôi sẽ viết một bài về anh! Anh gạt đi và mắng: "*Con người khi chết không để lại gì là an bình nhất. Đừng để cho hậu thế thấy cái mặt của những người không làm gì được cho quê hương...!*"

Ôi sao mà thấm thế! Hôm sau anh gởi cho tôi qua email một bài thơ không đề:

"Lòng không chi cả sao nằng nặng,
Hay tại chiều mưa... mưa ở đâu"
Ở mắt người thương vừa mới nhắm,
Ở trong vườn ngoại gió vi vu...

Hai mươi năm chẳng tôi lầm lũi,
Cơm áo vô duyên bạc tóc đầu,
Chưa một tiếng mừng cho kẻ đợi,
Nói chi tay nắm – mắt nhìn nhau...!"

Thế cho nên, qua thời gian, tôi tự tìm kiếm những gì liên quan đến Ông Đồ Gàn Trần Vấn Lệ để viết những dòng nầy gọi là chút tri âm tri kỷ! Mong anh hiểu và sẽ thứ lổi cho tôi là đã "đem thơ anh rao khắp bốn phương trời"!

Lê Tâm Anh
Cuối năm 2009

– Lê Thị Mỹ Công –

Lấy Thơ Làm Thuyền

Thật may mắn bất ngờ khi đọc tập thơ Mai Sau Kiếp Khác của thi nhân Trần Vấn Lệ (TVL), như cuộc du ngoạn vào cõi tâm thơ sâu sắc và độc đáo! Được gặp một tâm hồn lãng đãng thơ ở thời hiện đại của thế kỷ 21 là điều vô cùng quý hiếm!!!

Người thơ ấy bước trong đời thực như la đà trong cõi mơ! Thi nhân đã hòa tan hiện tại vào cõi hoài niệm; đem sắc màu kỷ niệm tô lên đời sống thực để mà chiêm ngưỡng!

"Ta vừa đốt thuốc cho bay khói, ta tưởng ta ngồi trong gió mưa!

Mưa gió! Hỡi ơi! Mưa gió cũ! Chẳng bao giờ mới với thời gian! Năm xưa, đào nở thơm đầu ngõ. Năm mới, bây giờ, hương xốn xang..." (tr. 51)

Mang "cái tâm thơ", thi nhân cho rằng:

"Không gì sâu hơn thương
Không gì xa hơn nhớ!" (tr. 77)

Và vì thế, bàng bạc khắp tập thơ luôn tràn đầy những trăn trở với kỷ niệm, với quê hương; những niềm thương và nỗi nhớ da diết xa xăm!

Điều rất đặc biệt khi đọc tác phẩm của thi nhân TVL: mạch thơ chảy tuôn nhè nhẹ, thong thả như từ mạch liên tưởng miên man giữa thực và mộng, giữa hiện tại và hoài niệm; sự suy tưởng nhạy cảm, đa cảm và đầy suy tư! Một phong thái biểu cảm thoáng chừng như văn xuôi nhưng rất du dương nhịp nhàng, rất ngọt ngào, và thơ hơn thơ!

Với cách riêng đó, thi nhân đem những điều trông thấy, hoặc chỉ ẩn bên trong những việc bình dị đơn sơ, nhưng mang cả nỗi niềm, gợi ra những phần đời, đậm đà sắc màu kỷ niệm:

"Ba giờ. Thức dậy, nghe xe ngựa lóc cóc...
Hé cửa nhìn ra... sương sa trăng rọi..."

"Ba giờ. Thức dậy theo thường lệ, ta bắc nồi cơm ngó lửa hồng, nhìn nước sôi lên và gạo nở và nồi cơm chín, vắt ra đồng..." (tr. 57)

Bạn đã bao giờ ngồi bên bếp lửa hồng reo vui, bên nồi cơm sôi chín tới, và trông trời đêm hừng sáng?

Nghe thương quá những kỷ niệm nơi quê nhà! Đã bao lâu rồi bạn không nấu cơm như thế nữa?! Trong một ai đó đã từng có những phần đời chắt chiu như thế!

Ơi! Những trái tim xa xứ hãy bồi hồi cùng thi nhân:

"Lâu rồi, nhớ lắm đêm hừng sáng, thổ mộ lăn lăn đá sỏi buồn. Ta bỗng nghe lăn dòng nước mắt, chảy hoài biết có tới Quê Hương?" (tr. 58)

Mạch thơ của TVL cứ tự nhiên, cứ ngọt ngào trong bất cứ đề tài nào: thời sự, lịch sử, hoặc kể chuyện bình thường nhất:

... "Một hôm, tôi làm thơ, chợt nhớ chuyện con chó, tôi bèn viết về nó. Như vậy. Còn chi hơn? Nếu có hôm nào buồn, mở ra và đọc lại. Chuyện đời quên phải trái, giữ mãi trong tim mình, chữ Tình – Tình Bất Diệt! ..." (tr. 118)

Hoặc những băn khoăn như:

"Nước mạnh dân giàu, như thế chăng? Làm quan nhỏ, lớn, đều quan tham! Làm người, thì phải người xa xứ, áo gấm về làng mới vẻ vang!

Tội nghiệp thằng dân ngồi ngó núi, nhìn sông, rên siết núi sông ơi..." (tr. 31)

Qua sự sụp đổ của hòn Phu Tử, người thơ buồn cho thế sự:

"Đá cứng thế kia mà rã rượi
Lòng mềm mấy cũng thế, không hơn?" (tr. 169)

Thi nhân thường tựa lưng vào hiện tại nhưng mắt hướng về hoài niệm xa xưa:

"Chỗ này, tôi biết, tôi đang ở xa lắm vườn dừa xao xác chim, xa lắm tiếng chuông chùa ngói đỏ rong rêu nằm bám giấc sầu miên..."

"Tôi đứng ngả lưng cây trụ điện ngó ra xa lộ bụi bay mù – cái mù của một ngày đang xuống, cũng cái mù xui nhung nhớ xưa..." (tr. 14)

...những con cò đã bay về núi. Núi đã mờ. Mờ, như Cố Hương..." (tr. 16)

Con người bất lực trước vận mệnh. Thế cuộc xoay vần, người thi sĩ cũng không thoát khỏi vòng xoay ấy và người làm thơ chỉ còn một cứu cánh cho mình:

"Ơi em, sông có hai bờ, đời ta không lẽ lấy thơ làm thuyền?" (tr. 50)

Vâng! Thơ là cứu cánh cho người làm thơ vậy!!! Thơ sẽ chuyên chở giùm thi nhân – người luôn mang nặng nợ ân tình; thương mây, thương gió, thương màu quê hương, thương hương đồng nội, thương hoài không thôi. Nên có khi:

"Tôi ngồi trên đỉnh tháp (tháp xây bằng nỗi buồn). Không gì sâu hơn thương. Không gì xa hơn nhớ! Đà Lạt thương không ở, mỗi lần nhắc là đau như vừa tỉnh chiêm bao..." (tr. 77)

Nhớ quá quê hương, Đà Lạt khi mưa lê thê của thi nhân đẹp như mái tóc thề trong mưa:

"Tôi nhớ em muốn về, chải cho em tóc thề những dòng mưa lóng lánh..." (tr. 77)
"Ôi tôi buồn tôi nói. Nghe gì không mưa, mưa..." (tr. 78)

Tình quê thì quá nồng nàn, nhưng dòng đời cứ đem con người đi mãi... Cho nên người thơ bỗng trở thành lãng đãng:

"Nếu có chiêm bao... chẳng bận lòng..."

"Thấy được chiêm bao rồi tỉnh ngủ... người ta quên bẵng giấc sầu miên? Mười năm lạ xứ ngờ lâu lắm, mà đã hơn mười, vẫn chửa quen!" (tr. 98)

Và cũng rất lãng đãng với tình yêu:

"Em đọc bài thơ nhảm, xin em một nụ cười. Bây giờ xa thăm thẳm hồi anh tuổi hai mươi..."

Tình yêu với thi nhân luôn ngời sáng như tia nắng mặt trời:

"Nhiều lúc tôi bồng bềnh thấy mình như mây nổi, thấy ngày không bóng tối vì em là mặt trời. Nhiều lúc tôi bật cười, thấy mình vô lý lạ: tại sao em xinh quá cho thiên đường bao quanh?..." (tr, 108)

Và người thơ còn muốn mang thơ để:

"Nối cõi người ta với cõi Tiên..." (tr. 137)

Tình của thi sĩ là thế! Cứ trải rộng ra như không có giới hạn nào cho thơ:

"Nếu dẫu giữa nhà bưng bít cửa, ngọn đèn leo lét... vẫn mông mênh!" (tr. 138)

Thi nhân Trần Vấn Lệ đã làm điều kỳ diệu qua mạch thơ tự nhiên trôi trong bất cứ đề tài nào, như hơi thở ra, như lời tâm tình miên man của mạch văn xuôi, nhưng ngọt ngào hơn cả thơ!!!!

Và trước tất cả những trăn trở của cuộc đời... người thi sĩ chỉ còn thốt lên:

"Tôi làm gì, bây giờ, không lẽ cứ... làm Thơ?" (tr. 163)

Vâng! Xin cám ơn Thi Nhân! Hãy dùng Thơ để chuyên chở giùm Cuộc Đời những gánh truân chuyên, bằng cung bậc THƠ nồng nàn; để Cuộc Sống nhẹ nhàng và thi vị hơn.

Lê Thị Mỹ Công
Plano – Texas, 2005

- Mùi Quý Bồng -

Buổi Tối Đọc Thơ Trần Vấn Lệ

(tặng TVL)

Buổi tối đọc thơ Trần Vấn Lệ,
Không dưng lòng bỗng thấy rưng rưng,
Phải chăng ai đó người tri kỷ,
Đã nói giùm tôi những vấn vương.

Đưa em là biết xa ngàn trùng,
Là chất trong hồn nỗi nhớ thương,
Là môi khô héo lời âu yếm,
Là mắt hoen mờ, lệ ngả nghiêng.

Trời mưa buồn quá sáng hôm nay,
Những cành cây khóc giữa ban ngày,
Những ngọn cỏ hờn đau nước mắt,
Và tôi vời vọi ngóng ai đây?

Đừng trả lời tôi, em nhớ thương,
Để yên tôi ấp ủ mùi hương,
Cứ để tôi mơ ngày tái ngộ,
Nói chi những sáo ngữ vô lường!

Mưa nắng hai trời, mình hai ngả,
Tôi mưa, em nắng, khác chi đâu?
Hà cớ phân chia hai vũ trụ?
Còn, mất cuộc tình, cuộc bể dâu?

Mùa Thu nào khác kẻ qua đường?
Em đến, rồi đi, như khói sương,
Tôi có, rồi không. Không hay có,
Cách nào thì cũng vẫn bung xung!

Tất cả thơ tôi là tiểu thuyết,
Đời thật nào có chút gì vui?
Những chữ ngợi ca tình diễm tuyệt,
Chẳng qua chỉ để đọc chơi thôi!

Xé lịch mười năm nhìn nát dạ,
Mười năm tôi vắng bóng em rồi,
Mười năm tự nhủ: "Ồ sao lạ,
Từ mất em rồi, tôi vẫn tôi."

Mùi Quý Bồng

– Nguyễn Hữu Thời –

Trần Vấn Lệ, Anh Là Ai?

Tôi nghĩ Trần Vấn Lệ là một người bạn văn nghệ mà tôi đã "gặp" trên nẻo đường đời mịt mù gió bụi.

Tôi nghĩ thế; nhưng... tôi biết gì về con người Trần Vấn Lệ, để trả lời câu hỏi trên?

Tôi biết quá ít.

Tôi chỉ biết quê nhà của Trần Vấn Lệ là vùng biển cực Nam miền Trung, nơi đã sản sinh một nhà thơ thiên tài bất hạnh.

Trần Vấn Lệ sinh ra và lớn lên ở đó, thành phố mặn chát muối biển; nhưng anh rời nó mà đi, để sống quãng đời thơ mộng nhất ở Dalat, nơi anh dạy học tại một ngôi trường nữ nổi tiếng. Trần Vấn Lệ đã sống, làm việc ở Dalat một thời gian khá dài, đủ để anh thấy mình đã thuộc về nó.

Về thơ Trần Vấn Lệ thì tôi càng biết ít hơn nữa.

Bài thơ đầu tiên mà tôi đọc được cho biết anh đã là một người lính:

"3 giờ chiều rồi đó, mà nắng vẫn chưa lên. Ba tháng rồi sau Giêng, tháng Tư buồn muốn khóc. Thời gian con đường dọc, lòng tôi con đường ngang. Tôi nhớ ai? Việt Nam? Tôi nhớ ai miên man...Tôi nhớ làng, nhớ xóm, nhớ những con đom đóm những đêm không có trăng. Tôi nhớ những dấu chân, chân em in đường đất. Ôi trời mưa lất phất, nước mắt của trời sa..."

(3 Giờ Chiều)

Trong bài thơ này, anh nói lên nỗi nhớ của mình. Anh nhớ miên man, nhiều thứ: làng, xóm, những con đom đóm... cơn mưa lất phất... một người con gái, với những dấu chân trên con dốc đường Hai Bà Trưng, trong "Tháng Tư Buồn Muốn Khóc".

Đã nhớ một ngày tháng Tư buồn muốn khóc thì không thể không nhớ ngày người ấy đi lấy chồng; vì hai biến cố này, cái xảy ra sau, cái xảy ra trước; đều buồn như nhau, buồn bằng nhau:

"Người ta thì rượu hồng, người ta thì pháo đỏ, em vẫn cô gái đó, cúi đầu đi bên ai. Rồi, tôi một người trai, súng gối đầu nằm ngủ. Bao nhiêu năm rừng rú, em, hú hồn lạnh tanh..."

(3 Giờ Chiều)

Anh đi lính; và cũng vì cái biến cố "tháng Tư buồn muốn khóc", đã phải trôi dạt "quê người lạc lõng", "mất mát... cả Quê Hương", quê hương được anh viết hoa.

"... Tôi đang tựa chỗ nào trên quê người lạc lõng? Mỗi ngày mình còn sống, mỗi ngày mình còn xa...Ngôi nhà núp dưới hoa, con đường đi lên dốc. Em ơi hoa quỳ mọc trên vệ đường... long lanh, tôi quỳ xuống chung quanh bao nhiêu người kinh ngạc. Có gì cũng mất mát... cả Quê Hương Trời ơi!"

(3 giờ chiều)

Hai tiếng kêu "Trời ơi!" thoát ra không kềm hãm xuất phát từ đáy lòng một con người đa cảm là kết tụ của nỗi hoài hương ray rứt.

Đã mất quê hương; người ta chỉ còn biết hoài niệm.

"Mười bảy tuổi em cười, cố gắng cười, chụp ảnh. Mười chín tuổi tôi tránh thành phố...vào quân trường! Nói thế, em khỏi buồn để sinh con đủ tháng. Tôi lau từng viên đạn bắn vào trái tim tôi!"

(3 Giờ Chiều).

Bài thơ rất hay này, mà nhà thơ gọi là tùy bút, là loại ngũ ngôn "riêng" của Trần Vấn Lệ, một phong cách khó lẫn với người khác. Ngắt câu tự do như văn xuôi, mà đầy nhịp điệu, mạch thơ liền lạc, chữ nghĩa của Trần Vấn Lệ đơn giản; nhưng cách dùng những chữ nghĩa ấy thật điêu luyện. Nếu có thể đi vào thế giới thơ của Trần Vấn Lệ, người đọc tha hồ thưởng ngoạn những bài thơ kiểu tùy bút như vậy:

"Giờ này, Mỹ, tôi thức. Mặt trời lên, chói chang. Em vẫn ở Việt Nam. Đêm. Trăng cài song cửa..."

(Một Bài Thơ Nằm Ngoài Giới Hạn)

Thơ nằm ngoài giới hạn, vì tình yêu không biên giới. Ở Mỹ mà luôn nhớ về Việt Nam; vì xác thì ra đi, mà hồn thì ở lại; với em (một chữ M viết hoa, như tựa một tập thơ của tác giả mà tôi chưa được đọc).

Em là một người con gái; mà em cũng là quê hương. Nhưng... e rằng quê hương yêu dấu đó giờ đã thay đổi (hay đã mất?):

"...Một Việt Nam đẹp xinh
Tất cả là giấu diếm
Đại lộ thành đường hẻm
Những đống rác cháy xém cứ cháy xém hoài, mùi hôi!

Những đứa trẻ mồ côi làm ăn mày mãi mãi... Tiên không học lễ nghĩa Hậu, cần gì văn chương"

(Thư Gửi Về Việt Nam Không Tới Tay Người Nhận)

Những câu thơ trơ trụi và đau... Đau lắm! Trần Vấn Lệ tự thấy đáng lẽ mình không nên viết ra những câu thơ như vậy:

"Tôi làm thơ, em nói vô duyên Thôi đừng đọc để cho tôi chờ gió...để tôi chờ áo lụa vàng qua ngõ, cô học trò mười bảy tuổi, xa xăm!..."

(Em Có Bao Giờ Đứng Ngắm Mùa Đông)

Thời gian đã lấy mất của nhà thơ những gì rất đẹp, nên đã có những câu thơ "vô duyên" đó. Chiếc "áo lụa vàng qua ngõ" và "cô học trò mười bảy tuổi" đã quá xa xăm!

Không còn nữa!

Chỉ còn sự trần trụi... của cuộc sống và của thơ. Nhà thơ nhìn nhận:

"Thơ tôi trần trụi thiệt kỳ! Không vui đừng đọc, buồn thì buồn thêm! Vậy mà cứ gửi về em, để em mở thấy đầy thềm lá bay...Từ bao giờ đến hôm nay, không hình ảnh mới chỉ đầy cố nhân!..."

(Thơ Tôi Độc Thoại)

Nhưng... đọc lại mới thấy cái trần trụi đó chính là thơ.

Như bao người trai khác, nhà thơ không quên những năm tháng làm lính:

"Nhớ thuở Bình Long/ qua rừng trăng vỡ/ lá cao su đổ/ đường rừng máu rơi...

Nhớ thuở xa xôi/ đi trong lằn đạn/ buồn bay tứ tán/ rừng cao su tan...

Một thuở Việt Nam/ trăng còn một nửa/ nửa kia là gió/ lộng áo nhà binh..."

(Trăng Đêm Mồng Bảy)

Người ta thường nói "Gió bay tà áo em..." chẳng hạn; Trần Vấn Lệ lại nói "lộng áo nhà binh". Hay thật! Mà đúng quá! Người lính cũng có vầng trăng của riêng mình, dù chỉ còn một nửa. Để nghe gió thổi. Để mơ mộng.

Dù rất mộng, nhưng thơ Trần Vấn Lệ không vui chút nào. Ai cũng "thấy" như vậy, trước hết là tác giả:

"Thơ tôi... một cõi tứ bề, buồn trăm phương cứ đổ về một phương!"

(Thơ Tôi Độc Thoại)

Nỗi buồn đến ngay trong sự hoài niệm về những khung trời cũ:

"Có thể là ngàn năm, ngàn năm, ai tôi nhớ không còn về đây nữa...giống như bây giờ tôi đang chờ gió thổi mây trời bay xuống Đơn Dương..."

(Em Có Bao Giờ Đứng Ngắm Mùa Đông?)

Thơ Trần Vấn Lệ ngập tràn Dalat – Dalat của một thời quá khứ và Dalat thực tại:

"Không biết Đà Lạt giờ, 16 Trần Hưng Đạo, những con chim sáo sậu/ còn tụ về đấy không?

Biệt thự giữa rừng thông/ nghe nói giờ trống trải, lá thông rơi trên mái/ gió đã bay hết rồi...

Đà Lạt vậy, xa xôi/ nếu tôi về đường cũ...con đường không phải phố/ đã mất chiều dài xưa?...

Đà Lạt vậy, hết thơ, tôi sẽ buồn biết mấy..."

(Hỏi Thăm Đà Lạt)

Buồn; nhưng vẫn hẹn một ngày về:

"Mai mốt tôi về thăm Đơn Dương
Chao ôi tôi nói mà tôi buồn
Hẹn hoài mai mốt, còn mai mốt
Ai khiến quê nhà hóa Cố Hương?..."

(Mai Mốt Tôi Về)

Thời tiết, khí hậu ở thành phố cao nguyên đó cũng đặc biệt, khó quên như nỗi nhớ:

"Khi anh biết em lạnh...thì anh ở trong tù !
Nhìn mưa, Giọt Mưa Thu nhớ trời ơi Tương Phố...
Nhớ lắm bà, ngôi mộ giữa đường qua Prenn...
Nhớ, nhớ đỉnh Langbian, mây, mù, sương, khói, trắng"

(Cơn Bão Ngày Thứ Hai)

Những địa danh thân quen được nhà thơ nhắc đến nhiều lần:

"...Tôi nhớ Đà Lạt lắm, ở đó phấn thông bay, áo dài em gió lay...nhẹ nhàng mà thơm ngát...

Một thời xưa Trại Mát. Một thời xưa Trại Hầm. Nhà thờ xưa Xuân An. Nắng vàng hườm hồ biếc...

Tất cả lời tha thiết, tôi rót vào tai em Lúc đó có gió lên, tôi ôm em càng chặt

Đà Lạt ơi Đà Lạt...nắng sau những ngày mưa ! Nắng đẹp như bài thơ, vì nắng, lời thơm thảo!..."

(Hoa Hồng Trắng Tuyết Sương)

Nhà thơ yêu Dalat quá; nên đã cùng khóc với thành phố của mình:

"Tôi hỏi, nhiều người nói: Bồng Lai chừ tiêu rồi!
Tôi không nói thành lời. Tự nhiên. Nước mắt chảy!
Từ Liên Khương, bên phải/ lên Đà Lạt ngày... xưa...
Một cánh rừng như... Mơ. Một... Thiên Đàng... Trên Đất!
Nửa thế kỷ, biến mất/ công trình còn dở dang...
Lịch sử mới nửa trang, sang hàng mà nghèn nghẹn!
Mồ hôi đổ và đến... trong cảnh huống Ngạc Nhiên:
Không Lẽ Hậu Thế Điên Xóa Tấm Lòng Người Trước"

(Mưa Bay Trên Thành Phố Cao)

Nửa thế kỷ đã trôi qua, như một giấc mộng. Còn gì nguyên vẹn nữa đâu!

"Tôi thèm hôn Đà Lạt người-con-gái-không-bao-giờ – điểm trang!
Đà Lạt tôi nằm ngang Đà Lạt tôi nằm dọc
Đà Lạt rồi khóc!"

(Mưa Bay Trên Thành Phố Cao)

Đó là nỗi buồn của một người đã đi quá xa quê hương của mình. Là nỗi đau, của một người có thể, hoặc sẽ mãi mãi, đánh mất những gì tha thiết nhất:

"Tôi nhớ quá đi ! Không kể hết
Mà thôi tôi có trở về đâu
Thương Đà Lạt lắm. Thương và nhớ
Đất nước quê hương. Nhớ. Cúi đầu !"

(Tôi Nhớ Quá Đi Chừng Đó Kể)

Nhớ! Đôi mắt nhớ, bàn tay nhớ, cái mũi cũng nhớ:

"Tôi nhớ quá đi Quê Hương! Cái mùi thơm của Mạ
Tôi cũng nhớ Ba khôn tả...Cái giọt mồ hôi cũng thơm
Chao ôi Quê Hương Quê Hương!
Không gì đẹp hơn Tổ Quốc!"

(Cung Chúc Tân Xuân)

Một người nói về quê hương và tổ quốc của mình một cách tự nhiên như thế không thể nào là người không yêu nước:

"... Quê hương là Tổ Quốc là tiếng ngựa lọc cọc vang vang trên đường xa!

Lính nào không nhớ nhà? Lính nào không yêu nước? Người con gái chưa bước... tiếng tim mình đã reo!..."

(Áo Dài Em Óng Ánh Biển Trời Ơi Quê Hương)

"... Đà Lạt mù sương
Bay bay áo lụa
Sao tôi không nhớ
Sao tôi không yêu..."

(Merry Christmas)

"Tháng này của chúng mình
Hoa Dã Quỳ bung nở!
Ôi chao ôi là nhớ
tháng Chạp vào mỗi năm...

Hồi đó anh xa xăm
Bởi vì anh đi lính!
Rồi bây giờ vô định
vì anh ở quê người..."

(Khi Đà Lạt Hết Mưa)

Quê người đó xa quá. Khoảng cách là một đại dương; nhưng nhiều lúc, vì cái yếu tính mơ mộng và thơ mộng mà nhà thơ cứ tưởng như mình đang nhìn thấy, bằng đôi mắt đã mờ, những ngọn đồi, những cánh rừng thông, con dốc đi về ngôi trường cũ, những chiếc lá trúc đào rơi bên sân nhà hàng xóm...Có lúc nhà thơ tưởng như mình đang sờ nắm và cảm nhận, bằng bàn tay đã mỏi, những cánh hoa dã quỳ mềm mại, những trái thông nham nhám dễ chịu... Có lúc nhà thơ tưởng như mình đang ngửi thấy, bằng cái khứu giác đã không còn nhạy bén, mùi thơm của những giọt mồ hôi trên lưng áo của người Cha lam lũ...

Đó chỉ là một phần kỷ niệm và tình cảm của Trần Vấn Lệ. mà độc giả hiểu được qua những bài thơ, rất đằm thắm.

Lưu vong xứ người, đã ở khoảng cuối đời, nhà thơ tóm tắt cuộc tồn sinh của mình, bằng tiếng than:

"Tôi sinh ra đời, ầm ầm tiếng súng; tôi sống cuối đời, như chim lẻ loi... Có Tổ Quốc sao đành xa Tổ Quốc? Có Quê Hương sao chịu kiếp lạc loài?..."

Câu hỏi đó, chỉ để hỏi chính mình.

"Thắp điếu thuốc ngồi nhìn khói tỏa, núi rừng xưa, làng xóm xưa mờ

Mưa trắng núi và đầu ta trắng tóc, thơ thì xanh mà mong manh, mong manh"

(Mưa Trắng Núi Và Đầu Ta Trắng Tóc)

Nói chung, thơ Trần Vấn Lệ buồn, rất buồn. Nhà thơ nhìn nhận:

"Thơ tôi... một cõi tứ bề
Buồn trăm phương cứ đổ về một phương"

(Thơ Tôi Độc Thoại)

Tại sao tôi đặt câu hỏi Trần Vấn Lệ là ai?

Tôi không hỏi Trần Vấn Lệ mà tôi hỏi mình; và chờ đợi câu trả lời từ những người khác, những nhà phê bình văn học hay những độc giả của anh, những người hiểu biết về anh, về thơ anh, nhiều hơn tôi. Tôi "biết" anh hơi muộn.

Tôi đọc Trần Vấn Lệ quá ít – so với tài sản khổng lồ hàng chục tập thơ anh đã in, trong nước hay ở hải ngoại – để có thể nói hay viết một điều gì thỏa đáng.

Tôi cũng chưa hề được gặp anh và e rằng một lần hạnh ngộ cũng là khó. Dường như trong mọi chuyện, tôi luôn là một kẻ muộn màng.

Và tại sao Trần Vấn Lệ? Cái tên lạ quá. Như một định mệnh. Muốn gói lại những giọt nước mắt mà chúng vẫn rơi; bởi lẽ trái tim yêu thương vẫn còn đập trong lồng ngực. Thơ Trần Vấn Lệ đầy nước mắt:

"Bỗng dưng lệ tôi trào Tôi hiểu chữ hạnh phúc Qua dòng mưa lất phất như dòng kẻ học trò..."

(Đêm Nay Thiên Chúa Giáng Sinh)

Nhà thơ lại tự hỏi mình, trong nỗi hoài nghi:

"... Bao giờ gió thổi ngược-người tha hương trở về? Ngoại ơi cái nón mê con cầm cho Ngoại nhé, để con chờ Ngoại hái mấy trái cam cho con...và nước mắt con tuôn yêu Ngoại bằng Tổ Quốc!..."

(Có Nắng Là Có Tình)

Bài thơ mới nhất, cũng buồn như bài thơ đầu tiên:

"...Tôi đi kiếm ý thơ, giụi mắt từng hạt lệ chưa bao giờ nhiều thế, lăn tròn kiếp tha hương!..."

(Đáo Bỉ Ngạn)

Tôi đã đọc nhiều người viết về thơ Trần Vấn Lệ; và tôi nghĩ bài viết này của tôi dù có hay có dở có đúng có sai thế nào cũng không bao giờ là đủ; mà vẫn là thiếu; vì làm sao có thể nói, viết cho hết cái mênh mông trong hồn thơ Trần Vấn Lệ?

Mặc dù giữa chúng tôi có nhiều điểm chung; nhưng tôi thấy viết về thơ anh thật không dễ. Đối với tôi, đọc thơ anh "đã" hơn nhiều. Tôi mong sẽ có thêm nhiều người nữa tiếp tục viết về thơ anh, một phong cách kỳ lạ.

Mặc cho nỗi buồn, khi nào viết cho M, giọng thơ Trần Vấn Lệ cũng nồng nàn, âu yếm; rất tình tứ, ngọt ngào:

"Em ơi em, cho hồn anh ở đậu...
hai bờ vai em nha
thương lắm những tàn nhangnhững ánh sao rơi trên mái tóc rẽ hai hàng...
Anh sẽ chải lại cho em
khi hai đứa mình vào trong quán
Người ta bật sưởi và ly cà phê đen, nóng
Hai đứa mình ngồi nhìn khói mùa Đông bay lên!..."

(Tháng Chạp Lễ Nô En)

Mộng tưởng của tình yêu bao giờ cũng rất đẹp:

"...Một chiều có mưa nho nhỏ. Một chiều áo lụa tung bay. Anh kẻ cho em chân mày...chỉ em: chân mày vời vợi!

Anh rất chờ mong em nói: "Anh à, em rất yêu anh!" Anh hôn em áo dài xanh, anh hôn tóc em nón lá...

Chúng mình đi thăm đồng mạ chúng mình đi thăm Quê Hương!"

(Cánh Đồng Mạ Quê Hương Áo Dài Em)

Vì tình yêu đó càng lớn hơn khi không tách rời khỏi tình yêu Quê Hương, Tổ Quốc:

"Anh không muốn em khóc! Hỡi nước mắt kim cương!
Anh không muốn Quê Hương...mình buồn như năm ngoái
Anh nói đi, nói lại:
Anh Yêu Em Vô Cùng!"

(Thơ Mãi Là Tổ Quốc)

Có những bài thơ, câu thơ rất dễ thương, cái dễ thương của tuổi teen:

"Chúng ta ới ới ơi
Hoa cẩm tú cầu đổi sắc
Anh hôn em cái mặt
Nhăn nheo tuổi lên mười...

Anh hôn em nụ cười, anh nhớ hoài đến chết !...”

(Vũng Lầy Thời Gian)

Qua bao nhiêu “vũng lầy thời gian”, tâm hồn của nhà thơ vẫn như cũ, già dặn một cách trẻ trung, mệt mỏi một cách nồng nhiệt:

“Bây giờ đã lạnh lắm, mai lạnh biết bao nhiêu? Ôi Tổ Quốc thương yêu... đâu con diều giấy cũ... Em à, em yêu dấu, em là mặt trời nha!”

(Ôm Mặt Trời Đi Ngủ)

Nhà thơ muốn người yêu là mặt trời, để soi sáng và làm ấm áp cái không gian lạnh lẽo của đời sống anh.

Được thế đã là vui, trong lúc cùng đường, mạt lộ:

“...Anh không còn Tổ Quốc! Anh hết đường để đi!
Anh không còn cái chi cả tình em hờn dỗi...”

(California Mùa Đông)

Rồi sẽ một kết thúc ngậm ngùi?

“Đây đang là mùa Đông, mai mốt sẽ có tuyết...
Mai mốt sẽ chấm hết...mai mốt bình tro thôi!
Mai mốt anh ngậm cười, ước ngậm ngón tay em nhỉ?
Mà thôi...tình chung thủy ngàn năm mây trắng trôi...”

(California Mùa Đông)

Nhà thơ kêu gọi những người đồng cảnh ngộ, những người suốt đời mồ côi:

“Tôi nói thế có nghe không hỡi những người bạn thiết?
Còn bao nhiêu... xin hãy đọc thơ tôi !
Chúng ta mồ côi, chúng ta đã mồ côi.
Từ năm 1975 đến giờ, đến bao giờ nữa chớ ?”

(Ngày Đầu Năm 2022 Ở Los Angeles)

Dường như đã không có ai trả lời câu hỏi đó của Trần Vấn Lệ.

Vì thế mà anh vẫn làm thơ, trong cô độc, mỗi ngày; trong trí tưởng (tượng) ở đâu cũng là chốn quê nhà:

“Chỗ nào trời cũng trời quê Để cho anh nhớ em kìa núi non...Muôn năm rồi núi chẳng mòn Muôn năm sau nữa sông còn cứ trôi...”

(Hôm Nay Ở Los Angeles)

Sông trôi về đâu? Hẳn là về hướng quê nhà xa lắc:

“Đi mặc thêm chiếc áo
Trời lạnh thêm...bỗng dày
Quê nhà ở hướng Tây
Cố quốc Cố hương và... Cố lý!”

(Nói Thế Cho Nó Phỉ)

Có lẽ, ở xứ người, nhiều buổi chiều, giữa cảnh tàn phai của khung trời màu sắc, có người thi sĩ già một mình đi ra bờ sông, để nhìn dòng nước chảy, chảy hoài không nghỉ, rồi nghe trong lòng một tiếng gọi, và thấy không có ai, không một ai, ngoài chính mình, cô độc, lủi thủi, như một đứa con lạc loài:

"Chiều chiều ra đứng bờ sông
Muốn về quê mẹ mà không có đò"

(Ca Dao)

Nguyễn Hữu Thời
7/1/2022

– Nguyễn Mạnh Trinh –

Đọc Thơ Trần Vấn Lệ

Có lẽ, Trần Vấn Lệ là một trong những người làm thơ có sức sáng tác sung mãn nhất trong hàng ngũ những người làm thơ. Làm thơ, tạo cho mình một sắc thái riêng đã khó, mà, làm thơ để khác với chính mình, để vượt qua chính mình lại khó hơn. Nhất là ở trường hợp Trần Vấn Lệ, đã in trên 10 tập thơ ...

Đọc tất cả những tập thơ đã xuất bản của Trần Vấn Lệ, tôi thấy được nỗ lực ấy. Có nhiều sự khác biệt giữa tập đầu và tập cuối, cả về ý tưởng lẫn ngôn ngữ, cả về hình thức lẫn nội dung.

Nhưng có một điều chung mang, là, những cảm nhận từ đời sống. Có lúc, thơ là lời tâm sự. Nhưng, có khi, lại là những chất chứa nỗi niềm, những phẫn hận của một đời lưu lạc ít vui nhiều buồn. thơ Trần Vấn Lệ, có cái tha thiết của một người coi thi ca là lẽ sống. Đọc thơ ông, tôi có cảm giác thơ là cây gậy chống để sau cơn vấp ngã, gượng đứng dậy và tiếp tục đi trên những đoạn dốc nhân sinh.

Tôi thấy được nhịp thơ mạnh mẽ dài hơi của thi ca ông. Ngôn ngữ cứ liên miên bất tuyệt nối tiếp nhau, như dòng nước, cuồn cuộn chảy. thơ không phải chỉ đơn thuần gợi cảm giác, mà, có khi là những đoạn tản văn có ý hướng muốn kể chuyện hoặc mô tả sự kiện. Với những câu bảy chữ hoặc tám chữ, ngôn ngữ đã được chọn lọc và xếp đặt để có một âm điệu rất gần với nhạc điệu và có thể chuyên chở được ý tưởng. Có lần, nhạc sĩ Song Ngọc phổ nhạc bài thơ "Đi Chùa Hương" của Trần Vấn Lệ, anh đã thú thực với tôi là hoàn tất công việc rất nhanh vì anh đọc từng câu thơ mà nốt nhạc hiện ra ngay trong đầu bởi âm điệu của thơ và nhạc như là một.

Với tôi, đọc thơ anh, tôi thấy được sự tha thiết trong ngôn ngữ. Có thể đó, là những lời chân tình đối thoại với người hay độc thoại cho mình.

Nỗi niềm, chất chứa từ cuộc sống, của những kỷ niệm luôn cất giữ nâng niu, và của cả một khung trời quá khứ lúc nào cũng canh cánh trong tâm.

Trần Vấn Lệ nặng lòng với kỷ niệm và với những nơi chốn, những thành phố đã ở, là những nỗi nhớ cứ mãi dằn vặt trong tâm. Nhất là với Đà lạt, thành phố sương mù:

"Qua một cơn dâu biển, chúng ta còn lại gì? Những bài thơ lưu luyến? Những tàn phai chia ly?

Nhìn các em ngồi đó, một góc sân trường xưa, thương qua thời nắng gió, nhớ quá chiều nắng mưa...

Đà Lạt, các em ở. Đà Lạt thầy bỏ đi. Các em thì vẫn nhỏ như vầng trăng núi kia Thầy thì như sương khói loang thoáng cuối chân mây, ngang chân mây đồng nội, cỏ úa tàn hương bay...

Qua một cơn dâu biển, mờ mờ biển với dâu, nếu có gì ẩn hiện chẳng là gì của nhau!
Cuối câu thơ phải chấm một dấu than nghẹn ngào, là em ơi buồn lắm, bây giờ và muôn sau

Những bài thơ lưu luyến, đọc chơi rồi quên thôi. Chúng ta về sông biển không đâu là một nơi

Đà Lạt các em ở, xanh biếc nhé bầu trời ngước lên nhìn nỗi nhớ Thầy là áng mây trôi
Những con đường thăm thẳm xé rách từng trang thơ. Những tình sâu nghĩa nặng lắng xuống giùm giọt mưa!"

Những bài thơ như thế rất nhiều trong thơ Trần Vấn Lệ. Có thể là những câu ngũ ngôn không xuống hàng, hay bảy chữ tám chữ một câu dài liên tiếp như một đoạn thơ, cái âm điệu ấy cứ nối tiếp nhau, tao một cảm giác rung động, trầm buồn nhưng không đơn điệu. Có điều, nếu đọc nhiều bài, có sự trùng ý hoặc trùng lời. Điều đó cũng khó tránh, với một người làm thơ nhiều và có vẻ dễ dàng như tác giả "Con trao trảo bờ ao bay đi buồn lẳng lặng" hay" Chữ gì mang không nổi chữ gì gió thổi không bay"...

Như một cách thế sống, làm thơ. Cuộc đời và thơ Trần Vấn Lệ hình như quấn quít bên nhau không một giây phút chia lìa:

"Tôi xem chữ nghĩa như con cái: có đứa buồn hiu có đứa vui, quanh quẩn bên tôi chiều với sớm, líu lo như thể lũ chân trời

Tôi xem chữ nghĩa như cơm cháo, khi đói thì ăn no để dành, dư ném cho chim nhìn chúng hót thấy đời hẹp bớt chút mông mênh

Tôi xem chữ nghĩa như bè bạn, kết thả trôi sông chở cả trời nếu có lúc bơi giòng nước ngược, buồn buồn nhớ lại lúc miền xuôi

Tôi xem chữ nghĩa như chăn gối, khi lạnh thì ôm, nóng bỏ ra, nhưng chẳng lúc nào không ở cạnh, trăm năm thương mãi chữ Chan Hòa!

Chữ nghĩa và tôi nặng cái tình, như là khi thấy lệ long lanh giọt sương trên lá khi chiều xuống, nhớ quá Quê Hương khóc đoạn đành

Chữ nghĩa theo tôi thời ấu thơ, chữ a, chữ ă, chữ o, ô... Chữ nào cũng ngộ như ông Phật đưa một bàn tay chỉ học trò.

Chữ nghĩa và tôi đến xứ người, ngậm ngùi tan nát giống như tôi... sót vài ba chữ ngồi hiên quán gặp bạn nâng ly một tiếng cười

Chữ nghĩa và Tôi sẽ xuống mồ mai này cỏ mọc sắc xanh lơ ai đi ngang để cành hoa xuống là cũng cho đời một chút thơ."

Đọc xong những tập thơ, tôi cứ ngờ ngợ về cái phân định giữa thơ và tản văn. Có biên giới hay không trong thơ Trần Vấn Lệ. Tôi tự hỏi? Những câu năm chữ, bảy chữ, hoặc tám chữ nối liền nhau không xuống hàng với những câu thơ mỗi hàng mỗi câu có gì khác nhau. Có làm thay đổi được ngữ nghĩa cũng như vần điệu không?

Nhưng, hỏi hay không thì tôi cũng cảm được cái tha thiết của người thi sĩ. Lúc nào buồn, tôi giở những trang thơ đọc. Và sẽ thấy bao la biết bao biển trời chữ nghĩa. thơ sẽ muôn đời ở cạnh bên ta, chứ không phải khi vui nó đậu khi buồn nó bay...

Nguyễn Mạnh Trinh

– Nguyễn Thiên Nga –

Mở Cửa Nhìn Thơ

Một ngày, một ngày bình yên sau bao ngày giông bão.

Tôi lạc vào vườn của Nhà Thơ Trần Vấn Lệ, một khu vườn Cổ tích – vườn cổ tích dành cho người lớn, chỉ còn sót lại chút nắng cuối ngày và chiều lên mênh mang sương khói ...

Lặng lẽ với thơ của ông, từ những bài có cấu trúc chặt chẽ, giàu tính nhạc đến những bài nhẹ nhàng như văn xuôi, tôi luôn tưởng tượng mình đang ngồi đối diện và lắng nghe ông kể, ông tỉ tê về tình yêu, mưa nắng, trăng sao và đặc biệt là về Đà Lạt, về Quê Hương yêu dấu ...

Thơ ông nhẹ nhàng như hơi thở đều đều phả ra từ trái tim ấm nóng. Trái tim cứ như đập hụt đi một nhịp khi nhắc tới Quê Hương. Trái tim còn nồng nàn trong ánh chiều vời vợi ...

Thơ ông vời vợi những niềm thương:

Hình ảnh người mẹ Việt Nam tảo tần, lúc nào cũng thương con dù đang ở đâu và làm gì:

"Thế là biêng biếc xanh / thế là hun hút trắng! Bà Mẹ quê gánh nặng, gì trong gánh, nói đi?.../ Cảm ơn bạn! Tình Quê! Con cái về, chưa thấy, Mẹ vẫn nguồn suối chảy / trong veo cái tình người!"

(Có Hai Câu Thơ Đẹp)

Yêu cả nỗi buồn riêng ông hướng về người mẹ hiền lành, bao năm đợi con về:

"Em giống Má anh ngồi tựa cửa mười năm thằng Lệ vẫn chưa về. Mười năm nhang khói, mười năm biệt... Những nấm mồ hiu hắt nắng hoe..."

(Đôi Khi Mở Lại Chồng Thơ Cũ)

và thảng thốt với câu hỏi không lời đáp:

"Má ơi Má nuôi hy vọng/ tại sao Má bỏ con rồi?/ Hồn Má có bay lên trời/ như bầy hải âu không vậy?"

(Má Tôi Không Còn Đọc Thơ Của Tôi Nữa)

Thương dáng ngoại lom khom thân thương trong vườn cau Nam Phổ ...

"Mấy hôm nay đất trời với lòng tôi là một, với tiếng ve thảng thốt nhắc hoài tôi Quê Hương. Ngoại có lẽ trong vườn đang ngó chim nhành khế. Thương Ngoại tôi muốn kể từng bài thơ tháng Năm..."

(Tùy Bút)

Nhớ thương vời vợi một nhân ảnh, một dáng hình:

"Đừng có qua sông nha em/ đừng có qua cầu/ em đổi áo, anh rầu rĩ đó!

Áo bà ba bay bay, gió gió/ nhẹ nhàng thôi cũng đủ bâng khuâng! /Anh ở xa xôi sáng đợi tối mừng/ em thấp thoáng trên cánh đồng bát ngát/ áo bà ba chứa Quê Hương ngào ngạt/ cái mùi thơm của lúa đang mùa/ cái mùi thơm của thơ rất thơ/ cái tình nghĩa cũng là mùi hương áo!"

(Áo Bà Ba Bay Qua Ruộng Lúa)

"Anh nhớ em tóc thề. Thế nào? Mưa chắc ướt? Anh nhớ em tóc mướt, bây giờ còn mướt không?"

(Mộng Dưới Hoa)

"Anh nhớ em mái tóc gió bay/ tóc em nằm ngủ trên vai anh hồi đó..."

(Mimosa)

"Em nhìn đi mùa Xuân đang về, tóc thề em chiều gió mân mê... Áo dài em màu bông lau nở, không nét nào làm mình chia ly..."

(Đà Lạt Ơi Muôn Năm Yêu Quý)

Nỗi nhớ vời vợi về người con gái mười bảy tuổi đã sang sông. Người yêu của ông không có tuổi, tình yêu không có tuổi.

"Ai có đợi chờ, ai biết khổ/ Biết đau, biết đớn, thế nào không? Ôi chao em đẹp năm mười bảy/ Nước lặng mây ngừng một bến sông!"

(Mùi Gió Cũ)

"Em ơi anh nhớ em nhiều lắm, con gái đời em mơ ước nhiều... mười bảy em xa nhà của Mạ, xa Ba không phải bởi Tình Yêu"

(Tạ Ơn Tình Rất Đỗi Mong Manh)

"Cảm ơn em vẫn em mười bảy, vẫn mái tóc thề trong ảnh xưa, vẫn áo dài bay, bay dưới phố, vẫn hình dung đó, dáng kiểu mơ..."

(Anh Chờ Anh Đợi Mây Huyền Thoại...)

Mãi mãi nàng Thơ tuổi mười bảy hiện hữu. Thời gian cũng như ngừng lại, để rồi khoảng trời Quê Hương ông nhớ về luôn là những gì rất thân thuộc của nhiều năm trước: hương bồ kết, hàng cau, bậc thềm tam cấp, tiếng còi tàu vào ga,...

Đôi khi chỉ thoảng qua mùi gió cũ, một vạt nắng ấm cũng nâng nỗi nhớ cao vời vợi:

"Cái mùi gió cũ mùa Thu cũ
Bay ở tầng ba xuống lộ phường
Một phiến lụa ngà trăm phía gió
Cuối cùng là một phía yêu thương!"

(Mùi Gió Cũ)

"Em ơi em là nắng. Anh hôn nắng hôm nay..."

(Em Ơi Em Là Nắng)

"Nhà xưa còn bậc thềm...
Nhà xưa còn cái cặp...
Em như còn ôm cặp...
Cô nữ sinh ngày xưa..."

(Gửi Về Chừng Đó)

Rất nhiều khi, em cũng trở nên hư ảo và em vời vợi xa...

"Không biết nói gì thêm với gió
Sợ mà mưa theo gió bay về...
Sợ mà em chẳng là em thật
Cũng sợ vô cùng cuộc biệt ly!"

(Mùi Gió Cũ)

Tình yêu vời vợi dành cho Quê Hương:

Đọc thơ của Nhà Thơ Trần Vấn Lệ, "Em" là chủ thể trong tất cả những bài thơ. "Em" là tình yêu bất diệt. Bởi "Em" là QUÊ HƯƠNG:

"Ai nói với anh, em-áo-trắng/ em là vầng trăng em dễ thương!/ em là Tổ Quốc anh yêu dấu/ hồn anh bay đâu cũng vấn vương!"

"Tôi nhớ em từng ngõ ngách tâm hồn. Em nhớ tôi từng lối mòn đất nước..."

"Cảm ơn em nụ cười, em là Quê Hương, đó! Anh thở ra cùng gió thổi tà áo em bay..."

(Nụ Bạch Hường)

Quê Hương với những kỷ niệm gắn liền với nơi ông sinh ra; buồn não nùng với màu hoa gắn liền với bao nhiêu kỷ niệm ngày thơ bé:

"Hè rồi... Phan Thiết đỏ hoa vông, tôi ở xa xôi nhớ quá chừng! Nhớ chỗ mình sinh, mình được lớn, một thời thơ dại vượt con sông."

Rồi nghẹn ngào ...

"Từ nay hỡi nhánh hoa vông cũ, có nhớ gì ai Phan Thiết xưa? Một chặng thời gian không cắm mốc, tình Quê Hương lấy thước nào đo?"

(Mùa Vông Phan Thiết Cũ)

Rời phố biển, lên với xứ sở sương mù Đà Lạt, ông Trần Vấn Lệ đã kịp gắn bó với thiên đường của kỷ niệm, của hạnh phúc này suốt hơn 30 năm. Thơ là hơi thở, là sự sống của ông và ông đã hít thở mỗi ngày không khí trong lành của bầu trời Đà Lạt xưa cũ. Mỗi hơi thở của ông ướp đầy hương đất đỏ bazan vương gót giày ông đến lớp, thoảng hương phấn thông vàng vương trên tóc ai mà thương thương quá đỗi...

Vâng, Đà Lạt của những ngày tháng cũ đã đọng lại trong ông niềm thương nhớ đến tận cùng.

Ông nhớ miên man về nơi mình từng dạy học:

"Bùi Thị Xuân trường một thuở xưa/ trên đồi Dalat nở vàng hoa/ những cây khuynh diệp run trong gió/ đang lạnh lòng người vạn dặm xa"

(Bùi Thị Xuân Ơi Trường Rất Nhớ)

"Tự dưng tôi nhớ trường xưa quá, trưa thẳm hành lang thẳm thẳm buồn, cô giáo ra hiên nhìn nắng rụng bên thềm mấy giọt nắng vương vương..."

(Tùy Bút Trưa)

và học sinh *"có em thơm như ngo/ có em hiền như liễu..."*

(Nói trước dẫu muộn màng)

Nhìn đâu ông cũng thấy thương Đà Lạt – nhớ thương vời vợi, từ thềm sân ga cũ với những đóa Cẩm Tú Cầu xinh xắn: *"Bây giờ Đà Lạt cuối mùa Đông. Nhớ hoa Cẩm – thềm ga quá..."* **(Đôi Khi Mở Lại Chồng Thơ Cũ)**

đến những con dốc dài đặc trưng của thành phố vừa đi đã mỏi, có cái tên gần gũi nghe thân thương lạ lùng ...

"Đà Lạt, dễ thương, ngay giữa phố: có con đường nhỏ – Dốc Nhà Làng. Đường không xe cộ, người đi bộ, cấp đá, không ai bước vội vàng.../... "Đà Lạt, dễ thương con hẻm phố, ngày về tôi xé trái tim phơi..."

(Kỷ niệm Đà Lạt)

"Dốc Nhà Thờ tản mát những mù sương năm xưa... Thương em không bến bờ. Thương em... thơ, hay gió?"

(Thương Em Bài Thơ Gió)

Nỗi nhớ về một Đà Lạt sao êm đềm, thơ mộng quá!

"Những ngày Đà Lạt nắng, những ngày Đà Lạt mưa/ Nắng mưa Đà Lạt đều xanh mướt/ Như tóc người yêu thuở ngẩn ngơ.../Rừng thông nằm thấp, núi Bà cao.../ Hoa hướng dương vàng quanh núi phố..."

(Những Tấm Hình Đà Lạt)

"Em ơi em là gió! Em ơi em là hương! Em ơi em nhớ thương! Giọt sương anh uống ngọt! / Tôi đang nhớ Đà Lạt... Tôi nhớ đường Bà Trưng... Tôi đang lên Lạc Dương nhìn Dran, Đức Trọng..."

(Năm Bắt Đầu Tân Niên)

Quê Hương là Tổ Quốc, nhà thơ Trần Vấn Lệ đã khẳng định như vậy. Làm sao đo đếm được khi nỗi nhớ Quê Hương của ông ngày càng thật đầy, thật dài:

"... Từng nhớ thương ngàn năm mây bay.../ôi thương như thế chưa là đủ/ mà phải rừng cây bao nhiêu cây?"

(Chắc Có Một Ngày)

Tôi tưởng tượng, ông cứ đưa bàn tay ra, cả năm ngón đều chạm vào nỗi nhớ thương vời vợi. Những câu thơ nhớ nhà vang lên đều đều, buồn buồn, khắc khoải:

"Hồn lênh đênh mãi ở quê xa. Gợi câu sông núi mà tê tái, ngày tháng vô tình cứ lướt qua..."

(Hồn Lênh Đênh Mãi Ở Quê Xa)

"Con rất thèm nhìn lại nắng Quê Hương, nhưng lúc đó hai mắt mòn, con khép..."

(Cúi Lậy Trời Cao)

"Quê Hương cứ là quê ngát hương hoa cau nhỉ? Em ơi anh chung thủy bởi em là Quê Hương."

(Mộng Dưới Hoa)

"Tôi nhớ quá Quê Hương! Quê Hương tôi Đẹp Nhất!
Tôi viết chữ Hạnh Phúc / nạm vàng để muôn năm!"

(Quê Hương Là Tổ Quốc)

Một chiều mưa hay nhiều chiều mưa thật buồn nơi xứ người, lắng nghe bản nhạc "Chiều" quen thuộc của nhạc sĩ Dương Thiệu Tước phổ thơ của thi sĩ Hồ Dzếnh, điếu thuốc gắn trên môi và thả từng vòng khói lên không gian hiu quạnh, ông đã đi đến tận cùng nỗi nhớ phải không, hỡi người lữ khách (?):

"Quê Hương mình chỗ nào / không bến bờ, vô tận! /... Điếu thuốc mình hút tàn / vẫn còn vương vấn khói! Nhớ nhà không chịu nổi! Nhà ơi là nhà ơi!"

"... Gọi nhiều lúc khản lời / cứ tưởng mình khan tiếng. Nhiều lúc sờ lên miệng / thấy buồn buồn nao nao..."

(Nhớ Nhà Châm Điếu Thuốc Khói Huyền Bay Lên Cây)

Ông ước ao mình sẽ trở về Quê Hương, những việc đầu tiên ông sẽ làm sao quá bình dị, đáng yêu:

"... Anh sẽ về mặc áo cho em/ mình đi thăm hết bà con quen/ mình cũng đi thăm thêm bà con lạ ...

Anh sẽ dẫn em qua cầu/ mình đi ngang sông nhìn sông nước chảy"

(Áo Bà Ba Bay Qua Ruộng Lúa)

Đường về nhà rất xa nhưng cũng thật gần. Ông sẽ về. Tôi tin như vậy.

*

Vườn Thơ ông mênh mông, vời vợi...

Mỗi loại hoa trong vườn không lạ nhưng hương sắc khác biệt dưới bàn tay chăm sóc của ông.

Tôi choáng ngợp. Đi hết cuộc đời, có lẽ tôi không thể đọc và hiểu hết thơ ông. Ý tứ tưởng đơn giản mà không hề vậy, đọc tới lui mới thấm được điều ông muốn giãi bày, gửi gắm. Những lúc ấy, hồn tôi lan toả niềm sung sướng, hạnh phúc.

Ngày, từng ngày lại qua. Mỗi ngày ông có thêm nhiều bài thơ mới.

Ngồi bên hiên thời gian, tôi say sưa đọc và chợt nhận ra: Thơ ông như một Tôn Giáo và tôi là một trong những tín đồ.

Mỗi ngày tôi lại thầm thì những câu kinh nhật tụng, ngắm trời xanh cao và nghe dấu yêu đong đầy.

Xin "Cảm Ơn Đời Bốn Phía Thơ" ...

Nguyễn Thiên Nga
Tháng 4/2021

* * *

Bước Vào Vườn Thơ

"Chúng tôi có ngàn năm nói với nhau như thế!
... và có trăm Thế Kỷ nghe tim một nhịp rung!"

(Trần Vấn Lệ)

Từ ngày dạo bước vườn thơ của thi sĩ Trần Vấn Lệ, tôi bắt đầu thích nghe gió hát...

Chỉ biết có một buổi chiều nào đó, hồn se se lạnh. Bất chợt đón nhận một cơn gió lạ từ vườn ông, hồn trở nên ấm nóng.

Đúng là rất lạ!

Vườn ông trồng nhiều hoa, những đóa hoa mang tên hoài niệm.

Vườn ông rợp bóng lá, những chiếc lá mãi xanh, xanh như kỷ niệm.

Vườn ông tràn ngập thanh âm dịu dàng, những thanh âm tôi chưa từng nghe bao giờ. Đó là tiếng còi tàu vọng về từ sân ga chiều tiễn biệt, tiếng lăn tròn của giọt lệ cho ngàn sau, tiếng mưa chiều gờn gợn nỗi nhớ triền miên về một người ở bên kia xa lắm và cả tiếng độc thoại buồn buồn, da diết...

Từ ngày dạo bước vườn ông, tôi bắt đầu thích nghe gió nói...

Tôi yêu cái cảm giác hồi hộp khi áp tai vào từng cánh hoa mỏng tím, nghe lời thầm thì của lời yêu thương đến muộn từ cơn gió buồn tháng hạ.

Gió bồng bềnh từ suối tóc kết những lời tri âm, nghe lạ mà quen, nghe quen mà lạ.

Một ngày dạo bước vườn ông, tôi vô tình nghe gió khóc.

Gió khóc những lời biệt ly.

Gió tiếc một tình yêu quá xa để gần, quá gần để không thể quên. Bảo quên để nhớ. Bảo không muốn nhớ nhưng trót đã hằn vào trong tim – trái tim không ngủ yên.

Và tôi khóc.

Tôi khóc vì mình quá nhạy cảm để nghe được gió nói cùng tôi nói biết bao điều, nhớ biết bao điều, hiểu biết bao điều...

Đêm nay, khép cửa vườn thơ đẹp và hẹn mai sẽ quay lại, quyến luyến khó rời.

Nguyễn Thiên Nga
(04/2021)

* * *

Vẫn Từng Giọt Buồn Rơi

Tôi vẫn ở lại đây, Vườn Thơ Trần Vấn Lệ, sáng sáng, chiều chiều... trong suốt thời gian đại dịch Covid-19 ập đến Sài Gòn như một cơn bão nghiệt ngã.

Những ngày này, Vườn Thơ của ông vắng lặng hơn. Đứng trên thềm ga cũ, chỉ còn nghe vọng về từ xa xưa tiếng còi tàu rời sân ga, cho lữ khách ngoái nhìn những đóa Cẩm Tú Cầu tim tím mà hồn bâng khuâng.

Không gian trầm buồn, cái buồn bàng bạc giăng mắc khắp trời quê hương bởi đại dịch. Tiếng Thơ ông rơi đều, thật khẽ và đủ chạm đến trái tim những người yêu thơ.

Cũng như rất nhiều bài thơ khác trong những tập đã xuất bản trước đây, thơ của thi sĩ Trần Vấn Lệ thời gian này vẫn giữ nguyên sự tổng hòa, đan xen tình yêu đối với Quê Hương, với gia đình, bạn bè, ... Đó còn là những Tùy Bút viết theo thể ngũ ngôn, lục bát, thất ngôn, ... mang phong cách nghệ thuật hết sức tự do, phóng khoáng và giàu chất trữ tình.

Những Tùy Bút này vừa mang đậm chất thơ và cũng đậm chất "báo".

Chất thơ thể hiện ở những cảm xúc và suy tư của tác giả đôi khi lãng mạn, bay bổng, có lúc lại rất sâu sắc và đa chiều. Ngôn ngữ sử dụng vẫn bình dị, dễ thương nhưng truyền tải được đầy đủ ý nghĩa sâu xa.

Ra đời giữa những ngày đại dịch nên chất "báo" trong Tùy Bút của tác giả thể hiện rất chân thực và rõ nét. Ông cập nhật rất nhanh mọi việc thực diễn ra trong đời sống hàng ngày. Đó chính là tài nghệ của ngòi bút tinh tế Trần Vấn Lệ.

Đọc và bâng khuâng. Có lẽ khi Nhà Thơ Trần Vấn Lệ viết những dòng này, những giọt nước mắt ông đã lăn dài theo mỗi bước chạy của đồng bào đang cư ngụ tại hàng chục ngàn khu nhà trọ ở Sài Gòn để kiếm bát cơm manh áo mưu sinh, bắt đầu ùn ùn tìm đường về quê:

"Nắng quá mưa không kịp/ năm sáu tháng nay rồi/ dịch bệnh từ khắp nơi/ về tuôn ra quốc lộ...

Có người thì đi bộ/ tay xách với nách mang/ Có người thì vội vàng/ cỡi xe máy xe gió...

Buồn lắm chớ câu hỏi/ tràng giang trôi lê thê/ người bỏ phố đi về/ về lại quê... thất thểu!"

(Bỏ Phố Về Quê)

Ấy là những cuộc "di cư" thấm đẫm nỗi buồn. Đêm ngày, mưa nắng, đèo dốc, buồn tủi, đói khát... để đi ngược lại hướng thiên di ngày nào. Không ở trong tâm dịch, ai đọc báo, nghe tin đã thấy rưng rưng và quá đau lòng:

"Lòng tôi buồn vời vợi/ Lòng tôi buồn bao la/ Tôi nghĩ tới quê nhà/ bà con đang trốn dịch...

... chắc không ai làm thơ/ như tôi đang cầm bút!"

(Cảm Ơn Vài Bóng Mây Vừa Bay Ngang Thành Phố)

Thơ ông như chựng lại, tiếng Thơ như nghẹn ngào:

"Tôi muốn gọi Thơ ơi/ mà không sao gọi được! Dịch nhúc nhích từng bước. Bước nào cũng... thăng, trầm!

Thăng thì như cao thâm. Trầm thì như vẫn thế. Người chào nhau nói khẽ... sợ lời nói gió bay!

Hôm qua rồi hôm nay... rồi mai, rồi sẽ mốt... không có gì đột ngột. Nóng thêm và dịch thêm..."

(Tùy Bút Hôm Nay)

Đại dịch kéo dài.

Mùa Xuân ít tiếng cười. Mọi người thoáng sự dè dặt khi đến thăm nhau chúc Tết. Tết cổ truyền không còn là Tết đoàn viên. Ngày Lễ Tình Nhân vắng bóng những đôi tình nhân trao nhau hương môi chocolate ngọt ngào ...

Hoa Phượng thắp đỏ phố phường, ve vẫn râm ran báo Hạ về nhưng không có cảnh học trò bịn rịn chia tay nhau cuối niên học.

Thu sang cùng heo may. Không có ngày khai trường rộn ràng tiếng trống, bạn bè không được nô nức gặp lại nhau sau mấy tháng hè xa cách. Những người trung niên già sống ở Sài Gòn không thể bay ra Hà Nội để hít hà cái mùi nồng nàn phố cổ, nhìn đám lá sấu vàng ươm lăn lóc trong vàng nhạt nắng chiều. Sài Gòn vẫn mướt xanh những hàng me, điệp rộ hoa vàng, có một chút se se lạnh vào một buổi sáng đẹp trời... Vẫn không gian đó mà bây giờ yên ắng đến tê lòng.

Sài Gòn bệnh nặng.

Cả nước bệnh nặng.

"Việt Nam mình đang cách ly từng gang tấc. Thì anh hôn em, hôn trong giấc mơ!

Ai cũng muốn đọc được một bài thơ đẹp... biết tìm đâu những dấu dép đã phai mờ/ Mặt đất hết nở hoa. Ánh trăng Rằm ràn rụa...
*

Rằm Trung Nguyên...
Trăng Rằm không tỏ...
Mặt trời lên, ngày mới thấy mặt trời...
Đang vào Thu nắng buồn không tỏa mà lạnh lùng theo nước sông trôi...

Em em ơi thơ anh... vậy là Thơ-Đứt-Ruột!
Có vết thương nào không làm người ta đau?"

(Rằm Trung Nguyên Hai Mươi Hai Mốt)

Vâng! Vết thương nào cũng làm người ta đau.

Tôi nghe tiếng sột soạt của ngòi bút chạy trên giấy, từng giọt mực hay giọt nước mắt rơi run run ...

"Biển sông run bần bật... Trường Sơn cũng oằn mình! Tháng Tám thật vô tình... cả nước mình phong tỏa!
Tháng Tám quá vô duyên!
Em thành người "thất nghiệp".
Em không có công việc, em không có đồng lương!

Em mới vừa giỗ Mạ, em sắp sửa giỗ Ba... tiền đâu em mua hoa? Tiền đâu mua nhang thắp...
Em!
Em làm anh muốn khóc... vì em khóc tự nhiên!"

(Tháng 8 Việt Nam Hai Ngàn Hai Mốt)

Không phải chỉ "muốn khóc", mà chắc chắn ông đã khóc khi viết những dòng này.

Tựa vào câu ca dao xưa, câu kết của bài thơ Ngó Nắng Cho Qua Ngày vương nỗi đắng cay và xót xa:

"Chúng ta có qua cầu, thương nhau xin đổi áo... đem đi mà đổi gạo sống những ngày... giới nghiêm!"

Dòng đời vẫn trôi dẫu niềm đau vẫn còn nguyên đó. Người ta vẫn phải tồn tại, vẫn phải sống:

"Người quen nhau nhận ra nhau sau lưng/ Sự quen thuộc của lòng mến thân Mặt che nên không ai thấy miệng/ Mà thấy thì có muốn hôn không?

Vì lý do cần thiết, đi làm/ Vì lý do cần thiết, ở nhà online
Gần hai năm, ngày hôm nay như ngày hôm trước
Đời thản nhiên và người thản nhiên...”

(Trời Vẫn Xanh Và Trong Pha Lê)

Và chỉ một ngày không nghe tin buồn vì dịch bệnh, những dòng thơ của ông cũng trong veo, vui hơn dù vẫn biết rằng tất cả những khó khăn còn đang phía trước:

“Hôm nay báo không đăng cảnh người dân chạy dịch, thấy lòng mình thinh thích Đất Nước mình bình yên...

Đất Nước mình đẹp giàu, rừng vàng và biển bạc... mong đừng ai nói khác, mong dịch sẽ đi qua!

Mình thấy mình dễ thương: Có Một Bài Thơ Đẹp! Mình cầm cây bút chép lòng mình giấy Hoa Tiên...”

(Thưa Em Đà Lạt Yêu Quý)

Rồi một ngày như mọi ngày, ông lặng lẽ nhớ về Quê Hương, nhớ về gia đình, bạn bè, ...

“Tôi nhớ... chuyện gì tôi cũng nhớ
bỗng dưng nỗi nhớ lại lem, nhòa
Sáng nay tôi trải lòng nao nức
sao ngõ vàng hoa chưa thấy hoa?”

(Sáng Bừng Trời Êm Mát Dịu Dàng)

Đọc những dòng thơ ông viết cho người mẹ thân yêu của mình, tôi tin rằng bất cứ ai cũng rưng rưng xúc động.

“Má ơi, con làm thơ cho Má
hay là chỉ đọc thơ-người-ta?
Mai mốt con về... Thơ có thật
hay là giọt lệ nắng chiều sa?”

(Má Ơi Con Làm Thơ Cho Má)

“Tôi Đã Từng Về Thăm Má Tôi Ở Phan Thiết” là một câu chuyện có khởi đầu, có kết thúc được kể lại bằng thơ, những câu thơ thật buồn:

“Với Phan Thiết lòng tôi luôn đằm thắm...
Ngày tôi về, tôi biết tôi cô đơn
Nhưng nếu tôi còn về là tôi còn
làm cho Má tôi thêm một bài thơ nữa...”

*

Năm 2016, ông về thăm và buồn khi thấy Đà Lạt không còn như xưa. Đứng ở gần cuối dốc Duy Tân cũ, nhìn qua đường Hoàng Diệu, chỉ cách một con suối nhỏ mà ông không thể bước qua để thăm lại chốn cũ dấu xưa đầy kỷ niệm. Ngỡ ngàng vì có quá nhiều đổi thay, thoáng chốc ông trở nên ngại ngần ngay trên Quê Hương mình. Hồi ức trở về, ông thầm thì gọi tên từng người bạn thân thiết thuở nào và chua chát nhận ra...

"Bạn bè coi như hết, người thân còn mấy người, có hỏi thăm: đã chết, có hỏi thăm... đổi đời.

Chẳng hạn Nguyễn Đức Minh, anh chết già, nhất định. Chẳng hạn Lê Hữu Tín, cũng lớn tuổi lắm rồi...

Ông Cam Lĩnh ngậm cười, chuyện dĩ nhiên như thế... Quá khứ từng giọt lệ nối dài mấy nhiêu sông?"

Rồi xót xa:

"Tình nào cũng Tình Xa! Tình Gần là khoảnh khắc cầm tay nhau không chắc... thì cũng đành Thiên Thu!"

(Tình Nào Cũng Tình Xa)

Bây giờ, theo dõi tin tức hàng ngày, biết chút rừng đang sót lại trong phố sẽ không còn, chắc ông càng buồn hơn.

Trong nỗi buồn nhớ thương và day dứt, hẳn ông đã rơi lệ khi viết những dòng này...

"Những đồi thông bên đường bây giờ là... mặt phẳng, cây không còn chỗ đứng, chúng nằm trên xe be!

Người ta lái xe đi, người ta chạy xe tới, người ta bang hết núi, gọt đến ngọn núi Bà!

Ôi tôi nhớ Lang Bian, ngọn núi cao đỉnh nhớ, nơi tôi từng ngả tựa một nhánh thông vi vu..."

(Đà Lạt Tôi Bao Giờ Đà Lạt Tôi Bây Giờ)

"Em ơi em chỉ buông câu nói/ mà mịt mùng rồi Đà Lạt em
mà những rừng thông bung hết gốc/ mà trên mả Thánh mộ bay lên...

Đà Lạt bây giờ thưa thớt thông/ Đà Lạt bây giờ em đau lòng!
Cuốn album cũ vô tình thấy/ thuở thiếu thời sương mây giăng giăng..."

(Bên Trời Dăm Bảy Cánh Chim Bay)

Ai đã đọc tập thơ "Ăn Của Rừng Rưng Rưng Nước Nước Mắt" của nhà thơ Trần Vấn Lệ xuất bản vào tháng 7/2021 cũng đã cùng thấm nỗi đau mất rừng. Nỗi đau đó không dừng lại, nó cứ được nhắc lại, lúc tách bạch, lúc hòa xen vào những cung bậc, hình thái cảm xúc khác trong tập thơ mới này.

Ông không đơn giản là làm thơ. Ông đã thốt lên tiếng lòng mình bằng một giai điệu riêng thật đẹp... Ngôn từ giản dị mà không hề dễ dãi, lắng đọng cảm xúc nhưng lại dạt dào, oà vỡ trong không gian yêu thương với những lời nồng nàn...

"Cũng mong Trời làm thơ, chớ làm mưa thì khó! Giọt mưa thành giọt nhớ ở Cali lâu rồi...

Em trông giống như người đứng trong tranh cổ tích! Hôm nay em không nghịch nhưng chắc lòng em vui?

Tà áo dài em phơi cùng màn sương rất nhẹ. Anh hôn em chút nhé cái miệng em thơm sương...”

(Hôm Nay Có Điềm Lành)

“Có một mùa Thu thật dễ thương... có hoa tim tím nở bên đường... có ai tim tím đôi môi lạnh... một chút ngờ như buổi tịch dương...

Ôi một mùa Thu ta muốn khóc... nhớ ơi những cọng khói lam chiều...”

(Có Một Mùa Thu Thật Dễ Thương)

Thơ ông không men say nhưng cũng đủ để ta thấy mình chuếnh choáng. Lạ lắm!

“Hình như... không phải câu thơ, chỉ là chữ ghép cho tờ giấy kêu... em à em rất thương yêu, anh là thi sĩ để chiều em thôi?

Nói gì đi hỡi đôi môi, hỡi hoa hé nụ, hỡi lời văn chương! Đừng ngân hai tiếng Đoạn Trường, đừng xa xôi nữa Quê Hương ngày về...

Đêm nghe có tiếng não nề, tiếng lưng em trở, tiếng gì chạm vai? Tiếng thơ... từ mái tóc dài, ánh trăng tháng Chạp còn cài tháng Giêng!”

(Tiếng Thơ)

Đọc lại những câu giới thiệu về thơ của Thi sĩ Trần Vấn Lệ trên trang vanviet.info từ năm 2016:

“Gần như độc nhất, cách anh xuất hiện đều đặn, nhiều năm, với từ vựng riêng, một chủ đề và chất giọng không thay đổi: chất trữ tình hoài niệm.

Thơ hoài niệm đã bị vượt qua từ lâu.

Nhưng Trần Vấn Lệ không quan tâm đến điều ấy. Anh không chú ý làm mới ngôn ngữ hay nghệ thuật. Một cách không mệt mỏi, không ngừng, kêu mãi hồn nước. Dù là viết về căn nhà cũ, người bạn ấu thời, vài kỷ niệm rải rác đó đây Phan Thiết, Đà Lạt hay California quê người, dù từng câu thơ bảy chữ hay tám chữ hay dàn trải như thơ xuôi. Ngôn ngữ của anh không nhiều biến đổi, thế mà đọc anh những người yêu dòng thơ ấy sẽ thấy lan tràn một áp lực trên bề mặt. Bóng tối, phẫn uất, tình yêu, nỗi căm phẫn được nén lại, lúc nào cũng đầy rẫy trong phạm vi mấy chục câu của một bài.”

Tôi vẫn cảm nhận được điều đó khi đọc nhiều bài thơ gần đây của ông. Nếu trong thơ ông có thấp thoáng chút tình riêng thơ mộng nào đó thì cuối cùng vẫn có tiếng thở dài nhè nhẹ, hiển hiện nỗi nhớ tận cùng về Quê Hương giữa niềm cô đơn, u uẩn.

“Viết trong nỗi cô đơn đến tận cùng:
Xưa Thâm Tâm buồn, nay ta buồn

Trăng mờ cố quận tại mù sương?
Ai tri âm nhỉ? Ai tri kỷ?
Ai giải giùm ta chữ Đoạn Trường?

Hỡi bạn tù ta sau bảy lăm
Hỡi học trò ta từ sáu mốt
Gần trăm năm rồi ta ốt dột
Gần trăm năm rồi ta lang thang..."

(*Trăng Mờ Cố Quận*)

Tôi không biết dùng nhiều mỹ từ để ca tụng, nhưng thật sự từng câu từng từ trong tất cả những bài thơ của Thi sĩ Trần Vấn Lệ dù viết trong tâm trạng nào cũng luôn mang lại cho tôi quá nhiều cảm xúc. Cảm xúc vô cùng gần gụi, bởi nó được tạo nên thật tự nhiên như hơi thở. Hơi thở cuộc sống, triết lý nhân sinh được ông bày tỏ thật sâu xa và quá "điêu luyện". Tôi có cảm giác chỉ cần xòe bàn tay ra, năm đầu ngón đụng ngay cái lạnh giá của mùa đông dai dẳng, của lòng người buốt giá. Nắm tay lại, hơi ấm lại tỏa lan bởi chút chia sẻ của ngọn lửa trái tim, tình yêu thương và lòng nhân ái.

Tôi mong ông sẽ thấy ấm, bớt cô độc vì đâu đó giữa dòng đời xuôi ngược, ông vẫn có những tri âm, có những đồng vọng.

Ít ra, ông đã có một "Tri Âm" hiểu ông như thế này:

"Trần đời nào không vương Vấn Lệ/ Thi sĩ, nhà giáo, nhà binh làm thơ nhiều vô số kể/ Chữ khóc thương để nước mắt mưa tuôn/ Chắc hồn Thi sĩ buồn nên nguồn thơ sướt mướt...

Ông Bùi Giáng khi trước để mực chảy thành thơ/ Ông Vấn Lệ bây giờ thổi hồn vào mọi thứ/ Mọi thứ mọi thời thả hồn thành con chữ/ Lùa chữ gieo vần lạ lẫm câu thơ.

Lệ Vấn dương Trần từ thuở ngu ngơ/ Lệ rơi mơ thời còn sách tập/ Lãng mạn yêu đương Lệ bầm giập lúc làm Thầy/ Lệ đầy ngày tràn đêm khi giày Saut áo trận.

Thơ Vấn Lệ nên ngàn thơ lận đận/ Nhìn cái gì cũng thờ thẫn nhớ nhà/ Thấy dáng dễ thương cứ nhớ bóng người xa/ Ngắm cánh hoa nhớ môi cười năm cũ.

Thơ là Lệ nên làm sao cho đủ/ Người ly hương nhớ nước thương nòi/ Bà Mẹ quê, thiếu phụ bất phùng thời/ Trai thời loạn đời già theo năm tháng.

Mươi quyển sách, mươi văn đàn, trang mạng/ Dáng thơ Ông, văn học Việt chẳng ai trùng/ Đứng một mình nhưng rất mực tình chung/ Yêu nàng Thơ, yêu người, yêu cuộc sống."

(*Phạm Tương Như*)

Tôi kết thúc bài viết thiên về cảm xúc của mình bằng một bài thơ rất tuyệt vời của Thi sĩ Trần Vấn Lệ

"Tôi xem chữ nghĩa như con cái: có đứa buồn hiu có đứa vui, quanh quẩn bên tôi

chiều với sớm, líu lo như thể lũ chân trời

Tôi xem chữ nghĩa như cơm cháo, khi đói thì ăn no để dành, dư ném cho chim nhìn chúng hót thấy đời hẹp bớt chút mông mênh

Tôi xem chữ nghĩa như bè bạn, kết thả trôi sông chở cả trời nếu có lúc bơi giòng nước ngược, buồn buồn nhớ lại lúc miền xuôi

Tôi xem chữ nghĩa như chăn gối, khi lạnh thì ôm, nóng bỏ ra, nhưng chẳng lúc nào không ở cạnh, trăm năm thương mãi chữ Chan Hòa!

Chữ nghĩa và tôi nặng cái tình, như là khi thấy lệ long lanh giọt sương trên lá khi chiều xuống, nhớ quá Quê Hương khóc đoạn đành

Chữ nghĩa theo tôi thời ấu thơ, chữ a, chữ ă, chữ o, ô... Chữ nào cũng ngộ như ông Phật đưa một bàn tay chỉ học trò.

Chữ nghĩa và tôi đến xứ người, ngậm ngùi tan nát giống như tôi... sót vài ba chữ ngồi hiên quán gặp bạn nâng ly một tiếng cười

Chữ nghĩa và Tôi sẽ xuống mồ mai này cỏ mọc sắc xanh lơ ai đi ngang để cành hoa xuống là cũng cho đời một chút thơ ."

Đó chính là Trần Vấn Lệ, chỉ đơn giản là ông thôi, đơn giản như những nét bút tài hoa ông để lại cuối tập thơ này.

Tất cả những dòng ông viết về Quê Hương, về hoa lá cỏ cây đất trời Đà Lạt hay cả thân phận con người trong mùa dịch bệnh đều thấm đẫm tính nhân văn, một chút triết lý, một chút ngang tàng – khí phách.

Vâng, khí phách của một người từng là lính...

Chất lính trong ông cũng thật đáng yêu. Rất cứng cỏi và cũng lãng mạn đến vô cùng. Rất lạnh lùng và cũng thật nồng nàn quyến rũ...

Nguyễn Thiên Nga
Dalat, 11/ 2021

* * *

Thơ Trần Vấn Lệ
Thơ Cho Ngày Tháng Cũ Và Những Môi Hôn Nồng Nàn

"Ngày tháng nào đã ra đi khi ta còn ngồi lại
Cuộc tình nào đã ra khơi ta còn mãi nơi đây..."

Bài thơ nào của ông cũng tạo cho tôi cảm giác bâng khuâng trong không gian đa chiều, chấp chới theo từng vòng bánh xe thời gian quay ngược hay dừng hẳn lại ở tháng ngày yêu dấu cũ.

"Thơ tôi trần trụi thiệt kỳ! Không vui đừng đọc, buồn thì buồn thêm! Vậy mà... cứ gửi về em, để em mở thấy đầy thềm lá bay..."

"Thơ tôi trần trụi trần truồng... như hồi chuông một giáo đường bỗng ngân! Con nai lạc núi còn dừng, tiếng thơ tôi chẳng động lòng cỏ hoa! Phải chăng con bướm mù lòa hay muôn nhân ảnh đã mờ khói sương?"

"Thơ tôi... một cõi tứ bễ, buồn trăm phương cứ đổ về một phương!"

(Thơ Tôi Độc Thoại)

Nhiều người yêu thơ, thấy mình trong thơ ông và đôi khi có cả sự ngộ nhận. Sau sự ngộ nhận sẽ chuếnh choáng buồn, vì như ông nói:

"Từ bao giờ đến hôm nay, không hình ảnh mới chỉ đầy cố nhân!"

(Thơ Tôi Độc Thoại)

Và cố nhân ấy:

"... ở Đà Lạt,
Huế,
hay Cồn Thới Sơn?
khi cô là mưa,
khi cô là nắng,
có lúc cô là trăng,
cô là sao,
là cơn gió nhẹ,
là dòng sông, là đóa hoa đào, đầu xuân...
nhưng mãi mãi, cô vẫn 17 tuổi
và, thi sĩ muôn đời là thi sĩ,
làm thơ...
tình mười bảy."

(Cảm đề bài thơ "Người Ta Ở Bển" từ trang nhà Bác Sĩ Đỗ Hồng Ngọc)

"Cố nhân" ấy có là chút nắng nhạt cuối ngày, cơn mưa chiều lất phất, làn gió mỏng bay tà áo lụa hay muôn đời là trăng: trăng tròn, trăng khuyết, trăng hao gầy, ...thì những dòng thơ của Thi Sĩ Trần Vấn Lệ vẫn ngưng đọng trong một không gian riêng, cứ một nét riêng không thể lẫn.

"Mươi quyển sách, mươi văn đàn, trang mạng/ Dáng thơ ông, văn học Việt chẳng

ai trùng/ Đứng một mình nhưng rất mực tình chung/ Yêu nàng Thơ, yêu người, yêu cuộc sống."

(trích thơ tác giả Phạm Tương Như viết tặng TS Trần Vấn Lệ)

Thơ ông có sự trần trụi rất duyên, trần trụi mà tinh tế, trần trụi đặc quánh của nghĩ suy. Từ dùng của ông không trau chuốt nhưng cũng đủ mỹ miều. Ông không ngần ngại đưa tố chất văn xuôi vào thơ, có khi là những lời thoại, nhiều nhất là độc thoại với nỗi buồn riêng, niềm đau riêng. Tiếng thơ cất lên, hay và bùi ngùi theo nhiều kiểu rất khác nhau.

"Em nói gì vậy TA? Anh hết muốn thở ra / những câu thơ Lục Bát! Anh ném thơ Song Thất / về lại thời Ôn Như? Anh đi theo Tự Do / như Thanh Tâm Tuyền, nhé?

Em ơi, anh muốn đi / tới đầu trời cuối biển. Thơ, anh hốt, anh liệng, ném khắp Thái Bình Dương? Ai cũng có Quê Hương... thơ thì vô Tổ Quốc?"

(Thơ Và Em)

"Buồn lòng biết nói với ai? Thả đôi câu với mưa mai nắng chiều? Nắng mưa tháng Chạp buồn hiu, buồn lòng có thể đang nhiều thêm thôi..."

"Buồn mà như trái chín treo, như chiếc lá nhỉ cho chiều vô tư! Tôi làm thơ? Đó là thơ? Thưa không! Chỉ chút ỡm ờ vô duyên!"

(Dẫn Nhau Đi Tới Đỉnh Ngàn)

"Cái nỗi buồn nằm trên những ngọn cây
chim không đậu câu thơ này không đẹp!

Nãy tới giờ tôi có mấy câu thơ thật lạ
mà cũng hồn nhiên chắc bạn gật đầu?
Những người làm thơ chẳng hề sống với nhau
nên mỗi bài thơ là một cõi người ta lẻ bạn!"

(Cái Bao La Bao Quanh Thành Phố Nhỏ)

Đôi khi cũng thoáng nụ cười hiếm hoi làm câu thơ bừng sáng, dễ thương lạ lùng!

"Hình như tôi mới bật cười! Con sông Ba nước cuốn trời Phú Yên... cuốn em luôn cái mặt hiền... câu thơ tôi sợi chỉ viền áo xưa!"

(Dẫn Nhau Đi Tới Đỉnh Ngàn)

*

Con nước thời gian cứ mải miết trôi theo dòng của nó. Ông lặng lẽ đứng lại ngắm nhìn, tự "*lắng nghe ta*", độc thoại với chính mình, tự trút hết nỗi cay đắng và nghe "*hồn ta gió cát phù du bay về*" ... Đó là những lúc Thi Sĩ cảm thấy cô đơn đến tận cùng.

Thơ là hơi thở của ông. "Hơi thở" ấy nhịp nhàng, nhẹ nhõm và cũng nhiều khi "rẽ ngoặt", hụt nhịp bất ngờ. Lướt qua thi tứ êm ái quen thuộc, thơ ông có khi như lạc vần. Tuy nhiên, hãy thử một lần lắng nghe, ta sẽ cảm nhận được những âm thanh vi diệu cứ rung ngân trong từng thời khắc; những chùm móc đơn móc kép thật đẹp bay lên quấn quýt không gian.

"Từng giọt sương rơi
từng giọt nắng của trời
của kim cương, cầm đi cô Bé
cài lên tóc nha cho mù sương bay theo..."

(Cảm Ơn Hoa Cho Tôi Nhìn Thấy)

"Tôi nhìn nước mênh mông. Tôi nhìn trời bát ngát. Tôi muốn nghe ai hát bài Tình Xa. Tình Xa...

Em ơi em dễ thương, bài Tình Xa cứ hát... Tôi thèm cơn gió tạt áo dài em mênh mông!"

(Tình Xa)

Hơn một lần, tôi đã hỏi ông: "*Trong suốt một thời gian dài, anh chỉ "hát" duy nhất bản "Tình Xa" của Nhạc Sĩ Trịnh Công Sơn? Anh có những kỷ niệm đẹp gắn liền với bài hát này phải không ạ?"*

Ông thường thả một "icon" nụ cười (chắc do câu hỏi ngây ngô) và trả lời xa xa gần gần...

"Ước chi nghe tiếng hát
bài Tình Xa Tình Xa
Ước chi buồn nở hoa
trong lòng mình một đóa!"

(Sáng Dậy Mở Cửa Thấy)

"Ô kìa sao em khóc?
Mình không có Tương Lai?
Ai biểu em hát hoài
bài Tình Xa chi vậy?"

(Tại Em Chớ Bộ)

Người đàn ông cô độc đó, ngồi hát một mình, độc thoại và dệt thơ tình bằng những sợi nắng, hạt mưa hay chút gió trời mong manh, chắc chắn không chỉ vì mối tình đã lỡ thuở đôi mươi trong khung trời Dalat thơ mộng hay những cuộc tình đi qua *"như những dòng sông nhỏ"* ... Đó còn là tiếng lòng ngậm ngùi hướng về Quê Hương, Tổ Quốc từng ngày, từng giờ ...

"... Còn gì đâu nữa với ta? Những tin báo nói quê nhà nước dâng...

Mình yêu biết mấy Đà Rằng, yêu cây cầu thuở miền Nam tự hào... Sử vàng một giấc chiêm bao. Sử hồng máu lệ đã trào tiếp theo..."

(Dẫn Nhau Đi Tới Đỉnh Ngàn)

Tập "THƠ" này gồm những bài Thi Sĩ Trần Vấn Lệ mới sáng tác từ mùa Đông năm 2021 đến đầu mùa Xuân năm 2022. Trong cái lạnh da diết của khung cảnh, của lòng người cứ mãi hoài đeo bám thì những nụ hôn đọng lại thật ấm áp, thật tình.

Nụ hôn trân trọng, ấm áp nhất ông dành cho Thơ. Hy vọng khi đọc, mọi người cũng cảm nhận được dư vị yêu thương:

"Tôi đã in thơ ngàn cuốn sách
Tôi đã hôn thơ không một lần
Nào ai nâng cuốn thơ lên đọc
Ai thấy môi mình âm ấm không?"

(Bạn Có Bao Giờ Nhặt Nắng Chưa)

Nhiều khi là những nụ hôn thoáng chút ngại ngần, mòn mỏi:

"Một chữ Hôn thôi, không dám viết
sợ mình hôn... thiệt, dịch làm sao?
mùa mưa, mùa lạnh, thêm lo lắng
cầu nguyện Trời thì... Trời quá cao!
Mẹ sẽ hôn con, không ái ngại,
mình hôn ai đó, chỉ hôn hờ!
Đường xa mỏi cánh mây tan hợp
mình vẫn xa người... tuyệt vọng Thơ!"

(Đường Xa Chi Mấy)

Nụ hôn càng cuống quýt, nồng nàn theo cơn bão ngoài trời rồi lại trở về thầm lặng. Vì em chỉ trở về trong nỗi nhớ, trong giấc mơ thật hiền:

"Anh gài em nút áo. Anh hôn cần cổ em.
Anh sẽ hôn nhiều thêm... như là mưa, đang đó!
...
Anh hôn em thầm lặng như anh từng đã hôn
Em, những lúc vui buồn... những khi anh mơ mộng!"

(Cơn Bão Ngày Thứ Hai)

"Vuốt em từng sợi tóc! Tóc dài bao nhiêu năm?
Em ơi anh hỏi thăm gió từng chiều từng sáng...
Anh hôn em trên trán, anh hôn em bàn tay,
Anh hôn em chỗ này, anh hôn em chỗ nọ..."

(Ba Bông Margueritte)

Sang Xuân trời ấm dần, những bông hoa hé nở. Ông ra ngắm giọt sương rơi, ngó từng chùm hoa nắng và lòng vơi đi sự trống vắng. Tiếng lòng ông rộn ràng, ước chi đang ở Đà Lạt, được nghe ai hát "Ai Lên Xứ Hoa Đào..." và nghĩ tới những điều tốt đẹp hơn.

"Hai tuần nữa Tết tới, anh hôn em bao nhiêu?
Mình tính sổ buổi chiều... ít, anh hôn em tiếp!
Thế giới thờ cái đẹp! Em, là một tượng Thần,
nụ hôn để dưới chân cũng là để trên tóc...
Hai đứa mình cùng bước trên sóng Đại Tây Dương!
Hai đứa mình dễ thương! Bài thơ này làm chứng!"

(Sắp Tết Trời Ấm Dần)

Ông cứ đứng ngẩn ngơ bên con đường kỷ niệm. Ông tỉ tê kể về những ngày đã qua mà như đang hôm nay bằng những ngôn từ thật gần gũi, dễ thương và cũng ẩn chứa nhiều cay đắng. Người nghe nghe hoài chuyện cũ kể thành thơ mà không hề thấy cũ. Đó là những vần thơ thật đẹp ghép từ sương chiều phố núi, lãng đãng mây ngàn, chút mơn man của nắng, chút gió như lời yêu mơ hồ thoảng qua. Tôi thấy cả thoáng bâng khuâng tiếc nuối và thật nhiều nhớ thương ông gửi về những ngày xưa thân ái...

"Ngày tháng nào đã ra đi khi ta còn ngồi lại ..."

Ngồi lại để nghe day dứt, nhớ thương không nguôi.

Ai cũng có một thời để yêu và một thời để nhớ. Dù biết rằng "nói ra nhiều cũng vậy thôi..", nhưng cứ để nỗi nhớ chìm sâu, khắc khoải thì tim ta sẽ đau hơn. Thi Sĩ Trần Vấn Lệ đã trăm ngàn lần cho nỗi nhớ bật lên thành thơ để tan vào không gian mênh mông; nằm soài trên cát vẽ nỗi nhớ chờ sóng xô bờ rồi cuốn trôi vào biển khơi thăm thẳm, hay cứ lang thang trong nỗi nhớ bằng đôi chân trần để nghe dễ thương lắm một chút gì xa xăm... Và rồi, ông vẫn cứ buồn, nỗi buồn buốt giá.

"Không có con sông nào đã cạn,
Thơ tôi rồi sẽ cạn nhân tình!
Buồn tay ghi lại dòng năm tháng
Buồn miệng ngâm hoài nghe lạnh tanh !"

(Buồn tay ghi lại dòng năm tháng)

Ông Phạm Tương Như, người bạn tri âm của Thi Sĩ đã từng viết:

"Thơ Vấn Lệ nên ngàn thơ lận đận/ Nhìn cái gì cũng thờ thẫn nhớ nhà/ Thấy dáng dễ thương cứ nhớ bóng người xa/ Ngắm cánh hoa nhớ môi cười năm cũ.

Thơ là Lệ nên làm sao cho đủ/ Người ly hương nhớ nước thương nòi/ Bà Mẹ quê, thiếu phụ bất phùng thời/ Trai thời loạn đời già theo năm tháng..."

Tôi hiểu, không thể đọc lướt qua một vài bài thơ của Thi Sĩ Trần Vấn Lệ mà có thể cảm được nhận được hết cái đẹp, cái tình trong thơ. Có lẽ chiều dài của Thời Gian, chiều sâu của Không Gian ở trong thơ ông luôn khiến tôi choáng ngợp và thấy mình nhỏ bé.

Thôi thì hãy để cho những ngôn từ đẹp; những mưa, nắng, mây, sương, con sông, dòng suối, ngọn đồi, ... của Thi Sĩ Trần Vấn Lệ tự dịch lấy bức thông điệp của mình.

Nguyễn Thiên Nga
Dalat, tháng 3/2022

* * *

Cũng Đành Gió Lạc Mùi Hương

Một ngày có nắng mảnh như tơ sau những ngày dài mưa tầm tã, tôi lại nhẹ đưa bước chân vào vườn thơ quen thuộc của thi sĩ Trần Vấn Lệ theo mùi hương la đà, quyến rũ.

Cả vườn thơ của ông cứ ngào ngạt hương thơm của nắng gió ân cần; cả ngàn thông đang ngân reo bài hát muôn đời cùng mùi hương đặc biệt của nhựa, của lá non, của phấn vàng rắc đầy nỗi nhớ. Trong rừng xa, sườn đồi hay ven dốc mòn đỏ màu đất bazan, hoa dại muôn màu và những thảm cỏ nằm ngoan dưới chân cứ ngan ngát hương dịu dàng, tinh khiết...

Theo bước vui, chợt gặp:

"Nàng Tiên đi bộ, đi thong thả, cả một vườn hoa nở đón nàng."

và lời tác giả dịu dàng:

"Anh sẽ đón em bằng nhạc nhẹ, bằng lời thơ nhé, rất là thơm!"

(Ngày Mai)

Tôi cảm thấy hồn bâng khuâng.

Đúng là Thi sĩ Trần Vấn Lệ đã đón bạn bè yêu thơ vào khu vườn của mình bằng những câu thơ rất thơm, một mùi thơm rất Đà Lạt.

Đầu tiên, tôi nghe gió đưa đến hương của phấn thông thơm nhẹ nhàng, trong suốt. Tôi nghĩ, không phải ai cũng có thể cảm nhận được mùi hương này bằng khứu giác. Phải yêu Đà Lạt, yêu ngàn thông xanh ngát bốn mùa lắm ta mới cảm được mùi hương tinh khiết này đang mơn man trên làn da, mái tóc; mới thấm được vào lòng và thốt lên như tác giả:

"Nếu mà mình Thi Nhân, tập thơ mình... một Chữ, giống như Nguyễn Công Trứ... thả lòng thơm phấn thông..."

(Một Chữ Tình)

Một chữ Tình vương phấn thông thơm ngát.

Cả bài thơ Tình cũng thơm ngát phấn thông:

"Ôi rừng thông thơm ngo có bao giờ, bao giờ tôi nhặt từng chiếc lá kết dài đường muôn phương?"

(Bài Thơ Tình Đẹp Nhất)

"Phấn thông vàng thơm ngát/ gió bay, áo, tóc bay.../ Em rất thơm mùi cỏ... cỏ hồng ở Thái Phiên! Em là ngọn Lâm Viên / đời đời anh hướng tới..."

(Áo Trắng Quần Đen)

Quê Hương đã cách xa nghìn trùng mà sao mãi hoài ngát thơm trong tâm tưởng tác giả cái mùi hương phấn thông gần gũi mà vô cùng quyến rũ ấy.

Bao nhiêu hoàng hôn đã buông, bao nhiêu rèm chiều đã kéo, bước chân lang thang ông bỗng dừng lại khi ngắm trăng non nơi đầu non mà ngẩn ngơ, mà bồi hồi bởi mùi hương phấn thông lạc về theo cơn gió lạ...

"Đầy lòng tôi tiếng quê. Quê Hương tôi, Đà Lạt, có ngàn thông xanh ngát, phấn thông vàng nắng Xuân!"

(Phấn Thông Vàng Đà Lạt Ơi)

"Anh ra sân khép lại cánh cổng rào
Có con bướm trắng đậu trên hoa vàng em ạ!
Lát nữa mưa, ai che giùm nó, há?
Phấn bướm bay vàng như phấn thông không?"

(Một Cánh Thư Không Dán Tem)

Thật ra, mùi Đà Lạt trong thơ của Trần Vấn Lệ còn là sự tổng hòa hương thơm của nhựa thông, lá thông quyện nhẹ với chút ẩm ướt của sương mù, cây cỏ buổi sớm se se lạnh. Buổi chiều, khi những làn gió lững thững đi ngang những khu rừng, những sườn đồi, vòng tay ôm hết hương hoa dại hồn nhiên nở bốn mùa; gió lại về bên Em – nàng Thơ cổ tích, ướp tất cả mùi hương nhẹ nhàng dễ thương ấy lên mái tóc đang bay tung theo mây trời lãng đãng.

Thi nhân ai mà không ước ao nương náu mái tóc thơm hương ấy. Niềm ước ao gửi trọn vào câu thật đẹp và thật thơm:

"Ngày của Tình Yêu qua mau. Ôm chặt, thời gian vẫn mất. May ghê còn hương tóc mật! May ghê còn bờ vai thon...

Vẫn là suối tóc thơm hương, vẫn là bờ vai muốn cắn. Thời gian là mưa là nắng, mất còn một thoáng mà thôi!

Người yêu tôi ngước mặt lên, tóc thơm, thơm lừng gió Tết..."

(Cuối Ngày Valentine)

Bất cứ lúc nào, từ thuở thanh xuân cho tới khi thời gian rắc phấn lên mái đầu, vẫn cứ dịu dàng những khoảnh khắc thơm hương:

"Nhớ chứ chiều xưa trường Thủ Đức, vơi đầy con mắt mặt hồ Thu, em chờ tôi áo còn in nếp, còn cả mùi thơm của giấc mơ..."

(Trời Trở Gió Rồi Thu Đã Sang)

"Bởi tóc em thơm lừng gió. Em ơi có biết gì không? Anh ôm trọn mặt trời hồng đặt lên má em và ngắm."

(Mở Đầu Dòng Thơ Lãng Mạn)

Và cứ thế, "*anh vuốt tay em, ngón nào không mướt? Anh vuốt tóc em có sợi nào không thơm?*"

Nét đẹp của hoa dại kín đáo, tinh tế như thiếu nữ Đà Lạt; thật nhạy cảm lắm mới nhận ra mùi hương thầm của từng loài hoa nở ven suối vắng hay trên vách đá cheo leo kia. Chút hương nhẹ nhàng thoáng bay theo làn tóc người em phố núi mù sương để lòng ai mãi hoài nhớ thương:

"Anh yêu em, yêu với một lòng lãng mạn, anh làm thơ cho Đà Lạt dễ thương, làm thơ cho em dù anh biết anh không còn / cô bé học trò tóc thề thơm gió núi...

... không dừng lại bờ môi em chút! Người ta sống ở đời, người ta mơ Hạnh Phúc. Anh cảm ơn em, Đà Lạt thơm tho, từng sợi tóc em anh nhớ tự bao giờ, em Đà Lạt mà lòng em rất Huế!"

(Ai Biểu Em Là Vầng Trăng Trước Ngõ)

Hương ấy, sắc ấy chính là linh hồn của Đà Lạt. Mỗi ngày qua đi, linh hồn thầm thì những lời yêu thương bất tận, rất thẳm sâu, rất chân thành.

"Hoa đào rụng trắng bàn tay tôi phấn/ Hoa đào thơm lừng má tiểu thơ/ Tôi nhớ sao Đà Lạt sương mờ/ Hai cây đào trước ngõ nhà em tôi đi qua đi lại."

(Mùa Hoa Đào)

"Nụ hoa quỳ đầu mùa của tháng Mười Đà Lạt tỏa hương thơm bát ngát, tôi hái tặng cho nàng..."

(Bài Thơ Này Chừng Đó)

"Trong một tháng Giêng thôi/ Ba lần hoa đào nở/ Trời thơm mùi nhung nhớ/ Đất thơm mùi chân sen..."

(Hai Bờ Đường Xanh Cỏ)

Có những mùi hương rất quen mà cũng rất lạ theo gió lạc về khiến tôi rưng rưng xúc động. Tôi gọi tên là mùi Quê Hương

Đó là chén cơm thơm mùi gạo mới:

"Buổi chiều. Mới đã hoàng hôn. Những con quạ đậu hoảng hồn bay đi. Chúng ta vừa nói chuyện gì? Hình như không có chuyện chi để buồn? Khói chiều thơm ngát chén cơm."

(Buổi Chiều)

Hay là một món ăn thật quen thuộc:

"Khi bạn vào nhà, ôi quá thơm? Cái gì em nhỉ, chẳng là cơm, anh nghe ngào ngạt hương Đà Nẵng, nghe có cái gì thương quá thương!

Vợ dắt chồng đi vào bếp, ngó: Một nồi mì Quảng, chịu chưa chàng? Khói bay thơm phức mùi tôm ruộng và thúng mì tươi vàng rất vàng."

(Mì Quảng Hàm Thụ)

Buồn dâng nhè nhẹ với chút hương cà phê hòa chung mùi thơm khói thuốc đang được thả từng vòng tròn vào khoảng không vô định:

"Ngồi một mình với ly cà phê. Mùi thơm của khói thuốc không dè hòa chung với khói cà phê bốc thơm suốt hành lang một vỉa hè..."

(Mỗi Một Người Đã Có Một Bơ Vơ)

Bằng giác quan nào đây, để tôi có thể cảm nhận đầy đủ nhất, tinh tế nhất về các mùi hương trong im lặng và để thấy hồn mình cũng ngát thơm, một mùi thơm thật gần gũi và đầy thương yêu:

"Nhớ quá cái mùi mồ hôi của cha vương vương nếp áo. Nhớ quá mẹ chao cái chảo chiên con một cái hột gà..."

(Lật Trang Cổ Tích)

hay: *"Một thoáng cái hơi người lính cũ/ Còn thơm lên cả chiếc béret"*

(Tàu Cau Gió Thổi)

Cả niềm bâng khuâng khi "*Nghe mùi cỏ, mùi hoa, mùi lá, nhớ làm sao mùi ngõ tre làng...* **(Hôm Qua Mưa Hôm Nay Nắng)**

*

Nhà Văn Hồ Đình Nghiêm đã nhận định như sau:

"Giản dị trong phân trần, mộc mạc trong lý giải, dịu dàng trong phân bua. Đặc điểm thơ của Trần Vấn Lệ đều vậy cả... Em là nguyên cớ để lời thơ tìm đến, không đổi, dù Em có khi là một địa danh, một bến đò, một hàng cây, một khung cảnh, một chốn cũ. Và dĩ nhiên, Em còn đó là nàng thơ, là người tình duy nhất, một và chỉ một mà thôi."

Vâng, "Em" hay đơn giản hơn chỉ viết "M", thi sĩ cũng chỉ có một, để ông viết tặng những câu thơ dịu êm mà nồng nàn.

"Anh tặng em Tình Yêu, dang tay ra, ôm nhé. Những bài thơ của Lệ một câu này, rất thơm..."

Câu cuối cùng trong bài "Những Bài Thơ Của Lệ", được ông viết vào tháng 8. 2022 khiến người đọc bâng khuâng.

"Anh tặng em Tình Yêu ..."

"Em" trong thơ ông đặc biệt luôn thánh thiện, dễ thương và có lòng bao dung. Có lẽ vì vậy, chữ "Tình Yêu" ông đặc biệt viết hoa và cứ lan tỏa một mùi hương thơm ngát.

"Em ơi mùa thơm hương phấn. Em phấn hương mùa Thơ anh! Anh xin làm chiếc lá xanh, em trăm năm là hoa nở.

Em ơi mùa thơm hơi thở, em kề bên anh phải không? Anh hỏi, hỏi trời mênh mông. Anh hỏi, lòng anh xúc động!

Em là hương hoa đời sống, anh còn sống được bao lâu? Quê người cỏ lợt vì sao? Đường xa chưa ngừng bước tới.

Phấn hương này không phải mới, từ ngàn kiếp trước có em, từ những bài Thơ rất duyên / anh làm cho người yêu quý."

(Em Ơi Mùa Thơm Em Thơm)

Đúng vậy, phấn hương này không phải mới, mà đã có từ ngàn kiếp trước. Vì vậy mà từ những bài Thơ rất duyên cứ ngào ngạt thơm mùi tóc cũ, ngọt ngào thơm mùi cánh đồng lúa quê nhà, dạt dào thơm mùi gió mùi nắng... Hương thơm cứ tỏa lan, tỏa lan vào tâm hồn mỗi người yêu quý và đến với Thơ Trần Vấn Lệ.

Tôi biết, tôi tin ông có nhiều tri âm. Bởi Thơ ông dễ đọc, dễ thấm và dễ thương. Khi đã thương Thơ, người ta sẽ tìm thấy sự đồng điệu. Khi đã có sự rung động tinh tế, chân thành và trong sáng, người ta còn có thể lắng nghe trái tim mình nói – nói những lời thơm tho, đẹp đẽ.

Nguyễn Thiên Nga
Dalat, 10/2022

* * *

Mỗi Ngày Mây Vẫn Bay Qua Đây

"Đường đi qua một mùa Xuân, không ai muốn xóa dấu chân của mình. Hoa vàng và đám cỏ xanh, đàn bươm bướm trắng bay quanh bước người..."

Đường đi qua mùa xuân ấy là con đường Thơ. Như mọi lần, tôi bước thong dong theo chân ông – thi sĩ Trần Vấn Lệ trên con đường ấy với cảm xúc dành cho thơ vẹn nguyên như ngày đầu và cũng không muốn xóa dấu chân của mình.

Con đường Thơ ấy có nhiều khi ấy bình yên. Nắng thơm, hoa thơm, cỏ thơm, đất trời thơm. Gió mơn man đùa trên từng tán thông già. Chim ríu rít hát ca.

Có đôi khi con đường ấy mưa bão đi qua. Trời phong ba, đất phong ba, đời cũng phong ba. Mây xám giăng đầy, từng sợi buồn rơi rơi theo triền con dốc nhớ.

Vậy là đã hết mùa xuân, một mùa xuân như mọi mùa xuân, có nắng thật đầy và gió cũng thật nhiều. Con đường Thơ thì vẫn dài; sẽ đi qua Hạ đỏ, Thu vàng, Đông xám; sẽ đi qua bao năm tháng nhớ nhung, chờ đợi và mây vẫn cứ bay qua mỗi ngày.

*

Mỗi ngày thi sĩ đã có ít nhất một bài thơ.

Mỗi ngày, tôi – một người bạn nhỏ theo chân ông bước trên *"con đường đi giữa đời vui"* với *"những câu triết lý mây trôi lững lờ..."*

Mỗi bài thơ như áng mây bay qua trong trời với đủ màu sắc, đủ kiểu *"mây mỏng, mây dày, nhẹ, nặng"* và kể cả gió, *"gió có màu là cái màu mây trắng..."*

Không thể phủ nhận rằng, hình ảnh đẹp và xuất hiện nhiều nhất trong thơ Trần Vấn Lệ là mái tóc dài của một người con gái tuổi mười bảy năm xưa, mái tóc thường được ví như mây trời.

"Dù ai chưa tới mà tôi ngỡ... mây trước mặt tôi, suối tóc người!"

"Thơ tôi buổi sáng thơm lừng tóc,
đa tạ ai kìa bước nhỏ qua đây!
Nếu mà tôi ví mây là tóc
thì tóc của nàng... một áng mây!"

Để rồi ẩn hiện dưới mái tóc mềm đẹp như mây ấy, ta vỡ òa trong vần thơ thật lạ:

"Vầng trán em mây xòa ngũ sắc
Ánh hào quang sáng rực muôn hoa..."

Hình ảnh đẹp ngời ngời. Thi sĩ đã thì thầm cùng thơ bằng ngôn ngữ rất riêng. Tôi không hình dung được hết "mây xòa ngũ sắc" trên vầng trán – vầng thơ kia nhưng tôi mong, nếu có sợi mây xám buồn nào còn vương vất xin hãy để ngủ vùi trong dĩ vãng.

*

Mỗi ngày thi sĩ có ít nhất một bài thơ.

Mỗi ngày mây vẫn bay trong trời, thả trên con đường Thơ những bóng nắng xoe tròn đôi mắt phố, lấp ló khóe môi xinh. "*Mây trên đầu và trái tim trên môi.*"

Mỗi ngày mây vẫn bay qua thềm, thềm nhà có hoa, rưng rưng nhớ những chiều xưa xa...

Mỗi ngày mây vẫn bay quanh thuyền, mây êm đềm, mây là buồm căng gió tình yêu ra khơi mênh mông. *"Con thuyền mây trôi giạt... con thuyền mây trôi giạt... gió giạt con thuyền mây!"*

Mỗi ngày mây vẫn bay, bay ngoài cửa lớp. Tà áo nữ sinh trắng rợp sân trường. Ai nhớ ai mà mắt cứ rưng rưng, từng giọt lệ tái tê lăn tròn về bến cũ. Trang giấy trắng ngả vàng còn đôi dòng mực tím. Em sang sông hôm ấy gió tơi bời ...

Mỗi ngày mây vẫn bay, mây mang mưa qua đây. Mái hiên gầy run trong niềm nhớ dâng đầy, Quê Hương và Gia Đình, mưa đâu yên lành.

Mùa xuân dịu dàng, mỗi ngày mây vẫn bay. Mùa xuân nồng nàn, dù mắt ai vẫn cay. Mùa xuân gặp người trong mơ, bao đắm say...

"Mây trên đầu và trái tim trên môi
Với em như thế, nhé muôn đời
với em, duy nhất người yêu quý
mây bềnh bồng trái tim thắm tươi..."

Và như thế, mỗi ngày mây vẫn bay.

Nguyễn Thiên Nga
Dalat, tháng 4/2023

Từ Khi Em Là Nguyệt Nghìn Đóa Bình Minh Một Nhớ Thương!

Hơn một lần, tôi đối diện với Thi Sĩ Trần Vấn Lệ trong Vườn Thơ để lắng nghe ông kể, ông tỉ tê về mưa nắng, trăng sao và đặc biệt là về Đà Lạt, quê hương yêu dấu; hay nghe ông nhẹ nhàng kể về những nỗi buồn đau da diết cùng nỗi nhớ thật đầy, thật dài về một mái ấm gia đình thân yêu với dáng Mẹ, dáng Cha, dáng ngoại lom khom trong vườn cau Nam Phổ. Đặc biệt, ông chẳng bao giờ quên dáng người xưa với tà áo dài, áo bà ba, mái tóc thề bay bay trong gió...

Cũng nhiều lần, tôi bước vào Vườn Thơ của ông để thưởng thức hương thơm của nắng gió ân cần, cả mùi hương đặc biệt của nhựa thông, của lá non, của phấn vàng rắc đầy nỗi nhớ. Hồn bâng khuâng cùng những đóa hoa dại muôn màu và những thảm cỏ nằm ngoan dưới chân đồi cũng ngan ngát hương dịu dàng, tinh khiết...

Vườn Thơ của ông – thi sĩ Trần Vấn Lệ, vương vương mây bay. Tôi vô tư ngắm mây bay trong khoảng trời mộng ảo đang thả trên con đường Thơ những bóng nắng xoe tròn. Tôi ngắm mây bay qua thềm, thềm nhà có hoa, rưng rưng nhớ những chiều xưa xa... Rồi một chiều rưng rưng theo bao áng mây bay ngoài cửa lớp – tà áo nữ sinh trắng rợp sân trường và nhớ tới một bài thơ cũ:

"Nhìn các em ngồi đó
Một góc sân trường xưa
Thương quá thời nắng gió
Nhớ quá chiều, sáng mưa...

Đà Lạt, các em ở.
Đà Lạt, Thầy bỏ đi.
Các em thì vẫn nhỏ
Như vầng trăng núi kia...

Đà Lạt các em ở
Xanh biếc nhé bầu trời
Ngước lên nhìn nỗi nhớ
Thầy là áng mây trôi..."

(Nhớ Đà Lạt – Trần Vấn Lệ)

Vườn Thơ Trần Vấn Lệ còn có những Nụ Hôn thật ấm áp, thật tình.

Màu Mưa trong thơ ông cũng khác, trong veo mà lung linh.

Mái Tóc người con gái trong thơ ông đã chiếm vị trí "độc quyền", tôi nghĩ vậy. Tóc – Mây quyện hòa, huyền hoặc dưới ánh trăng mơ màng. Ánh trăng ấy, màu trăng ấy, và cả người mang tên trăng ấy đã đẹp hơn rất nhiều, màu nhiệm hơn rất nhiều trong Vườn Thơ đầy hoài niệm này.

Tôi yêu ánh trăng trong Vườn Thơ Trần Vấn Lệ, từ vầng trăng hao khuyết đến trăng tròn vành vạnh hay thậm chí trăng mang hình trái tim; từ trăng non đến trăng già thấy rõ chú Cuội ngồi gốc cây đa mơ thấy nàng Hằng Nga; từ ánh trăng xanh hồn nhiên, ánh trăng vàng ấm áp đến bóng trăng lạnh tháng Mười Hai buốt giá ...

Tuy nhiên, tôi thấy mình không đủ sức, không đủ vốn từ để diễn đạt được hết cảm xúc của mình về Trăng trong thơ của ông. Trăng khiêm nhường mà bàng bạc không gian. Trong cái bàng bạc, mênh mông ấy, tôi thấy mình quá nhỏ bé. Mà không nhỏ bé sao được, khi mỗi ngôn từ thi sĩ viết ra đã có âm thanh mê hoặc, vẻ đẹp rất riêng. Từng dòng thơ kết nối nhuần nhuyễn, mạch suy tưởng nhẹ nhàng.

Tôi sợ sự rườm rà khi đi phân tích ý nghĩa từng con chữ, lắng nghe âm thanh của từng chiếc vỏ ngôn ngữ. Tôi càng không dám so sánh Trăng trong thơ Trần Vấn Lệ với Trăng của những thi sĩ đi trước đã để lại quá nhiều ấn tượng. Ánh trăng đã là nguồn cảm hứng bất tận trong nghệ thuật và mỗi người đều có cách biểu đạt của riêng mình. Dĩ nhiên, tôi cũng sợ mình đi lạc trên Đường Trăng ấy.

Tôi đi làm công việc thường ngày của một người bạn nhỏ.

Vào Vườn Thơ riêng ông, cần mẫn và hết sức nhẹ nhàng, tôi gom từng ánh trăng đêm hay trăng buổi mai. Bâng khuâng, mơ màng và tôi tưởng như đang nghe thấy tiếng thở đều đều bình an của một người bạn lớn sống bằng Thơ, sống nhờ có Thơ đang ở bên kia đại dương.

Khi viết những dòng này, tôi đã có hẳn một "góc vườn" lấp lánh ánh trăng.

Đường Trăng mong không hiu quạnh.

Vườn Trăng mong luôn thơm ngát hương đêm.

Nguyễn Thiên Nga
Tháng 7/2023

– Phạm Mai Hương –

Thầy Trần Vấn Lệ: Mất Người Ngày Xưa

(Anh em chúng con trân quý tình cảm của thầy dành cho ba con. Chúng con chân thành cám ơn.)

Tháng 6 năm 2010. Ba tôi dường như biết mình sắp ra đi. Ba không bồn chồn lo sợ, ba từ tốn làm mọi việc nhưng không dặn dò điều gì bởi ba nghĩ lối sống dung dị của ba là tài sản lớn nhất để các con gìn giữ noi theo.

Ba thắp nhang bàn thờ tổ tiên khấn: ôn mệ về rước ba đi. Ba dặn mạ trả tiền còn thiếu cho anh xe thồ chở ba đi ăn đám cưới. Ba túc tắc lên chùa Linh Sơn chào từ biệt thầy Minh An, thầy Viên Như để lại câu thơ *Khi còn sống đất xem mình ruột thịt. Vĩnh biệt đời đất ôm ấp như con.* ***(Việt Trang)***

Ba khiến các con đêm hôm vào thăm lần cuối rồi khuya đó, trong giấc ngủ ba lặng lẽ về cõi tịnh.

Đám tang của ba hội đủ bạn bè thơ văn. Nhóm Trà Sơn tổ chức một đêm thơ Nguyên Tiêu trước lễ Tịch Điện. Mọi người ngâm thơ của ba và những bài thơ điếu tang; trong đó có một bức thư của thầy Trần Vấn Lệ gởi riêng cho ba từ phương xa đã lấy của chúng tôi nhiều nước mắt:

Thư riêng
Bác đi trong lúc tuổi già
Cũng vui Bác nhỉ! Coi là cũng vui
Nói chao ôi! Khóc hay cười?
Còn chung trà cũ, mất người ngày xưa...

(Trần Vấn Lệ)

Ba và thầy Trần Vấn Lệ có nhiều mối nhân duyên.

Thầy Trần Vấn Lệ, dáng người cao lớn, da ngăm, đặc điểm của người xứ biển Phan Thiết. Thầy là giáo sư của trường trung học Bùi Thị Xuân, ngôi trường nữ sinh duy nhất ở cao nguyên Trung Phần nằm trên ngọn đồi cao với tường quét vôi hồng, ngói đỏ. Ba làm Chi Hội Trưởng Hội Phụ Huynh Học Sinh của trường trên mười năm

Thầy ở đường Yagut, song song với đường Trần Nhật Duật. Ngôi nhà gỗ sơn xanh nhạt của thầy nằm cạnh trường tiểu học Trần Bình Trọng, cô Liên, vợ thầy, dạy ở đó. Đứng trên bậc cấp cao gần cổng phụ vào trường, thầy có thể nhìn thấy với ba đứng trước sân. *Rằng biết nhà mình ở cạnh bên. Thì chi đường dốc ngược đi lên. Nhìn qua chợt thấy lòng nguôi nhớ. Ngoảnh lại sao nghe ý đậm tình.* ***(Việt Trang)***

Ba và thầy, một già một trẻ nhưng chung tâm hồn mơ mộng, lãng mạn của người yêu thơ và biết làm thơ.

"Ngày xưa Đà Lạt trời mưa
Bác mời tôi đọc bài thơ mới làm
Tôi khen, Bác mặt rỡ ràng
Tay nâng quản bút ký ngang một đường"

(Trần Vấn Lệ)

Ba nháp thơ trên tờ lịch, cuốn sổ dở dang; làm xong ba trang trọng chép vào tờ giấy trắng. Thầy tặng lại ba bài thơ viết trên trang giấy học trò với ngòi bút lá tre chấm mực tím; chữ thầy đẹp, bay bướm.

Trời Dalat mưa phùn lất phất, khi trên căn gác Duyệt Ứng Hiên của chú Lan Hinh ở dốc Nhà Làng, lúc ở ngôi nhà 12 Trần Nhật Duật... nhóm thơ Trà Sơn chia sẻ bài thơ mới viết. Ba như cậu thanh niên mới lớn, vui mừng khi được khen, ba đặt bút ký tặng bạn bài thơ đắc ý.

"Tôi làm thơ tặng người thương
Anh trong tiếng gọi từ hồn tôi vang
Ngày xưa Giả Đảo lỡ làng
Nay tôi có bạn ngồi chung một bàn!"

(Trần Vấn Lệ)

Năm 1975, thầy vốn là sĩ quan biệt phái nên phải đi học tập cải tạo để lại quê nhà người vợ trẻ và hai cô con gái nhỏ chưa qua bậc tiểu học.

Người đi tù chịu nhiều khốn khó. người vợ ở nhà gian nan không kém. Trường Trần Bình Trọng trở thành trại gia binh của vợ những người đi học tập cải tạo. Trường có vài chục giáo viên mà hơn nửa là giáo viên ở Nghệ An, Hà Tĩnh vào, từ rừng ra; còn lại là vợ lính Việt Nam Cộng Hòa, một mình chăm con và thăm nuôi chồng như cô Liên, chị Tươi, chị Xuân, chị Mượng, chị Thảo, cô Giỏi, chị Mai, chị Hòa, chị Tín Hương...

Tiền lương được trả bằng tem phiếu: gạo (hay bo bo, bột mì) chừng 18 ký, 1/2ký đường, 250gam thịt... có những thứ không nằm trong tem phiếu mà mua chung rồi về chia lại như mì chính (Bột ngọt), tiêu... mua xong về văn phòng của trường rồi cân đo đong đếm. Đôi khi trường có việc, phải gởi nhờ nhà cô Liên ở gần đó.

Người giáo viên bấy giờ khá bận rộn: sáng lên lớp, chiều soạn bài hay hội họp, tối dạy xóa nạn mù chữ. Tâm trạng người vợ lính bất an bởi có thể tinh giản biên chế do lí lịch của chồng và nếu mất việc là đồng nghĩa với việc đi kinh tế mới. Cuộc sống khó khăn nên tài sản trong nhà dần dần ra đi.

Cứ vài tháng, các chị hẹn nhau cùng đi thăm chồng trong trại. Phần gởi lớp nhờ người dạy, phần lo bới xách. Tem phiếu để dành mua ít thịt làm ruốc sả, bánh mì sấy khô... *Thương nhớ trôi qua rừng Trại Mát. Buồn trông đọng lại trảng Lương Sơn. Chiếc chăn đủ ấm lòng hiu quạnh. Khoai sắn vừa no dạ héo hon.* ***(Việt Trang)***

Một ngày, vợ thầy vui khoe bài thơ: *Khi Anh Về* ...bài thơ rất dễ thương; chị em trong trường chuyền nhau chép. Đó là lúc thầy Trần Vấn Lệ được trả về nhà.

Ngày xưa, Giả Đảo vì không hanh thông trên đường hoạn lộ nên *đọc thơ của Giả Đảo như ăn dưa muối lạnh, mùi vị chẳng những không hợp khẩu mà có khi lưỡi bị chua, răng bị tê nữa.* (Dịch Quân Tả). Nay, thầy bị ràng buộc vì quản chế, không công ăn việc làm, bất lực nhìn vợ chạy vạy mưu sinh nhưng thơ của thầy vẫn mượt mà, ba khen: nghe như tiếng suối chảy

"Ba mươi năm trước, mịt mùng
Ba mươi năm, nhớ, tôi rùng mình, đau
Bác đi rồi? Bác đi sao?
Tôi không tin, lệ cứ trào, tự nhiên!"

(Trần Vấn Lệ)

Trời thương nên thời gian sau, thầy được định cư ở xứ người. Cuộc sống kinh tế chắc chắn phải hơn nhiều so với Việt Nam nhưng sao thơ của thầy lại buồn, ba bảo: *Thơ em viết sao nhạt nhoà nước mắt. Và thở than phiền muộn bủa vây quanh.* ***(Việt Trang)***

Vậy mà thấm thoát đã hơn 30 năm, ở phương xa, thầy vẫn luôn khắc khoải: *Ôi Việt Trang ơi nhớ lắm mà. Sao người không nhắc chẳng thăm ta?* ***(Trần Vấn Lệ)***. Bên này, ba cũng ngậm ngùi "*Ơi Trần Vấn Lệ vẫn thương mà. Biết lắm phương trời bạn nhớ ta*"

Ba ngồi trước hiên nhà nhìn vọng qua trường Trần Bình Trọng, tìm ngôi nhà gỗ màu xanh. Dần dà tầm nhìn của ba bị che khuất bởi những tòa nhà cao tầng và bậc cấp dài đi vào trường đến nhà thầy cũng nhỏ lại. Dalat đổi thay nhưng với ba vẫn *Một ngày vẫn đợi ngàn năm vẫn chờ* ***(Việt Trang)*** mong ngày thầy về thăm *Ơi gian nhà cũ tận bên kia. Ngóng một người thân hẹn trở về.* ***(Việt Trang)***

"Bác Triếp à, Bác hãy quên
Tôi đi xa lắm, còn trên xứ người
Bác đi, nhang đốt cho trời
Tôi tay bụm mặt, nhớ rồi... có quên?"

(Trần Vấn Lệ)

Nhớ về bạn là nhớ về quá khứ hãi hùng, tối tăm: thời gian học tập gian khó nơi rừng thiêng nước độc; thời kỳ bao cấp trói buộc con người vào miếng cơm manh áo bằng chế độ tem phiếu, thời gian quản chế ăn cơm nhà vác tù và làm mương rãnh thủy lợi....

Bởi vậy nên thầy nhớ rồi lại cố quên. Quên rồi lại nhớ. Nhớ hình ảnh người bạn già cố tri điềm đạm, cân nhắc dùng từ thật tinh tế trong từng câu thơ. Người bạn cười vô ưu, cầm bút ký ngang bài thơ. Giờ bạn không còn. Đau lòng. Đành thôi.

"Viết cho người bức thư riêng
Gửi đi, ai nhận, tôi bèn xé thôi!
Còn nhau, cuối biển đầu trời
Mất nhau trong cái tuyệt vời Âm Dương"

(Trần Vấn Lệ)

Thư của thầy chắc ba đã nhận. Ba cười hiền hòa với chiếc răng cời: *Xin chào tất cả tôi đi. Nghĩ mình thân phận chim di một đời. Mây trời như sóng nổi trôi. Gió tha thiết mãi như lời từ ly.* **(Việt Trang)**

Và ba nhắn với thầy:

"Dẫu mai này trời đất có làm thinh
Thì em vẫn làm thơ cho người đọc"

(Việt Trang)

Phạm Mai Hương
24.12.2017

- Phạm Tương Như -

Kính Tặng Thầy Trần Vấn Lệ

Trần đời nào không vương Vấn Lệ/ Thi sĩ, nhà giáo, nhà binh làm thơ nhiều vô số kể/ Chữ khóc thương để nước mắt mưa tuôn/ Chắc hồn Thi sĩ buồn nên nguồn thơ sướt mướt...

Ông Bùi Giáng khi trước để mực chảy thành thơ/ Ông Vấn Lệ bây giờ thổi hồn vào mọi thứ/ Mọi thứ mọi thời thả hồn thành con chữ/ Lùa chữ gieo vần lạ lẫm câu thơ.

Lệ Vấn dương Trần từ thuở ngu ngơ/ Lệ rơi mơ thời còn sách tập/ Lãng mạn yêu đương Lệ bầm giập lúc làm Thầy/ Lệ đầy ngày tràn đêm khi giày Saut áo trận.

Thơ Vấn Lệ nên ngàn thơ lận đận/ Nhìn cái gì cũng thờ thẫn nhớ nhà/ Thấy dáng dễ thương cứ nhớ bóng người xa/ Ngắm cánh hoa nhớ môi cười năm cũ.

Thơ là Lệ nên làm sao cho đủ/ Người ly hương nhớ nước thương nòi/ Bà Mẹ quê, thiếu phụ bất phùng thời/ Trai thời loạn đời già theo năm tháng.

Mươi quyển sách, mươi văn đàn, trang mạng/ Dáng thơ Ông, văn học Việt chẳng ai trùng/ Đứng một mình nhưng rất mực tình chung/ Yêu nàng Thơ, yêu người, yêu cuộc sống.

Phạm Tương Như
02/01/2019

– Phan Bá Thụy Dương –

Trần Vấn Lệ: Người Ly Khách Ôm Kỷ Niệm Với Những Vần Thơ Mang Nặng Nỗi Hoài Tình

Trong nhiều ngày liên tiếp – người bạn thâm niên cùng trường, cùng lớp với tôi 55 năm trước tại trường công lập Phan Bội Châu, Phan Thiết khi chúng tôi vừa bước vào ngưỡng cửa trung học đã chuyển về Trang Thơ Cuối Tuần hơn 20 bài thơ mới với nhiều bút hiệu khác nhau mà anh đã xử dụng: Trần Vấn Lệ [TVL], Trần Trung Tá, Lê Phụng An, Lê Nhiên Hạo...

Trước khi Luật Báo Chí 72 ra đời, lúc tôi còn viết feuilleton và phụ trách vài trang VHNT, anh Tường Linh [TL] đã trao cho tôi đọc mấy bài thơ của Trần Vấn Lệ mà anh khen hay và cho biết người này gốc "xứ nước mắm, biển mặn" như tôi. Tôi hỏi anh TL có phải tác giả này là một bút hiệu khác của anh Thế Viên hay Kiều Thệ Thủy chăng. Hoặc giả là của Tôn Thất Trâm [Thi Thi Hùng Lân/Vũ Đài Sơn] vì trong lớp bấy giờ trong khi tôi, Trần Thiện Thanh [TTT], Lê Văn Nghê, Lê Văn Trung, Bùi Minh Ngọc, Lê Bá Hùng... chơi đàn giây, thổi sáo, tiêu, hoặc hát cho ban nhạc của vợ chồng "nhạc sĩ mù", trình diễn cuối tuần trong khu công viên chateau d'eau – giúp Ty Thanh Niên và gia đình Phật tử – thì vào năm đệ ngũ anh Tôn Thất Trâm và anh tôi là Phan Bá Thuần Hậu [Anh Thuần/Phóng Viên Kính Trắng] đã khởi sự "giở chứng" mần thơ "tán gái". Thơ của hai anh này thì luôn chứa chan khổ lụy, ướt đẫm tình sầu. Còn Bùi Thanh Minh, Bùi Nhật Huy, Nguyễn Thanh Liêm, Huỳnh Ngọc Hùng, Trần Thiện Trung, Phan Đồng Lý ... thì y như bầy thú dữ luôn tìm cách vào sân banh nhà trường hay sân vận động Phan thành để phá phách, "đá cẳng" bạn bè. TVL thì luôn ngoan hiền và chỉ lặng lẽ theo dõi các cuộc vui.

Anh Tường Linh thì không rõ, anh cho biết anh chỉ nghe anh Tô Kiều Ngân – người thay thế cố thi sĩ Đinh Hùng chăm sóc chương trình thi ca Tao Đàn, nói như vậy khi giao bài để anh chọn, phổ biến. Hỏi thêm các anh Hoàng Trúc Ly, Nguyễn Thu Minh, Trần Tuấn Kiệt, Kiên Giang Hà Huy Hà, Hoài Thương, những người phụ trách việc tuyển chọn, giới thiệu thơ cho các báo lúc bấy giờ, thì cũng chẳng ai biết tên thật của Trần Vấn Lệ. Bởi lúc đó TVL đang ở Đà Lạt và tên anh còn hơi mới mẻ đối với giới văn nghệ, làm báo tại Sàigòn.

Bạn học cũ bấy giờ lưu lạc khắp nơi. Kẻ vào quân ngũ, người về dạy lại trường xưa.

Hỏi thăm vài bạn đồng môn đang làm việc tại Sàigòn thì cũng chẳng ai biết rằng anh học sinh chất phác, hiền hòa năm nào nay chẳng những đã làm thi sĩ mà còn dám gởi một tập bản thảo mỏng – bất hợp lệ – về dự thi giải sáng tác VHNT của Tổng Thống VNCH [Giải Văn Chương Toàn Quốc] để tranh tài với các "kiện tướng" đã có nhiều tác phẩm ấn hành như Trần Tuấn Kiệt, Trần Dạ Từ, Du Tử Lê...

Khi Luật Báo Chí ban hành, tôi ngưng viết hẳn, nên thắc mắc trên cũng lắng chìm. Mãi đến năm 2005 sau hơn 5 năm tự cho phép mình về hưu, trôi nổi đó đây, ngao du Âu Á, tôi "ngứa nghề" bỏ tiền ra hợp tác, cứu sống một tạp chí đang "ngất ngư" theo lời đề nghị, kêu gọi của một số thân hữu cũ ở VN và hải ngoại mà TVL thường xuyên gởi bài. Nhờ nguyên do này cùng sự xác nhận của Nguyễn Tân Dân, Bùi Thanh Minh tại San José và Bùi Nhật Huy ở Fall Church, tôi mới nhận ra người mà tôi tìm hỏi hơn 34 năm trước là người bạn ít năng động ngày xưa của xóm vắng Xuân Phong. Tôi chỉ còn biết tự trách trí nhớ kém cõi của mình.

TVL sang Mỹ theo diện H.O và hiện cư ngụ tại Los Angeles. Mỗi cuối tuần đều chạy về quận Cam để hội ngộ, nhàn đàm cùng bằng hữu. Tính tình Lệ vẫn trầm mặc, ít nói như thủa nào.

Cho tới nay, TVL đã có hơn 30 thi phẩm ấn hành. Một số do anh xuất bản, một số do những người ái mộ thực hiện mà anh còn nhớ được:

BAY VỀ ĐÂU ĐÓ Ở QUÊ HƯƠNG * HỒN TAN TRONG THƠ * NẮNG RỚT VƯỜN XUÂN * GỬI EM MỘT ĐÓA HOA HỒNG * TA NHỚ NGƯỜI XA CÁCH NÚI SÔNG * TRĂM NĂM ĐỂ LẠI * NẾU BƯỚC CHÂN NGÀ CÓ MỎI * TỪ LÚC ĐƯA EM VỀ LÀ BIẾT XA NGHÌN TRÙNG * MAY MÀ CÓ EM ĐỜI CÒN DỄ THƯƠNG * MẤY AI BIẾT MÌNH SỐNG * MỘT THỜI TRONG TRANG THƠ * NÓI THẦM VỚI THƠ * ÁO DÀI EM TRẮNG BAY TRONG GIÓ NÓN LÁ BÀI THƠ CHUYỆN CỦA CHÀNG * CON TRAO TRẢO BỜ AO BAY ĐI BUỒN LẮNG LẶNG * HÌNH NHƯ TỪ TRONG CHIÊM BAO * CHIỀU BÊN SÔNG ĐỨNG TRÔNG LÀN KHÓI...

Tháng vừa rồi anh lại cho ra đời thêm một ấn phẩm thi ca mới: Trưa Buồn Bát Ngát Con Sông do họa sĩ Dương Ngọc Sum tại Westminster vẽ bìa.

Thơ Trần Vấn Lệ, vì thường viết liên tục nên có nhiều bài mới nhìn qua, người không rành chia nhịp, ngắt câu, có thể ngỡ anh làm thơ biền ngẫu, văn xuôi [poèm en prose]. Thí dụ một số bài tiêu biểu tôi giới thiệu dưới đây: Tùy Bút: ngũ ngôn, Đói Lòng Ăn Nửa Chén Cơm: lục bát, Mãi Mãi Sông Hương Nước Một Dòng: thất ngôn, Cúi Lạy Trời Cao, Gieo Gió: bát ngôn... thỉnh thoảng phá thể – chứ không phải hợp thể, một đôi câu thêm bớt chữ cho câu tròn ý hoặc để nhấn mạnh, truyền đạt nguồn cảm xúc.

Thơ anh nhẹ nhàng, rất nhẹ nhàng như hơi thở liên tục, như những sợi nắng chiều buông lơi trên kẻ lá, cành sen, phảng phất màu sắc hoài niệm, hoài tình. Đó là những tiếng lòng chân ái, và tha thiết. Đó cũng là những dấu ấn kỷ niệm, những lời kể lể, tự sự ngọt ngào hoặc đôi khi bởn cợt thân thiết với người tình hay bằng hữu cùng những hệ lụy, vấn nạn nhân sinh, thời thế... vương mang nỗi niềm hoài nhớ quê hương, tình yêu cũ.

Thơ TVL cấu trúc chặt chẽ, âm vận chuẩn mực, êm đềm và đầy nhạc tính và biết khéo léo tận dụng để lồng hay đặt "deep images" vào những chỗ đắc địa để làm nổi bật những hình ảnh vấn vương trong tâm tư anh. Lời thơ có lúc thánh thoát, chập chờn, réo rắc như tiếng hạ uy cầm, hay tiếng sáo chiều trên các cánh đồng mênh mông... có lúc trôi nổi, trầm buồn, nhàn nhã như những phím dương cầm được trình tấu bằng những ngón tay điêu luyện trong các thính đường ấm cúng.

Dù được ký dưới bút hiệu nào, dù được trình bày dưới thể loại nào tựu trung những vần thơ đó vẫn đồng qui, mang một tính chất dịu ngọt, êm đềm, vẫn cùng một thi pháp vững vàng cùng các thi ngữ, thi ảnh phổ quát bình dị, gần gũi. Không có sự gọt dũa, sáng tạo trong ngôn ngữ thi ca nhưng dưới ngòi bút đầy tình của Lệ những hình ảnh thông thường kia như được tiếp hơi trở nên sinh động, đáng yêu và nên thơ. Và thơ của Trần Vấn Lệ mãi mãi là của riêng TVL: chuyên biệt, lôi cuốn, không bị ràng buộc hay chịu ảnh hưởng của bất cứ người làm thơ nào dù họ đi trước hay đang cùng đi trên con đường thi-ca-viễn-mộng như anh.

Trong những cuộc điện đàm, gặp gỡ mới đây, con người trầm mặc, nhiều tư duy, dường như mang chút ít bất mãn thời thế ấy thường nhắc nhở với tôi về thời thiếu niên, về bằng hữu xưa, ngôi trường cũ... với giọng bùi ngùi, đầy xúc động, chân tình. Một trong những điện thư anh tâm sự: *"Tôi làm thơ... vì không có công việc nào để làm dài hạn! Thơ trở thành hơi thở. Hết thơ... là chết."*

Trong số anh em thân thiết của tôi – những người đã từng viết văn làm thơ trước 75 đến nay nhiều người sau khi định cư an vui cuộc sống mới đã gác bút. Một số ít thì chỉ sáng tác cầm chừng hay làm chủ nhật báo, tuần báo, tạp chí... Riêng Lệ, Trần Vấn Lệ thì hầu như vẫn miệt mài làm thơ mỗi ngày. Quả đúng như lời anh đã tâm sự với tôi. TVL vẫn yêu thơ vì thơ là linh hồn, là nhịp sống là hơi thở của anh. Ngày nào máu vẫn luân lưu trong tim, trong cơ thể, TVL vẫn còn miệt mài sáng tác, và con tằm sinh trưởng ở vùng ngoại ô Phan Thiết ấy vẫn còn tiếp tục nhả tơ cho đời và có thể để giải trừ giải tỏa phần nào niềm u hoài, khắc khoải trong anh.

Phan Bá Thụy Dương
2009

– Phương Điền Nguyên –

Đọc Thơ Trần Vấn Lệ

Theo năm tháng u-hoài, trải dài lên tâm tư của người lưu lạc – là sự hồi tưởng các giá trị văn hóa cũ bị biến đổi cái tốt vào quên lãng. Với thi tập May Mà Có Em Đời Còn Dễ Thương – trái tim bi thương đong đầy kỷ niệm đó của Trần Vấn Lệ đang khơi dậy hình bóng cũ... làm người đọc càng thương cuộc đời đầy phiền muộn hơn vui của ông đã qua. Sự buồn rầu trong ông không lẻ loi, đơn phương – nó đang lan vào tâm tư bao kẻ ly hương.

Lòng hối hận, luyến tiếc đó trong ông – thí dụ, như "người sinh viên thi hỏng" – trong cô đơn, tìm nơi thanh vắng, ôn lại dĩ vãng; thấy mình đã phung phí/tắc trách trong thời gian qua, đã gây sự thất bại cho cả năm:

"Tất cả chỉ là hơi rượu cay!
Sáng nay tôi uống một mình. Say
Khi tôi còn nói điều tôi biết
Là một mình tôi không với ai!
Ai nhỉ? Là Em? Không phải bạn?
Những thằng Lính gục xuống bờ đê
Cả Y Uyên cũng nằm trong máu
Cuộc chiến tranh như một gánh hề"

(Ba Mươi Tháng Tư Hai Ngàn)

Với Trần Vấn Lệ mang tâm sự "của người sinh viên thi rớt kia" – thì lại càng giống một trong những "lính cựu 'chưa tốt nghiệp' trong đời binh nghiệp!" Nên sự hối hận dâng tâm tư, càng làm ông chua xót/phiền muộn... Và việc hồi tưởng có tính cách bi-hùng này, khiến Trần Vấn Lệ nói lên tâm sự mình bằng cách "làm thơ như thể một trò chơi," hay nói cách khác – như hơi thở dài của lớp người có tuổi.

... Tôi lang thang gặp... tôi bình tĩnh
Ôi dễ gì trong buổi sáng nay!
Hỡi bạn hỡi bè chưa Giải Ngũ
Sao là bầy sáo xổ lồng bay?

(Ba Mươi Tháng Tư Hai Ngàn)

Ông ân hận hay hối hận? Biết đâu! Nếu người sinh viên trên cố công đèn sách thì tự mình quyết định được cuộc đời của mình. Nhưng, với tay súng của một lính chiến, chỉ biết phục tùng và thi hành. Ông buồn rầu nhìn họ bơ vơ, để rồi tự quyết đời mình trong lúc tan hàng!

Lại biết đâu nữa sau này – như Nguyễn Du đã viết trước: "Bất tri tam bách dư niên hậu. Thiên hạ hà nhân khấp Tố Như!" Con cháu ba thế kỷ sau thương khóc Tố Như tiên sinh; thì những tập thơ đã in, hay vừa mới ấn hành đây của Trần Vấn Lệ đã xuất bản, nói về tâm sự cựu lính bi thương cố quốc, sẽ nằm tại các thư viện quốc ngoại. Thì cũng biết đâu, "Ba trăm năm sau, thiên hạ lại khóc Trần Vấn Lệ" – vì ông sống lúc giao điểm đổi đời đầy nghẹn ngào/uất ức!

Đọc cuốn ***May Mà Có Em Đời Còn Dễ Thương*** hay những tập thơ nào trước đó, chúng ta luôn luôn bắt gặp hình ảnh một "giai nhân" muôn thuở như "Chị Ba" hay "Em..." cứ bám víu tâm tư mãi đời ông là ai?

Nếu "tình yêu trai gái" đó có – cũng chỉ là sự thăng hoa tình thương "Tổ Quốc" mà thôi.

"(Ta đang nhìn thật gần. Cặp nhân tình hân hoan, vui sướng nắm tay nhau. Cả hai người cùng nhìn về một hướng. Có buổi chiều buồn thu, trời mây bảng lảng. Anh thì thầm khẽ nói):

.. Em hãy nhìn kia, mây viễn phương
chiều Thu đang lạnh hóa mù sương
con sông như thể chiều lên khói
lá rụng, buồn ơi! Phải nói buồn!"

Phải nói là cảnh quá hắt hiu, xâm chiếm lòng người thêm bơ-vơ!

"(Và... hình ảnh đó kết nối như một liên khúc nhạc tình xót xa dở dang, không đứt đoạn giữa hiện tại và quá khứ. Cả bầu trời, vầng trăng muôn năm đó có chú cuội già. Nhưng khác nhau chỗ đứng, người nhìn – để cùng liên tưởng, nhờ ánh trăng này mang hình một người cô đơn xa, mong được rọi sáng về nửa quả địa cầu quê nhà. Hồn anh theo vầng trăng soi rạng cầu ao, cho "Em" giặt áo. "Em" có thấy bóng anh đang hiển hiện trên mặt nước ao Thu? Nhưng, mặt nước vẫn lao chao, bóng anh vẫn tơi tả, đưa về một cõi xa xăm! Nên suốt đời anh vẫn mỏi mòn trong hôn mê để nhớ "Em," là cố quận! Anh vẫn nghĩ, đời ta mang bao éo-le hợp-tan lúc cuối đời):

... Em hãy nhìn kia, anh của em
bóng trăng ngả với bóng trăng thềm
và em cũng ngả, trăng lồng bóng
thôi nhé, ta chờ lá phủ lên..."

(Mùa Thu Thứ Mười Trên Nước Mỹ)

Ông như thốt lời trối trăn, vĩnh biệt!

Hay:

"Em xòe một lúc hai tay
Mà hoa me cứ rụng bay đầy người!
Sài Gòn ơi! Sài Gòn ơi!

Hăm lăm năm trước em cười thật duyên...
Thôi mình ra với bờ sông
Thả mơ ước cũ cho dòng nước trôi
Sài Gòn ơi! Sài Gòn ơi!
Cái tên thắm thiết một thời, quên đi!"

(Hai Mươi Lăm Năm Trở Bước Về)

Là những lần nhớ "cảnh cũ người xưa," hay tâm hồn ông thường quay về cuộc sống trong tiềm thức đó! Nhưng rồi, giấc mơ cũng bị cuốn vào dòng nước xoáy chìm nhanh!

Thường, với tâm trạng chán chường, xót xa của người tha hương tưởng quê mẹ lãng quên mình; nhưng, với trái tim ăm ắp hình ảnh đầu đời, dù kết trái oan khiên, lòng vẫn chín muồi thương yêu cố quận – Trần Vấn Lệ như bao người, không thể tách rời lòng mình, dễ dàng chấp nhận "mẹ ghẻ... xứ lạ." Chỉ giận đời mà thôi – như đứa con làm nũng Mẹ! *Để rồi một ngày nào đó, Trần Vấn Lệ lại ngậm ngùi nhớ, cầm lon bia lên, ực cho trôi cái chán chường đang nổi phong ba trong hồn. Lại nhớ MẸ RUỘT! Con mắt hấp-háy buồn tình, ông lau lại kính, gắn lên mũi ngó xa xăm qua chỗ dung thân – giọng "lầu bầu," rầu rĩ... van xin **Mẹ Ruột**:*

"... Tôi nhìn phố Mỹ, Xứ người dưng
Tôi nhớ, em ơi, những cánh đồng
Tôi nhớ, em ơi, từng buổi phép
Tôi về, em đẹp tựa Non Sông!..."

(Ba Mươi Tháng Tư Hai Ngàn)

Hình ảnh và kỷ niệm tích lũy thật sống động của người nặng kiếp phong trần thuở thanh xuân, nay quá xa. Thương là thương lòng trung hậu của ông chỗ đó! Nói đến Trần Vấn Lệ là khơi lại bao hoài vọng, tiếc nhớ mông lung. Ông "vật lộn" hằng ngày với sự thiết tha nỗi niềm quê. Trần Vấn Lệ vẫn ăn, vẫn ngủ, vẫn sinh hoạt... viết báo làm thơ, nhưng đời ông lúc nào cũng đắm chìm sự thổn thức – nhớ "cái thuở ban đầu lưu luyến ấy (LTL?)" – mà thời gian xưa vẫn lưu niệm trong ông bao đau-khổ-vui-buồn-hợp-tan...!

Đến đây, bài viết không thể viết những lời có tính cách tổng quát của nguyên tập ***May Mà Có Em Đời Còn Dễ Thương***. Người viết chỉ ghi lại cảm tưởng một bài, trong số những bài mình thích nhất: ***Lăn Qua Không Thấy Người Yêu Dấu Lăn Lại Còn Đâu Nữa Núi Sông***.

Thời Gian, đối với TVL vẫn theo kim đồng hồ xê dịch tới – tự nó không thể trở ngược, hay vẽ vời tương lai ngày mai. Như có ai được tắm hai lần trong một dòng sông! Chỉ có người phải trực diện hiện tại, giải quyết những cái đang có, để ký thác cuộc đời mình theo dòng nhân sinh.

Tỷ như đời muốn nhận thức giá trị của một Tháng, thì người mẹ sinh thiếu tháng đứa con so, sức khỏe èo uột thì bà rất buồn lòng.

Nếu muốn biết giá trị của một Tuần, thì mời người đi hỏi người chủ bút của một tuần san.

Và nếu muốn biết giá trị của một Giờ, xin hỏi thời gian khắc khoải của đôi tình nhân lúc chờ đợi nhau!

Lại muốn biết giá trị của một Phút, xin cứ hỏi người tới chậm, trễ chuyến tàu tốc hành. Hoặc, khi muốn biết giá trị của một Giây, xin hỏi kẻ vừa thoát khỏi tai nạn thảm khốc trong đường tơ kẽ tóc.

Để sau cùng, muốn biết giá trị của Phần Triệu Giây, thì người lực sĩ biết mình sai lầm chỗ nào nên không được huy chương vàng...

Tất cả là một "sát na" không đảo ngược, chỉ được hồi tưởng – như một tờ flyer mà người viết đã đọc được đâu đó để khuyên người đời nhận ra chân dung đã qua của mình! Tự lừa, thì người khác dễ quên – nhưng, với Trần Vấn Lệ, bao sát na đó luôn nằm sâu trong tâm khảm chực chờ trỗi dậy!

Không/thời gian vô thủy vô chung, chúng cứ tiếp nối và tồn đọng – để lòng ai kia tự cảm thấy tâm tư mình trĩu nặng thành tự trách/ân hận – Trần Vấn Lệ như *Người Con Có Hiếu vì lý do nào đó Bỏ Mẹ Ra Đi nay Cảm Thấy Mình Muốn Quay Về Tạ Tội mà không được!* Ông không là "Đứa Con Phung Phá (L'Enfant Prodigue)" của André Gide, muốn trở về mái nhà xưa vì một thuở hoang tàng.

Chúng ta hãy đọc thử bài ***Lăn Qua Không Thấy Người Yêu Dấu Lăn Lại Còn Đâu Nữa Núi Sông***:

"Tôi ngả mình trên lớp cỏ êm, lăn qua không thấy cánh tay em, thì thôi lăn lại, nhìn sông núi, rồi ngủ; bơ vơ dưới ánh đèn...

Chiều đã tắt rồi, đêm sáng trưng. Tôi, hai mắt nhắm thấy chi hồng, chi xanh, chi đỏ, chi vàng nữa, chỉ hạt sỏi tròn đau sống lưng!

Ôi một điều nghe tự giác buồn! Lấy thơ tôi gói mảnh Quê Hương, gói tôi... Không phải bằng chăn ấm, mà vẫn là em – nỗi Nhớ Thương!

Tôi, nửa đêm Đông, bật dậy, ngồi. Lạnh từ trong đất, lạnh ra khơi. ViệtNam mình đã qua thời loạn, sao nhớ thương, tìm, cứ lạc thôi?

Tôi nhớ em, tìm, lạc đến đây. Tưởng như mình đã lạc trong mây. Hồn trai mà lạc theo gươm súng, chắc ngựa không đau thuở lạc bầy?

Em ơi! Tôi hóa người Homeless, thèm một bàn tay, miếng bánh mì, thèm thấy em ngồi bên cửa sổ mơ màng mắt lạc bóng Xuân Phi..."

Có những ngày nào đó, chán bước lãng du. Chiều tắt để bắt đầu bóng tối. Ta ngủ bơ-vơ dưới bao ánh đèn. Hạt sỏi là sự thực – làm giấc mộng tàn phai. Ta lạnh không vì mền không ấm. Mà nỗi lạnh toát từ tim – vì đời ta xa chỗ đứng quê hương. Tình cảnh, quê người mường tượng chỉ "Gợi Giấc Mơ Xưa!(LHL?)" Cuộc đời này chỉ là cơn mộng ảo, đuổi theo mãi vẫn lạc dấu yêu. "Em," rồi cũng thật xa! Đời ta khác nào kẻ vô gia đình; và "Em" lạc quá non Đoài. Nhưng, nếu ta như người homeless, lại không có quyền ao ước: ***may mà có em đời còn dễ thương.***

Sau những ngày 14/12/'00, tuyết loang lổ dưới đất, cành-lá tụ giọt tuyết-đá long lanh tia nắng rơi. Nhớ "Nắng Thủy Tinh" của Trịnh Công Sơn! Lại bầu trời lũng thấp mù sương – gió buốt dặm dài. Mình ta co ro tạm ấm với điếu thuốc vơi dần, tàn lả tả bay vào không gian, đuổi theo hoa tuyết. Rồi bạch tuyết cũng nhẹ nhàng... vương khỏi mắt ta, mang chút hững hờ lạnh băng... và... cũng biến đi!

Bài nhạc phổ thơ của Vũ Hữu Định "Còn Chút Gì Để Nhớ" nghe thật trữ tình, cứ quấn quít rơi vào mông mênh, đưa vào cõi nhớ, tô đậm chút ký ức thuở xưa: *"Có người lính thú tìm sự quân bình tâm hồn để có chỗ đi-về, cho trái tim biết nơi nhớ nhung – bằng mái tóc thề, để may mà có em đời còn dễ thương!"*

> *"Phố núi cao... phố núi đầy sương. Phố núi cây xanh... trời thấp thật buồn. Anh khách lạ... đi lên đi xuống. May mà có em... đời còn dễ thương! Em Pleiku... má đỏ môi hồng. Ở đây buổi chiều... quanh năm mùa Đông. Nên tóc em ướt... và mắt em ướt! Nên em mềm như... mây chiều trông! Phố núi cao... phố núi trời dâng. Phố xá không xa... nên phố tình thân. Đi dăm phút... đã về chốn cũ. Một buổi chiều nao... lòng bỗng bâng khuâng. Xin cảm ơn... thành phố có em! Xin cảm ơn... một mái tóc mềm. Mai xa lắc... trên đồn biên giới. Còn một chút gì... để nhớ để quên... Còn một chút gì... để nhớ để quên..."*

Thơ/nhạc/nhạc/thơ lúc nào cũng gần như cặp tình nhân. Chúng quyện vào nhau như món quà của mai-dong. Xin cứ ngồi đây, nhấp chút cà phê thưởng thức những câu thơ thất ngôn của Trần Vấn Lệ diễn tả tâm tình mình như lối văn-vần mới, mà hiện nay – nhiều người đã viết theo thể cách này.

Chẳng hạn như Trần Tú Uyên trong bài Sáng Mù Sương Từng Giọt Chia Ly: *"Con đường dốc sáng nay không nắng. Mù sương bay. Rừng trắng mù sương. Ơi ly khách, gọi thôi cho có bạn, tiếng vang về trong những hồi chuông... Cây Thánh Giá trơ vơ, tội nghiệp. Con quạ đen đứng ngó hoa vàng. Hoa mấy nụ và thời gian mấy thuở, sẽ tàn phai khi quạ lang thang...?"*

Phương Điền Nguyên

– Phan Đồng Lý –

Bạn Tôi: Trần Vấn Lệ

(Năm mươi mốt năm sau, ta lại gặp nhau 1958-2009)

(Ngày xưa tóc biếc, tung đường gió
Nay bạc tóc đầu, mi với tao...)

Trần Vấn Lệ

Sự đời lắm chuyện bất ngờ
Lại thêm một gã lơ ngơ khật khờ
Mới ngày nào lất phất lơ phơ
Nay hực hở một trời thơ diễm lệ

Nhớ xưa ấm ớ hội tề
Bước cao bước thấp chân quê nhập trường
Bao năm chung mái học đường
Lời xiên tiếng xỏ há nhường cho nhau

Thanh bình bỗng dậy binh đao
Con đường hoạn lộ băng sau quân trường
Gió mây biến ảo khôn lường
Giang sơn một giải, bốn phương mịt mờ

Máu đào nhuộm đỏ màu cờ
Một thân tù tội vật vờ thâu canh
Ngẩng đầu chẳng thẹn trời xanh
Dõi trông vận nước, đỏ vành con ngươi

Giờ đây phiêu bạt xứ người
Chiếc thân cô lữ, ta cười với ta
Bạc đầu gần đất trời xa
Lần tay đếm ngược trời xa cũng gần

Trước sau gì cũng một lần
Vướng thêm một chút bụi trần đã sao?
Chợ đời là chốn tiêu dao
Mượn thơ, sớm lựu tối đào, mua vui

Đêm nằm nhắm mắt ngủ vùi
Tìm về cố quận, ngậm ngùi tử sinh
Đâu ngoại ngồi tắm nắng bình minh
Mẹ hiền tất tưởi bát canh chén trà

Đâu cánh diều gió dật chiều tà
Em thơ dõi mắt hi ha tiếng cười
Dâu, cà ai tưới mà tươi!
Người xưa nay với biển trời lênh đênh

Đường về cố quận buồn tênh!!!

Phan Đổng Lý
08/2012

- Thái Lý -

Bâng Khuâng Cùng Thơ Trần Vấn Lệ

"Tôi đang cầm trên tay hai Tập san "Dã Quỳ Thương Nhớ" và "Áo Dài Ơi Thương Quá Nhớ Về" của Trần Vấn Lệ, người bạn tôi biết qua FB mà cầu nối chính là những bài thơ của anh! Tôi không phải nhà phê bình văn học, càng không dám mạo muội nhận xét về tác phẩm của anh, tôi chỉ xin có đôi điều "cảm nhận" còn quá "hời hợt" về những gì mình đã đọc hãy còn quá ít ỏi trong tài sản thơ văn của anh! Tôi rất thích "giọng thơ" của anh, nghe chừng như "đùa" nhưng thật đầy tình ý. Xin giới thiệu bài gần nhất:

Những Giọt Sương Mùa Đông.

Em đang trong vườn, dạo. Anh hỏi: Em ngắm hoa phải không? Em lắc đầu: Không phải, em đếm sương mùa Đông!

Anh hỏi em thật hay, em trả lời thật đẹp. Cây đang còn xanh biếc... em thấy gì, xa xôi?

Con bướm bay. Tuyệt vời! Em đưa tay ra bắt. Con bướm bay, lật đật, rớt, nằm trên cỏ sương!

Em thì quá dễ thương, bướm nhìn thương hơn nữa... Thương hoa đang hé nở... mà con bướm hết bay!

Hôm đó, hết một ngày, em thẫn thờ thật tội, chắc tại anh có lỗi khi hỏi em bâng quơ...

Hôm đó, vẫn có thơ để cho em cầm đọc. Anh thấy em có khóc. Những giọt sương mùa Đông!

*

Em ơi em buồn không, bài thơ chừng nhiêu đó, những giọt sương đang nhỏ trong lòng anh, bỗng dưng...

Trần Vấn Lệ

Mối cảm tình có lẽ khởi nguồn từ những bài thơ trên FB, những bài thơ luôn tạo cho tôi sự thích thú với cách diễn dẫn mà đôi khi tôi thật bất ngờ, cứ ngỡ ý đàng Đông – nhưng câu tiếp theo lại sang đàng Tây, cái hay ở chỗ "không vì vậy mà cảm xúc đi qua, ngược lại cách gieo thơ của anh càng tạo cho người đọc sự hào hứng và cảm thông, bất ngờ và thích thú, điều ấy thật tuyệt! Tôi còn được biết anh đã từng là Thầy giáo, từng khoác áo chinh nhân, lại là người con của quê hương Phan Thiết, cùng quê với ông xã tôi! Nói theo hiện đại, tôi không chỉ "Cưỡi ngựa xem hoa" mà là đang "lướt phi cơ qua những ngọn đồi đầy ắp Dã Quỳ". Bởi vì đoạn đường từ Đà Lạt về Phan Rang quê tôi trong những năm 1972-74 với tôi khá quen thuộc, hầu như hàng tháng có khi hàng tuần tôi đều đi qua; khi xe chạy theo hướng Trạm Hành – Cầu Đất tôi luôn ngất ngây bởi màu vàng chói chang của hoa Quỳ; màu hoa hoà trong nắng! Nay bắt gặp trong thơ anh, tràn ngập màu vàng, hình ảnh hoa Quỳ đẹp lung linh đã tạo nên một sự đồng cảm! Dã Quỳ tồn tại trong thơ TVL không chỉ là Hoa, là màu của ánh mặt trời, mà là kỷ niệm, là tâm hồn, là tất cả những gì đằm thắm, yêu thương đã lắng sâu như một thứ trầm tích không thể khai thác hết dù rằng chất liệu dệt những bài thơ là những câu, những từ thật đơn sơ, mộc mạc, không điển tích, không cao siêu, người đọc không cần ngẫm ngợi mà chỉ "cảm" khi anh viết như anh đang nói, nói mà thấm, thấm để mà đau, đau để càng thương, thương một người con xa quê đang hướng về Tổ quốc theo từng nhịp đập của trái tim; trong kỷ niệm không chỉ có hoa và học trò mà còn có bạn bè và đồng đội, cũng kẻ mất người còn, trôi dạt tứ phương để giờ chỉ còn là nỗi nhớ, nỗi nhớ đến xót lòng; học trò sẽ lớn, hoa sẽ tàn, người càng lớn, càng già nỗi nhớ thương càng dày, hoa tàn lụi để lại những hạt giống và hoa sẽ... sinh sôi, nỗi nhớ thương càng chất ngất! Tôi quý anh, quý những bài thơ "như nói" ấy bằng tình người, thương và quý trong cái nghĩa "đồng bào"! Ở cả hai tác phẩm, tôi tâm đắc rất nhiều câu, nhiều ý, thật không thể "dẫn" ra cho trọn ý mình bởi vì... nếu dẫn cho hết thì tôi chỉ còn "sao chép" hết tác phẩm của anh! Một vài viện dẫn: nói về tình yêu, yêu người, yêu cây lá, yêu thiên nhiên và cả tình yêu đất nước nay đã xa xôi anh đã viết:

"... Nếu đừng có chia ly trong thời chinh chiến nhỉ? Tình yêu muôn Thế Kỷ đẹp như muôn màu hoa...

Nàng muôn dặm đường xa đi về thăm chốn cũ; tôi không ngờ tái ngộ người tôi từng tương tư...

Nụ hoa quỳ tháng Mười, tôi hái tặng người đẹp, nàng mở tròn mắt biếc, mặt nàng như khuôn trăng...

Thế mới biết cố nhân không có ai tàn tạ. Tình xưa xanh cây lá, tình nay xanh nước non..."

(Bài Thơ Này Chừng Đó – Dã Quỳ Thương Nhớ.)

"Áo Dài" cũng vào thơ của anh, thơ nhưng không phải thơ, chỉ như nói nhưng lại chở đầy thơ, mộc mạc, nhẹ nhàng nhưng... thương lắm!

"... Hành lang trường chạy dọc, anh nhìn em đi ngang, hình như hoa sen vàng nở chân em từng bước...

Chừ, anh ở xa nước, thấy người ta áo dài, nhớ em, không nhớ ai, nhớ anh trai lỡ phận...

Em ơi trời đang nắng anh vẫn nhớ Nguyệt Rằm, vẫn nhớ em xa xăm nghe mắt mình cay xé...

Em có đang ứa lệ nghĩ tới ai cuối trời, áo dài xưa em phơi hay mây trôi đó nhỉ?

Mới mà hai Thế Kỷ! Mới mà... mà muôn năm!

Anh muốn cắn vầng trăng đêm Rằm này em ạ..."

(Áo Dài Xưa Bóng Nguyệt – Áo Dài Ơi Thương Quá Nhớ Về)

Quá nhẹ nhàng, thật đơn giản nhưng chẳng ai "làm thơ" như anh cả! Thơ như chuyện kể, chính vì như "kể chuyện" tôi mới bị "dẫn dụ"; tôi không thích những câu thơ đầy khiêng cưỡng, câu nệ, với những từ vừa lạ, vừa kêu đầy hoa mỹ mà không thật, thiếu đi sự tự nhiên và như vậy sẽ không mấy chân thành, tâm tình của tác giả sẽ không được cảm thông, khó thẩm thấu và người đọc sẽ như người khách vào tiệm kim hoàn, ngắm nghía những món nữ trang lóng lánh, nó có thể là kim cương, là ngọc thạch nhưng... nó cũng chỉ ở trong tủ trưng bày! Với TVL người đọc thật dễ cảm thông, dễ ngấm bởi vì anh không làm thơ mà anh như một người thật rảnh rang, nhàn du trên con chữ, không làm duyên làm dáng, cũng chẳng điệu đà, anh dùng những con chữ thật dễ thương, mộc mạc để chuyên chở tâm tình mình, tâm tình một người luôn trăn trở bởi yêu thương và nhung nhớ về vùng trời kỷ niệm, đã xa thật xa nhưng biết bao tình, đó là ký ức, là hoài niệm, là thứ tình yêu đầy máu thịt, là hai tiếng "quê hương"!

Tôi không có tham vọng rằng "mình đã đọc, đã hiểu được tác giả" một bậc đàn anh đi trước về mọi mặt; ở đây tôi chỉ muốn nêu ít nhiều cảm nghĩ của mình khi đọc tác phẩm của anh! Cảm nhận thế nào, tôi xin nói như thế ấy, có khi nói mà chưa "tới" như cảm nhận nên chắc chắn sẽ rất thô thiển! Có lẽ tôi nên tạm dừng bài viết ở đây! Khi trong tôi chợt hiện lên hình ảnh "Cô Gái Mười Bảy " thường hiện diện trong thơ của anh, chất lãng mạn của thơ cũng không vì sự "đơn sơ, mộc mạc"mà trở nên kém cạnh! Xin trích dẫn:

"... Tôi nhớ người xưa, nhớ quá chừng
Chừ thêm nhớ nữa, một người dưng
Trời sinh con gái làm chi nhỉ
Để có chàng trai nhớ nát lòng...."

(Tôi Nhớ Người Ta Mặc Áo Vàng – Áo Dài Ơi Thương Quá Nhớ Về)

Hay:

"... Em từ vén áo sang sông
Chắc nghe tiếng ngựa trên rừng anh kêu
Đó hồi anh ở Cheo Reo
Vạch cây tìm chút nắng chiều long lanh..."

(Mưa Chiều Một Thoáng – Dã Quỳ Thương Nhớ).

Mong rằng hình ảnh "Cô Gái Mười Bảy" ngây thơ, trong sáng với bộ áo dài nền nã, thướt tha, trên tay ôm đoá Quỳ Vàng sẽ luôn hiện diện trong giấc mơ của tác giả!

Chúc Trần Vấn Lệ dồi dào sức khoẻ cũng như sức sáng tác. Thân ái!

Thái Lý

"Em Là Quê Hương"!

Là tên tập thơ của thầy TRẦN VẤN LỆ, mà tôi đang được sở hữu. Đọc thơ, viết đôi điều cảm nhận, tôi nghĩ đó là sự "đền đáp" của người "thọ nhận" dành cho "người tặng"; dẫu tự biết mình không đủ sức để "nhận định – phân tích – đánh giá" tập thơ của một tác giả tên tuổi. Tôi viết chỉ đơn thuần "thay lời cám ơn"!

Tôi được biết nhà thơ TVL qua những bài thơ được đăng trên FB, sau đó, cũng biết thêm anh cùng quê với ông xã tôi, lại là thầy giáo, đã từng là lính; có thời gian gắn bó với Đà Lạt khá lâu, lâu đến độ ĐL trong anh đã là máu thịt, với bao kỷ niệm bộn bề, yêu thương chất ngất; và rồi chiến tranh cũng đã cho anh những nếm trải đắng cay, để đến khi anh xa quê, về một phương trời xa tìm chốn trú thân; thân có nơi trú ẩn nhưng tâm hồn luôn thả hoang tìm về Quê Hương, về cùng Kỷ Niệm, từ đó, những bài thơ lần lượt ra đời, khá dày, khá nhiều, đến hôm nay chắc chắn đã là một "gia tài kếch xù", một lực viết phi thường! Thơ đâu mà nhiều vậy? Thơ viết gì mà lắm thế? Liệu có trùng lặp, đọc có chán chê không? Tôi xin bày tỏ ý nghĩ của mình ở "từng ấy" ý, ở chừng mực tôi cảm nhận được, chứ không dám nói về những lĩnh vực khác, ấy là chuyện của những bậc đàn anh, của những nhà phê bình Văn Học!

Ngay tựa tập thơ "Em Là Quê Hương", tôi lờ mờ hiểu: với nhà thơ, Em là bất tử, bởi Em là Quê Hương; Quê Hương là Em đó! Có ai xa quê, làm người viễn xứ mà chẳng nhớ về nguồn cội! Trong thơ anh, nỗi nhớ quê nhà hầu như thường trực, khi vào thơ tình cảm ấy thật tự nhiên, hình ảnh rất đơn sơ mộc mạc, gần gũi thân quen; chẳng những vậy, những nơi anh đã đi qua, nơi cho anh nhiều kỷ niệm cũng không vắng mặt, nhất là Đà Lạt, Đà Lạt trong thơ bàng bạc như khói sương, mơ màng như ánh trăng, như làn gió, như chút hương thơm từ tóc Em đã gợi trong anh lòng luyến nhớ. Hình ảnh được đưa vào thơ, không phải lúc nào cũng "nên thơ" bởi có khi đó chỉ là: tên một địa danh quen thuộc nào đó như Dran, Nha Trang, hay chỉ là máy bay bay ở trên trời, là sân ga và tiếng còi tàu ngân xa, là bến đợi, là những đồi núi hư hao, cây rừng bị đốn bỏ... Anh thương về Tổ Quốc theo từng cơn bão lũ, thương cả người dân đang lao đao trong cùng tận của biến cố thiên tai, của lam lũ cuộc sống! Anh trải lòng bằng những bài thơ, câu thơ khiến người đọc như bị "rớt" lại dọc đường vì lối viết gần như "thuật chuyện" mà câu tiếp theo sau lại là một kết luận thật xót xa. Tôi thích thơ TVL bởi sự đơn giản của thơ, ý tứ, câu chữ tuôn tràn một cách tự nhiên, ở thơ anh không có sự gượng ép, gò bó về câu chữ, từ ngữ thô mộc nhưng sức truyền cảm thật vô cùng, thơ anh dễ đi vào lòng người vì không có sự "trúc trắc" về từ ngữ... đơn giản đến tối giản mà thấm sâu, hiệu ứng mang đến cho người đọc đủ để cảm thông, đủ để nhói lòng với tâm tình của người con xa quê đang luôn "nhớ về", nhờ vậy thơ anh luôn mới, luôn lay động lòng người; không hiểu như vậy đã có thể gọi là "kỹ thuật tuyệt vời" chưa?!

Thơ TVL vì vậy đã cho tôi cảm nhận: Anh không làm thơ chỉ để có thơ, để tô vẽ cuộc sống, để tạo cho mình cái tiếng tăm trên thi đàn, mà Thơ với anh đã là mạch sống, là nguồn sinh lực để anh tồn tại. Với anh Thơ là hơi thở, thơ không là sự điểm trang, không là ánh hào quang đang cố tạo quanh mình. Đến với thơ TVL là đến với nguồn thơ bất tận, tự nhiên như ngắm trăng khuya, mưa chiều, gió sớm, để cho tâm tư lắng đọng trong tiếng sáo diều, như thưởng thức chút hương đồng gió nội giờ đã thật hiếm hoi trong cuộc sống xô bồ, hiện đại! Là ta đang trở về với sự mênh mông của thiên nhiên, trời đất và cả trong cái thế giới nhớ về những ngày xưa cũ, của EM tự thuở ban sơ – QUÊ HƯƠNG yêu dấu!

Xin kính gửi đến Thầy Trần Vấn Lệ, mong được "vui vẻ" chấp nhận, không phải vì bài viết tốt mà vì sự chân thành. Chúc Thầy nhiều sức khoẻ và hạnh phúc!

Thái Lý

* * *

Thương Quá, Hai Tiếng "Cũng Đành..."

"Cũng Đành Gió Lạc Mùi Hương"

Có lẽ tôi đã bị phân tâm bởi cái tựa tập thơ?

Thật tình Hai tiếng "Cũng Đành" đã gợi trong tôi niềm thương cảm, thêm chút lòng trắc ẩn đối với tác giả tập thơ, cho dù tác giả ấy là ai? "Cũng Đành" là sao? Nếu không là sự cam chịu, thụ động và đành thúc thủ trước sự thật phũ phàng, chấp nhận cái điều mình không mong đợi mà lại chẳng thể làm gì? Một nỗi buồn, một nỗi đau khó mà san sẻ: Đó là sự mất mát rất lớn, gần như "mất cả cuộc đời"; biết nói sao ngoài hai từ "số phận"!

Tôi biết tác giả qua thơ, những bài thơ thường buồn, buồn lắm! Ông buồn gần như hết cả cuộc đời cho mãi đến nay, trong buổi "hoàng hôn" thơ Ông vẫn là nước mắt! Điểm lại, thời trẻ trai đầy nhiệt huyết với biết bao ước mơ hoài vọng đã trôi qua cùng vận nước, một cuộc đời riêng như số phận của bao thân phận, của bạn bè cho dù đó là những người bạn không cùng chủng tộc, biết nhau trong thời chinh chiến. Ông mất cả Tổ Quốc thiêng liêng khi đời đưa đẩy ông về một phương trời xa lạ để tồn tại và mưu sinh, rồi từ đó gửi niềm thương về Quê Hương, xứ sở, nhớ những thâm tình: mùi mồ hôi mẹ cha, hương cau, mùi trầu của Ngoại, chút hương đồng gió nội, của biển mặn cát vàng, của hương rừng gió núi, mùi lửa đạn chiến tranh với thiên nan vạn khổ... Trong cái mịt mùng của những đày ải đau thương thì mùi hương của bảng đen, phấn trắng, của phấn thông vàng Đà Lạt, của hương hoa bát ngát lẫn trong sương chiều nắng sớm, mùi hương của nắng và của cả thời gian trong tận cùng nỗi nhớ đã hiện đến bàng bạc trong thơ như một nguồn an ủi... Từ đó, Thơ đã thành nguồn sống là hơi thở của Ông, của Thi Sĩ Trần Vấn Lệ. Thơ Ông không thiếu chất liệu về nỗi nhớ, về hoài mong cả về những mất mát mà dù muốn, rất muốn Ông cũng không thể tìm lại được. Có chăng chỉ còn những bài thơ lay động lòng người, và với từng ấy nỗi niềm, Thơ chắc không chở hết khi mà: Buồn và Nước Mắt gần như là tư liệu làm Thơ. Thử điểm qua một số bài thơ, một vài đoạn thơ của Thi Sĩ:

"Nhắm lại, mắt miên man,
gió thì thào khuynh diệp
nghe đâu như tiền kiếp
mình, Đà Lạt dễ thương...

...

Nhắm mắt tìm hai tay
mình từng lau bảng phấn,
nước mắt rơi không chậm
bỗng... một đoá hoa hồng!"

(*Áo Dài Ơi Áo Dài Xưa* – Trang 18-19)

Nỗi đau nội tại, chỉ "mình than mình nghe":

"... Tôi đang đứng trên núi... nhìn xuống Đà Lạt tôi: cành thông, giọt sương rơi, tự dưng mà muốn khóc!

Lên núi, không dạo mát, tôi ngắm cảnh sơn hà... những cánh chim bay qua mang nỗi buồn tứ xứ!

Cây nhang mà biết nói, tôi nói gì Quê Hương? Nói gì với Tiền Nhân? Với mình... thân cát bụi?

Không! Tôi không nói... mà khóc Đà Lạt ơi!"

(*Đi Lên Núi Nhìn Xuống* – Trang 28-29)

Tình thương với Đà Lạt thật nhiều trong thơ:

"... Đà Lạt nhiều năm nhớ, trở về thấy hoang vu. Hai bàn tay, mùa Thu, tôi xoa và lá rụng...

Hồ Xuân Hương gợn sóng lăn tăn nền trăng khuya...

Chia tay là đi, về. Chuyện đời đơn giản thật! Tôi đếm buồn nhớ tóc ai bay như sương bay..."

(*Tôi Đếm Buồn Nhớ Tóc Ai Bay Như Sương Bay* – Trang 51)

Hay là nỗi cô đơn được bày tỏ:

"... Bây giờ, anh buồn tênh. Không một người trước mặt, chỉ mây bay tản mác. Cỏ bên đường rung rinh. Gió đùa cỏ... long lanh, hình như sương còn đọng?

Đường thơ, anh đi lạc tím rịm từng hoàng hôn!"

(Đường Thơ Đi Lạc Gặp Người Như Trong Mơ – Trang 138-139)

Thấy chưa? Đường Thơ còn đi lạc thì nói gì "Hương Bay"!

Không chỉ vậy, dù Đà Lạt là Quê Hương thứ hai, nhưng không vì vậy mà hương vị quê nhà, những tình thâm vắng đi trong lòng tác giả, trong những ngày xa quê:

"... Ngoại ơi con rất thích chuyện Ngoại kể... ngày xưa...

Ngày xưa có gió mưa... có khu rừng rậm rạp...

Từ miệng Ngoại đẹp thật mùi trầu thơm thật thơm!

Đầy lòng tôi tiếng quê. Quê Hương tôi, Đà Lạt, có ngàn thông xanh ngát, phấn thông vàng nắng Xuân!"

(Phấn Thông Vàng Đà Lạt Ơi – Trang 117)

Hoặc trong thảng thốt chợt nhớ:

"... Nhớ quá cái mùi mồ hôi của cha vương vương nếp áo.
Nhớ quá mẹ chao cái chảo chiên con một cái hột gà..."

(Lật Trang Cổ Tích – Trang 137)

Và Quê Nhà xa quá:

"... Tôi nhớ gì tôi mất: Cha Mẹ và Quê Hương. Tôi nhớ những hàng dương ở Nha Trang, Phan Thiết...

... Tôi nhớ Má tôi khóc khi cắm nhang cho Cha... Tôi thật lòng xót xa: Nằm đây nghe suối chảy!

... Đường chân mây mờ tỏ. Tôi ngó mây bay qua... Quê Hương mất hút nhà. Đất đây không phải mộ!"

(Bài Thơ Này Bạn Thấy Không Có Câu Nào Hay – Trang 80-81)

Thơ Ông hầu như bài nào cũng có "Em", Em có khi là Hoa Hồng Trắng, là đoá Hoa Quỳ, là Ánh Nguyệt lung linh là Cố Hương, Cố Quận là Tổ Quốc Muôn Năm nên là thứ Tình Yêu bất tận... Là Tình Yêu đã mất đã xa, đã là tan vỡ nhưng Em vẫn cứ tồn tại trong thơ thật đẹp thật vô cùng đắm say, lãng mạn, và luôn để lại trong Ông niềm lưu luyến:

"... Vẫn là suối tóc thơm hương, vẫn là bờ vai muốn cắn.

Thời gian là mưa là nắng, mất còn một thoáng mà thôi!

Người yêu tôi ngước mặt lên, tóc thơm, thơm lừng gió Tết. Đường xa em ơi có mệt, chân ngà cứ tựa vào anh..."

(Cuối Ngày Valentine – Trang 68-69)

Và:

"... Em ơi nếu ở bên hàng xóm
ráng thổi qua anh chiếc lá vàng,
anh thổi ra đường bay tiếp tiếp,
chúng mình cũng vậy, nhé! Lang Thang!

Chiều nay... không có chi tồn tại
Những đám mây rời nhau rời nhau
Ở cuối chân mây, đầu núi thẳm
Phục Sinh lấp lánh những vì sao!"

(Một Tuần Trước Lễ Phục Sinh – Trang 71)

Tình thương quê cháy bỏng, nhớ thương cả "màu lúa chín trên quê hương":

"Tôi đi qua cánh đồng/ lúa chín đều vàng rực... Hạt hạt đều như thóc/ cúi rạp đầu dễ thương!

Đây dấu hiệu ngoan cường/ của hạng người quân tử/ có nhân cách đối xử/ là cúi đầu khiêm cung?

...

Đây không phải quê mình, lúa chín màu Cố Lý. Tôi ngồi xuống, nhìn kỹ... nước mắt và mồ hôi!

Ba Mạ của con ơi! Bà con của tôi ạ! Tôi thành người – xa – lạ ... từ bao giờ? Bao giờ?

Tôi nâng niu câu thơ là gié lúa vàng rực. Tôi biết mình không khóc... nhưng tôi đã làm sao?"

(Khi Đi Qua Cánh Đồng – Trang 202)

Thưa các bạn, như tôi đã trình bày từ đầu, tôi đã bị cái tựa tập thơ thu hút, tôi đi tìm, ý sẽ đọc trước bài này: Cũng Đành Gió Lạc Mùi Hương! Nhưng tôi tìm không chỉ một lần mà đến ba lần. Không hề có! Hơi thất vọng, thất vọng nhưng những bài thơ có trong thi tập lại thu hút tôi theo chiều hướng khác và theo chiều hướng đó... tôi đọc được một bài, đúng ra là một câu chuyện Tình, thật thoả lòng người hâm mộ như tôi! Tôi mê truyện, đây là còn là "Truyện viết bằng Thơ", thật khó thể gặp được một bài thơ như vậy! Bài thơ là một câu chuyện tình, câu chuyện trọn vẹn từ khởi nguồn cho đến kết thúc nhưng chuyện tình không trọn vẹn, chính vì vậy mà đọc xong, lòng tôi đầy thương cảm! Tuy lời thơ mộc mạc nhưng không phải vì vậy mà giảm đi niềm xúc cảm trong tôi, một chuyện tình cay đắng, ngậm ngùi cho tận đến giây phút cuối cùng! Tôi, thật khó cầm lòng và lại lâm vào thế "thương vay khóc mướn"! Cầu mong sao đây chỉ là tưởng tượng, chứ thật tình cuộc đời Thi Sĩ đã lắm thương đau, thêm cú sốc này nữa thì thật là... không còn lời nào diễn tả nữa rồi! Vì vậy, tôi xin chép lại trọn vẹn bài thơ ấy. Trọn bài thơ là lời của hai nhân vật: anh và em! Nhưng tác giả chắc chắn chỉ một! Xin mời quí vị cùng đọc:

Bài Thơ Này Một Chút Xưa

Sáu tuổi, em vào Đồng Tháp, Ba đi để Mạ ngoài trời,
Dắt díu bầy con mồ côi, nhiều đêm Ba rơi nước mắt...

Em ở chung với người Bắc/ di cư hồi năm Năm Tư,
hiểu chữ Thừa nghĩa là Dư – em dư nhiều ngày buồn bã...

Tiếng nói người Nam là lạ... rồi thì em cũng quên thôi!
Giọng Huế, em, ai cũng cười: "con nhỏ nói gì khó hiểu!".

Em có cái thời niên thiếu, dễ thương vậy đó anh à...
Nhiều năm Đồng Tháp rồi qua, Ba dẫn con lên Gia Định...

Anh Thiện tới tuổi vào Lính. Chị Thương, chị Thái theo chồng, em còn con nhỏ má hồng/ đi học và... em đi học!
Nhớ anh! Nhiều khi thấy tức: Gặp chi một thoáng rồi xa?
*

Cuộc đời chìm bảy nổi ba... tội nghiệp Ba già quá đỗi, nhiều năm không về quê Nội, Huế ngày mỗi mịt mùng thêm...

Rồi... "ngày hoà bình" nổi lên. Rồi đời "ngày càng chia rẽ". Ba đưa em vàng vượt bể... Anh ơi sóng gió đoạn đành!

Em tới nơi còn tóc xanh... Mười năm tóc em lấm chấm... Kiếm tiền từ hai tay trắng, đón Ba qua "hưởng" tuổi già...

Ba mất năm Ba tám ba. Em lo Ba được phần mộ. Hai đứa cháu Ngoại Ba nhỏ, nhớ thương ông Ngoại vô cùng!

Em buồn. Gì có cũng không!
*

Thơ chấm xuống dòng, không tiếp. Ôi em... anh về không kịp tiễn em một buổi chiều mưa...

Bài thơ này... một chút xưa. Anh giống em, "thừa" đau đớn. Thôi thì... chúng mình đều lớn. Quê Hương nhỏ xíu cuối trời!

Tiếng thở của em bốc hơi.

Tiếng thở của anh ràn rụa...

Cái buổi chiều mưa hôm đó: Tro tàn. Bếp lạnh.

Hanh hao...

(Thi tập Cũng Đành Gió Lạc Mùi Hương – Trang 176-177)

Trong xuyên suốt bài thơ, tôi chẳng thấy tác giả có chút văn hoa nào, nhưng quả thật từng câu thơ nhẹ, rất nhẹ đã làm người đọc xốn xang, bất an quá đỗi như:

Lời trách nhẹ nhàng:

"Nhớ anh! Nhiều khi thấy tức: Gặp chi một thoáng rồi xa?"

Lời kể thật như sự thật, một tấm lòng hiếu nghĩa, nhưng trời thật chẳng thương:

"Em tới nơi còn tóc xanh... Mười năm tóc em lấm chấm... Kiếm tiền từ hai tay trắng, đón Ba qua "hưởng" tuổi già..."

Lời than thật thương, thương quá:

"Em buồn. Gì có cũng không!"

Rồi thì... nỗi buồn thương của "anh" của chính tác giả mới thật là tận cùng nỗi đau thương mất mát! (Khúc cuối)

Trong chừng mực bài viết, tôi chỉ có thể nói được bấy nhiêu thôi. Bởi cái hạn chế từ thực tế: tôi đọc và cảm nhận thơ bằng trực giác, bằng cái cảm xúc chân thật của mình, rất mong các bậc tiền bối bỏ qua và với tác giả xin lượng thứ cho nếu tôi có phần võ đoán và... vượt quá giới hạn cho phép. Lời biện giải chỉ là: tôi quá thích và vô cùng yêu quý hai nhân vật trong thơ! Mà theo thiển nghĩ: Đây mới chính là Cũng Đành Gió Lạc Mùi Hương! Vẫn còn thương quá hai tiếng CŨNG ĐÀNH!

Xin trân trọng kính chào và gửi lời chúc sức khoẻ đến TS Trần Vấn Lệ. Mong Tình Yêu Thơ trong Ông tiếp tục thăng hoa!

Thái Lý

* * *

Lạc Giữa Đường Trăng

Tôi chọn tiêu đề này để viết lời cám ơn gửi đến Thi Sĩ Trần Vấn Lệ và Thiên Nga, người là tác giả tập thơ, người là Biên Tập Viên xuất sắc, đầy đặn một chữ Tâm và tình yêu thơ nồng đượm để những người yêu thơ và tôi có được Tập thơ TỪ KHI EM LÀ NGUYỆT.

Nói về TRĂNG, tôi vốn rất yêu Trăng, ngày còn thiếu nữ vẫn thích một mình, lặng lẽ ngắm ánh trăng, khi sớm, khi khuya có khi Trăng còn đàng Tây mà đàng Đông mặt trời đã thấp thoáng ánh vàng. Ngày tôi có mái nhà riêng, nơi một miền quê yên tĩnh, chúng tôi cũng vẫn nhìn Trăng, ngắm Trăng trong niềm mơ ước về một tương lai "sáng trong, vằng vặc như Trăng Rằm, như Trăng mười sáu"...

Nhưng hôm nay, khi "đi hết Đường Trăng" của tập thơ Từ Khi Em Là Nguyệt sao Trăng lại hoàn toàn khác lạ! Và tôi như bị lạc, lạc giữa ánh Trăng mà theo tác giả, không chỉ Trăng Khuya, không chỉ Trăng 15, 16 mà... muôn trùng Trăng: Trăng Đêm, Trăng Ngày, Trăng Chiều, Trăng Sáng còn cả Trăng Chiêm Bao, Trăng Bình Minh, Trăng Thế Kỷ cả Trăng Vĩnh Cửu, bất luận Trăng Rằm, mười sáu, mười bảy, mười tám, thậm chí mùng bảy, mùng mười, thượng tuần, hạ huyền... và Trăng luôn đẹp, luôn Thơ, luôn là nỗi nhớ, là tình yêu tha thiết, thẳm sâu, là nhịp tim rung, là hơi thở mỏng, mỏng hơn ánh Trăng chờ lặn chờ tan trong nắng sớm, hay bị khuất lấp bởi đám mây chiều, mưa tối! Trăng trong thơ như chất chứa nỗi niềm thầm lặng, nhói đau của ngày xưa, ngày "một thuở yêu người", ngày là người "lính trận" ngắm Trăng đầu núi, ngày của người "lính bại" ngắm Trăng trong nỗi ngậm ngùi, ngậm ngùi và đau xót không chỉ phận mình và đồng đội đang cảnh gieo neo, khổ nhục mà cho cả Đất Nước, cho cả Dân Tộc nhưng lòng vẫn đầy vị tha:

"Chưa gặp em chưa gặp cũng buồn tàn binh và cuối kếp tha hương oán thù trút bỏ theo gươm súng còn lại trong lòng mỗi nhớ thương!

Mỗi nhớ thương là một ngậm ngùi chưa hề nghĩ tới lúc quân lui biết rằng đi tới lên rừng núi cầm bóng trăng và biết hỗ ngươi!"

(Chưa Gặp Em Mà Trong Chiêm Bao – Trang 67)

Trăng Giai Nhân, Trăng Thế Kỷ và cả Trăng Chiêm Bao:

"Tôi vẽ lòng tôi vẽ bóng trăng, trong vòng tay tôi trăng giai nhân. Yêu trăng không biết làm sao tỏ, dệt mấy vần thơ phơi lụa trăng..."

(Buổi Sáng Nào Tôi Cũng Ngẩn Ngơ – Trang 51)

"Nàng thơ ấy là Vầng Trăng Thế Kỷ, mặt trời không lên tôi vẫn có Bình Minh! Tôi đưa nàng đi đến trước một ngôi Đình... để cho nàng đếm ngói – đếm tình tôi vô tận!"

(Chuyện Tình Yêu – Trang 64)

Còn cả Trăng Chiêm Bao nữa chớ:

"Em ơi trăng đang lên
Và... màn đêm buông xuống
Tại sao mình gặp muộn
Để trăng chìm trong mây?
...
Hỡi vầng trăng chiêm bao
Em là lòng xa lộ
Xe anh chạy trên đó
Gặp em cuối chân trời..."

(Lẽ Nào Đời Là Giấc Mơ – Trang 82-83)

Không chỉ từng đó Trăng, Thi Sĩ còn có cả Trăng Bay:

"Đêm. Cuộn mình trong chăn nhìn trăng bay theo tuyết. Nhớ em không nói hết, gửi theo trăng tình xa...

Tuyết bay trên mái nhà. Trăng cũng bay trên đó. Anh ghét những ngọn gió làm trăng cuối năm bay...

Trăng bay trên ngọn cây, nhiều cây xanh còn lá. Nhiều loài cây ngộ quá, lá xanh mãi bốn mùa...”

(Đêm Đông – Trang 148)

Và đây, từ Trăng Chạng Vạng đến Trăng Đêm rồi cả Trăng Bình Minh:

“Thơ anh có nhiều chiều bắt đầu từ buổi sáng, từ lúc trăng... chạng vạng một đời anh hoàng hôn! Em ơi em chắc buồn, anh nói trăng – chạng – vạng? Anh hay thơ lãng mạn? Thơ hay anh lan man?”

(Ơi Con Mắt Em Hai Mí – Trang 105)

Có lẽ hỏi chỉ là để hỏi, hỏi chính lòng mình chứ... có thấy ai trả lời đâu? Rồi tự than:

“Rồi phấn bay đi, hương nhạt nhoà ... Trời ơi em giữa cuộc phong ba, em đơn độc giống như tôi đơn độc, và một vầng trăng mấy xót xa?”

(Rồi Phấn Bay Đi Hương Nhạt Nhoà – Trang 107)

Tuy... buồn vậy, nhưng với Thi Sĩ, cái nhìn sẽ khác, nhất là những khi nóng bức, lại có thơ rằng:

“Cái nóng hôm nay hứa hẹn rằng: trời đêm nay sẽ một trời trăng...
Trăng là Hạnh Phúc người ta nghĩ, là cảnh yên bình rất dễ thương...”

(Tiếng Lòng – Trang 110)

Rồi thì:

“Anh nhớ em, anh đợi trăng chiều
Anh yêu em, anh cài trăng buổi sáng
Người ta có thể đập nát từng hòn đá tảng
Nhưng trái tim người vĩnh viễn là trăng!”

(Trái Tim Người Vĩnh Viễn Là Trăng – Trang 113)

Đã vậy thì thôi! Kết luận vậy thì:

Trăng ơi, trăng mãi theo người – Vui buồn và cả những thổn thức, những trầm bổng reo vui và cả những điều u ẩn Trăng phải chung cùng, bởi vì Thi Sĩ đã nói lời ký gửi thắm đẫm tình:

“Tên em, anh viết T và chấm, em cứ đọc giùm: chữ đó Trăng. Đã sắp Trung Thu, em biết đó trái tim anh đó, Bóng Trăng Rằm!

...

Di điều bay đi di điều về, người đi ai trở ngược đường quê? Em ơi đừng đợi sông không bến, đã mỏi mòn thôi ánh nguyệt kia...”

(T. Tên Em – Trang 196 – 197)

Trăng cuối cùng là Cố Nhân, là niềm an ủi của người Thi Nhân:

“Tôi biết tôi không còn Tổ Quốc, tôi còn trăng thôi, tôi còn trăng!
Trăng không biên giới nào ngăn cản, tôi lại mỏi mòn hai gót chân!

...

Em ơi em à trăng đêm Rằm, hôm nay tuổi Chúa mấy ngàn năm, tuổi em chắc cũng ngàn năm nhỉ? Ôi tuổi Tình Yêu tuổi Cố Nhân!"

(*Tuổi Tình Yêu – Trang 202-203*)

Và rồi:

"Em ơi em đẹp như trăng nhé
Anh cúi đầu hôn trăng ở đây
Trăng ở đầu non, em có ngắm
Xa vời cuối biển. Bóng mây bay..."

(*Hải Giác Thiên Nhai – Trang 219*)

Lại còn có cả chút "Tình Buồn" khi nói về Trăng 16-17, có lẽ là vết thương lòng sâu đậm, bởi vì, thỉnh thoảng đâu đó ta vẫn thấy Thi Sĩ nhắc mãi về người tình sang ngang khi vừa mười bảy tuổi. Đó là đây:

"... Nhớ em mười sáu trăng như nụ
Mười bảy Trời ơi... anh mất em!
Đêm nay, nghĩ tới đêm mười sáu
Trăng vẫn tròn trong chiếc nón thơ
Em ở vườn cau sau bước Ngoại
Rồi sau, sau mãi bóng con đò...
Đêm nay, nghĩ tới đêm mười bảy
Em lấy chồng rồi, tiếc lắm sao!
...
Tôi làm bài thơ tạo cái hình
Từ vầng trăng sáng giữa mông mênh
Biết mình hư ảo đời hư ảo
Ai cầm lòng tôi thương nhớ Em?"

(*Một Bài Thơ Tân Hình Thức – Trang 222-223*)

Ai đã từng đọc qua thơ của Ông thảy đều thấy đâu đó nỗi buồn sâu lắng, không chỉ là buồn thoáng qua mà có cả nước mắt, bạn thơ của ông vẫn đùa: nước mắt đã gắn với tên Ông rồi, cái tên Trần Vấn Lệ, thật không hiểu Lệ là đẹp hay là nước mắt? Ai mà biết? Ai biểu tên Lệ chi giờ ... buồn suốt năm canh, sáng lẫn chiều? Vì vậy, tôi cố tìm, cố thử xem cả một thi phẩm dày 251 trang, gồm 140 bài thơ, lẽ nào, lẽ nào không có một lời vui?! Và có rồi đây dù chỉ thoáng qua:

"Anh rời em buổi trưa, cây dã quỳ bịn rịn. Anh không còn là lính nhưng còn tính... hào hoa..."

(*Màu Hoa Quỳ Vàng Đậm Trăng Cũng Vàng Như Hoa – Trang 221*)

Ôi, thật quá tự tin! Và còn xíu nữa đây:

"Sáng nay em đẹp thiệt... mặc áo tím dễ thương, anh gọi em Hoàng Hôn... là muốn hôn Hoàng Hậu!
...

Ôi mai vàng Tết sẽ rực rỡ nước non mình, em — Hoàng Hậu Bình Minh, vầng trăng mai nạm ngọc..."

(Sáng Nay Em Đẹp Thiệt – Trang 226)

Và tác giả cũng thật là thoả mãn khi có lời rằng:

"Em mãi mãi con gái mãi mãi là vầng trăng
soi sáng cõi thế gian, mượt mà tà áo lụa..."

Thưa tác giả và các bạn, ngay từ đầu, tôi cũng sợ: mình sẽ Lạc Giữa Đường Trăng, bởi vì tôi lỡ đọc hết thi phẩm này, đọc và bị lún sâu! Những gì tôi viết ở trên đã phần nào chứng minh điều ấy, và tôi xin dừng. Bởi tự thấy mình chẳng phải người của Văn Chương, chỉ cảm nhận thơ bằng trực giác, nói giữa cái mênh mông của Trăng thì... ôi, khó hình dung quá, tôi chẳng biết rồi sẽ đi đâu, về đâu?! Sau cùng, tôi xin chép lên đây trọn vẹn một bài thơ, chứ cứ "trích đoạn" mãi thì quả là ức chế! Để đọc đủ 140 bài thơ thì chỉ còn bằng cách nào đó có thể để bạn sở hữu Thi Phẩm TỪ KHI EM LÀ NGUYỆT của Thi Sĩ TRẦN VẤN LỆ; do Nguyễn Thiên Nga biên tập, Nhân Ảnh xuất bản năm 2023.

Nói Chuyện Cùng Trăng

Đêm nay đêm trăng mồng Mười, mặt trăng chưa giống mặt người tôi mong. Lại buồn thêm nữa đêm Đông, người xa không biết đang sông biển nào? Sông thì im? Biển thì gào? Tôi nghe có tiếng thì thào, gió chăng? Hay là tiếng vỡ của băng, của những tảng tuyết đang nằm trên non? Tôi nghe có cả tiếng buồn, tiếng sương nhỏ giọt trăng chờn vờn rơi...

Trăng à trăng ạ trăng ơi, trăng tròn như mặt một người, Rằm nha!

Năm hôm nữa, dưới hiên nhà, tôi treo đèn đợi, kết hoa, trăng về...

Nhìn trăng chải mái tóc thề, nhìn trăng nhẹ bước trên lề cỏ xanh...

Trăng là vàng, ngọc, long lanh... Trăng là yêu quý Trời dành cho tôi!

Lòng tôi tha thiết, nói hoài, chẳng riêng trong một mồng Mười đêm nay. Trăng có khi khuyết, khi đầy, tình tôi một trái tim này, thưa Em!

(Trích trong Thi phẩm Từ Khi Em Là Nguyệt – Trang 95)

Cuối cùng tôi xin kính chúc tác giả, người Thi Sĩ Hạnh Phúc và cô biên tập viên tài năng dễ thương nhiều sức khỏe để có thêm nhiều tập thơ mới! Trân trọng kính chào.

Thái Lý

- Trần Hoài Thư -

Trần Hoài Thư Gởi Trần Vấn Lệ

Ngày thứ bảy, chao ơi ngày thứ bảy. Mấy thằng làm thơ sao cứ chọn thứ bảy mà vui. Cứ lấy Factory làm chỗ để mọc mời. Làm ta ngứa đôi chân muốn bay về nơi ấy. Ta với bạn đều là dân bay nhảy. Khi ra trường gặp cái Tết Mậu Thân. Ta mang về thành mười mấy thằng con. Để chứng tỏ về một tay trói gà không chặt. Bạn yên chí những thằng làm thơ có sao chiếu mạng. Ông Trời cho cái số sống lâu. Bởi không có mình hoa chẳng mùi đâu. Con gái cũng trở thành một loài có vú... Những thằng làm thơ thắp đời muôn vàn tinh tú... Con gái đàn bà được dịp đăng quang!

Bạn mừng ta, ta xin gởi lời cảm ơn. Thứ bảy ở đây trời 8 độ dưới (-8 độ C, 17 độ F). Trận bão thổi qua tuyết thành đá cục. Buồn làm sao, mà chẳng biết làm sao. Ta lên trời, tìm Blog Nguyệt Mai. Đọc thơ bạn mà lòng vô cùng cảm kích! Ta cũng biết mỗi người có riêng số kiếp. Trời bốc số nào thì chấp nhận. Phải không?

Thứ bảy này ta có niềm vui... Bà xã chịu ăn món đồ ta nấu. Món đồ biển tạp pí lù với nấm mèo, tofu, mì gói. Ta bảo bà đầu bếp ở Cali... Tội cho bà, bả có biết những gì. Ta nói láo mà bà vẫn tin vanh vách. Trên đầu bả vòng kim cô tai ách... Mà cái tay và đôi đũa còn run... Và những đồ ăn tiếp tục vãi vung... Trên chiếc yếm như một thời con nít... Bà hả miệng chịu ta cầm muỗng đút. Mắt sáng ngời, như thứ bảy hôm nay!

Trần Hoài Thư

- Trần Minh Hiền -

Đọc Ba Thi Tập Của Thi Sĩ Trần Vấn Lệ

Mở gói thư ra, nâng niu 3 thi tập được thi sĩ Trần Vấn Lệ gởi tặng tôi đọc liền một mạch: ***Ngày Xuân Không Nắng, Dã Quỳ Thương Nhớ*** và tập mới nhất ***Quán Cóc Bên Đường.***

1/ Ngày Xuân Không Nắng là tập thơ xuất bản 2012 gồm 108 bài thơ để tưởng nhớ Bác Sĩ Hoàng Văn Đức (1926-2012) một người bạn thân của tác giả Trần Vấn Lệ. 108 bài thơ, bài nào cũng hay, cũng có nét riêng, một phong cách rất Trần Vấn Lệ với lối kể chuyện bằng thi ca, và thơ-giống-như là bài văn, bài tùy bút đoản văn nhưng lại vần điệu nhịp nhàng và đọc lên, ngâm lên thì "hết sẩy".

Hãy đọc từ đầu tập với tâm tình với người thiên cổ ***Mưa Gió Miên Man***. Rồi ***Bóng Chiều Gần Nắng Xa Xôi***, ***Vực Sâu Nước Mắt*** để dừng lại cuối cùng với bài 108 ***Gửi Bạn Mình Phan Bá Thuỵ Dương***... Trong số 108 bài thơ độc đáo của thi tập này có 3 bài tôi thích nhất:

Bài Độc Thoại trang 118 (bài số 63), bài Đi Ăn Phở trang 151, 152 (bài số 81) và bài Một Ngày Bao La trang 153 (bài số 82). Dĩ nhiên là tôi (TMH) không dám nói là 3 bài này hay hơn những bài còn lại mà chỉ dám nói là 3 bài tôi thích nhất. Tôi thích bài Độc Thoại vì "hai cánh cổng nghĩa trang hấp hối. Nắng chiều tà trôi nổi thời gian. Tôi đứng dậy đi. Đi nhẹ. Đi nhàng. Tôi muốn lắm, gởi hồn mình ở lại. Em ơi em, đêm nay trăng tái, ai vì em đốt cháy một bình minh?" Câu hỏi kết thúc bài thơ nhưng mở ra cả một chân trời tưởng tượng cho độc giả. Cái độc đáo của thi ca Trần Vấn Lệ là ở đó. Tôi thích bài "Đi Ăn Phở" vì tác giả kể về câu chuyện rất tầm thường của ba người bạn già, đi ăn phở, cũng chuyện rất tầm thường và rất dễ bị hiểu méo mó vì chuyện cơm và phở, phở và cơm của người đời, đôi khi tiếu lâm cười cợt, đôi khi đau khổ tột cùng, đôi khi cay đắng vô biên... Cái hay của thi sĩ là ông lấy cái chuyện tầm thường đó để nói về cái khác thường, lạ thường, và bất thường. Tôi thích vì "*Người bạn đưa bàn tay. Chùi hai hàng nước mắt. Uống bia lòng ngẩy ngật. Phở cơm, đâu Quê hương?*" Cũng một câu hỏi kết thúc bài thơ nhưng mở ra trăm ngàn hệ lụy, trăm nỗi ưu tư của kẻ lưu vong xa xứ. Tôi thích bài Một Ngày Bao La vì thi sĩ TVL nói về cây cổ thụ và liên tưởng tới tất cả mọi điều và tâm tình với "em" của thi sĩ. Tôi thích vì "*Anh thật tình không ngờ em bao giờ cũng đẹp... Má ngày xưa tha thiết, em bây giờ muôn năm!*" Bao nhiêu người tung hô "em" nhưng chắc chỉ có nhà thơ TVL mới dám nói rằng "em bây giờ muôn năm!"

2/ Dã Quỳ Thương Nhớ xuất bản 2015 là tập hợp của 38 bài thơ viết về Đà Lạt, về Đơn Dương, và hoa dã quỳ vàng trong trí nhớ của tác giả vì ông đã sống ở rất lâu từ năm 1958-1989 (31 năm trời) đi học và dạy học, sống và kiếm sống. Nhưng cũng có những bài thơ về Pleiku, về Dran... 38 bài thơ dễ thương, cũng là phong cách rất riêng của Trần Vấn Lệ. Bài nào cũng là một bức tranh tuyệt đẹp về dã quỳ, về Đà Lạt, về Việt Nam ngàn dặm xa xôi cách trở. Bài nào cũng là một bài nhạc tuyệt vời réo rắt của nỗi nhớ quê hương cồn cào trong ký ức, chông chênh giữa quá khứ và hiện tại, chập chùng những cung bậc của thi ca và ngôn từ đẹp đẽ. Đọc thi tập này tôi ước sao mình cũng có thể "bắt chước" thi sĩ Trần Vấn Lệ làm một thi tập cho Nha Trang, Khánh Hòa quê hương tôi.

3/ Quán Cóc Bên Đường (QCBĐ) xuất bản 2016 là thi tập mới nhất của thi sĩ Trần Vấn Lệ. Hãy bắt đầu với bài đầu tiên Quán Cóc Bên Đường để kết thúc với bài cuối cùng ***Nhớ Em Ngón Chân Út***. Thơ Trần Vấn Lệ vẫn tự làm mới mình từ ngôn ngữ, cách diễn đạt, ý tứ và ý tại ngôn ngoại, tất cả quyện vào nhau thành một sự thay mới từng ngày. Hàng ngày ông vẫn làm thơ, âm thầm và không cần bon chen với những cuộc vui phù phiếm của cuộc đời. Sinh năm 1942, thi sĩ TVL đã là một thi sĩ thành danh nhưng ông vẫn đam mê thi ca như những ngày mới lớn, vẫn viết với tất cả trái tim của chàng trai trẻ mang đầy nhiệt huyết và tình yêu. Thi sĩ Trần Vấn Lệ đã có một con đường thi ca riêng biệt, một thế giới thơ đặc biệt của riêng ông, một phong cách thơ khác mọi người: những bài thơ mới nhìn về hình thức tưởng chừng là văn xuôi, là những đoản văn nhưng đọc kỹ thì mới biết là thi ca đích thực, vần điệu du dương, âm trầm nốt bổng. Mỗi bài thơ của TVL là một tác phẩm hoàn toàn mới, vừa là một bài thơ, vừa là một câu chuyện, vừa là một bức tranh, một bức ảnh, một bản nhạc có lời vừa là một bài nhạc hoà tấu không lời dặt dìu réo rắt. Đọc suốt thi tập QCBĐ độc giả gặp đi gặp lại những ray rứt về Trăng, về ngón chân út, về dã quỳ, về Đơn Dương, về bạn bè người còn kẻ mất, về tình yêu, về sự nhớ thương và ao ước...

Tôi thích nhất là bài ***Cảm Ơn Đà Lạt Cho Tôi Thương Nhớ Gởi Về*** ở trang 87 đến 93. Có một bài thơ khác mà chúng tôi (TMH) cũng rất thích đó là bài ***Hoa Quỳ Đơn Dương*** ở trang 19 đến 21. Tác giả đối thoại với "Em" người hỏi vì sao "Anh" cứ nhắc Đơn Dương hoài. Và "Anh" đã trả lời, vì đó là quê hương, là ký ức, là máu thịt, và tôi thích nhất 4 câu chót:

"Con đò ngang qua sông rồi trở về
Người con gái đi qua sông không trở lại
Khi thành đàn bà người ta không còn con gái
Anh vẫn làm thơ nên mãi mãi còn em!"

Cảm ơn thơ ca, cảm ơn thi nhân đã làm cho "Em" vẫn tồn tại muôn đời và muôn đời xinh đẹp.

Xin tặng thi sĩ Trần Vấn Lệ một bài thơ:

Thi Sĩ Trần Vấn Lệ
(Kính tặng thi sĩ Trần Vấn Lệ)

Thơ Trần Vấn Lệ có vầng trăng
Đà Lạt quý vàng khó cách ngăn
"Quán Cóc Bên Đường" cùng khắc khoải [(1)]
"Ngày Xuân Không Nắng" với băn khoăn [(2)]
Bề ngoài độc đáo không câu nệ
Phong cách rất riêng chẳng khó khăn
Tuyệt diệu thi ca như bức họa
Bài ca cuộc sống có hay chăng?

Trần Minh Hiền
Orlando ngày 19 tháng 11 năm 2016

[(1)] Quán Cóc Bên Đường thi tập của TVL xb 2016.

[(2)] Ngày Xuân Không Nắng thi tập của nhà thơ TVL xb 2012.

* * *

Đọc Trần Vấn Lệ

Tôi (TMH) rất thích đọc thơ Trần Vấn Lệ vì thơ của ông có một nét rất riêng, rất Trần Vấn Lệ, không lẫn lộn với ai khác, vì nghệ thuật dùng từ ngữ rất độc đáo và cách diễn đạt cũng lạ. Thơ ông như là những đoản văn có vần điệu, đọc lên nghe như nhạc, như tranh, như ảnh như bài kinh ... Và cao hơn tất cả, sâu hơn tất cả là tình yêu tha thiết, da diết với đời, với người dù đôi khi dường như là thứ tình yêu đơn phương và tuyệt vọng. Chẳng hề chi, chẳng can chi. Thi sĩ vẫn viết, trải lòng mình ra với trang giấy, với bàn phím và màn hình computer. Vẫn có rất nhiều người âm thầm đọc thơ TVL và mê. Tôi thích nhất bài thơ sau đây:

Nam Mô A Di Đà Phật

Có con ngựa tía chạy muôn dặm ngàn mỏi chân dừng lại thấy mình trống không!

Có con ngựa hồng chạy qua đồng cỏ gặp một bầy thỏ đứng lại hí vang...

Ông mặt trời vàng leo lên kim mã vượt bao núi cả vượt khắp đại dương...

Mặt trời xót thương những con thuyền gỗ nghe lòng xấu hổ sao người vượt biên?

Có người hữu duyên gặp người hữu phận sao còn lấn cấn: vì sao lưu vong?

Tiếng con ngựa hồng hí trên đồng cỏ. Gió theo đường gió. Mây theo đường mây!

Từ Đông sang Tây, tôi, con ngựa lạc, đứng nhìn ngơ ngác em à em ơi...

Con chim chích cười trên cành xanh biếc. Ngày nào tôi chết ngậm cười tiếng chim?

Tôi đứng lặng im như con ngựa tía. Dặm ngàn vô nghĩa, dặm lòng vô biên!

Em à em em, cho tôi nhắm mắt. Em là Đức Phật. Em là Khoan Dung!

Em của nhà thơ Trần Vấn Lệ có thể là một người con gái nào đó trong tâm hồn ông nhưng cũng có thể là những người con gái Việt Nam hay là bất cứ người đẹp nào. Và luôn thánh thiện, khoan dung và là Đức Phật.

Có một bài khác tôi thích vô cùng:

Hỏi Cho Hoa Mỉm Cười

Hồi nửa đêm, còn viết vài dòng nhật ký chơi. Rồi ngủ như ngậm cười, sáng hồn nhiên thức dậy. Mình còn sống, còn thấy... những gì đang rạng đông, thấy núi và thấy sông, thấy mênh mông trời đất.

Trời không mưa, nắng mật, ngọt ngào con chim bay. Trời không mưa, nắng say, con bướm chao đôi cánh. Nhưng có chút lành lạnh, gió chưa tới mặt trời? Có một chút ngậm ngùi, lá vàng trên sân gạch...

Nhiều câu thơ thật nhạt, viết cho có một ngày. Từng câu thơ kết bầy cho chim bay tứ xứ...

Khói thuốc và hơi thở, thơm chăng vườn hoa tôi? Hỏi cho hoa mỉm cười. Hỏi và không nghe đáp. Coi như thơ còn nháp. Coi như ngày chưa qua. Nhưng ở xa, ở xa, đầu đường ai áo đỏ? Nếu bây giờ còn nhỏ, tôi tưởng con diều bay...

Nắng đã lên ngọn cây. Ngọn cây mừng ánh nắng. Vài giọt sương trăng trắng trên lưới nhện giăng giăng. Trên chiếc võng thời gian có con ruồi đang ngủ. Cuộc sống nó đã đủ cho một đời lầm than? Tôi, bỗng dưng mơ màng, một ngày nào buông hết.

Có sinh thì có chết. Có hợp thì có tan. Thương quá cỏ nghĩa trang sắp vàng mùa Thu mới...Một bài thơ không đợi cũng đã thành bài thơ!

Một bài thơ thật là, lạ từ đầu đề cho đến toàn bài, lạ từ cách diễn đạt đến từ ngữ, ý tứ, ẩn dụ và phúng dụ... Thơ của thi sĩ TVL đôi khi là cho tất cả mọi người đọc nhưng đôi khi chỉ cho một người. Đôi khi rất dễ hiểu, đôi lúc lại rất kén độc giả, khó hiểu. Nhưng có lẽ nhà thơ không cố ý làm điều đó. Ông chỉ viết và viết. Tôi yêu thơ của Trần Vấn Lệ ở chỗ đó.

(...)

Thơ của thi sĩ Trần Vấn Lệ chạm đến tận cùng của tâm tư người viết và người đọc, và những vần thơ nhạy cảm, mẫn cảm vô cùng. Cám ơn thi nhân đã dâng hiến cho đời những tâm huyết của mình.

Trần Minh Hiền
Orlando November 16, 2015

– Trương Xuân Huy –

Hồi Âm Trần Vấn Lệ

Tao hết thương mày cứ thương ta
Dalat bây giờ hết mưa sa
Quê người sao cứ mưa nhiều rứa
Mưa mãi nên mi đậm nhớ nhà

Cũng bởi vì yêu cả nước non
Không đành bỏ bạn, bỏ bà con
Thành ra tao khóc không thành tiếng
Ru hụt theo vì một chút hương

Ôi chút hương làm sao phất phơ
Nhớ mày, nhớ bảng phấn ngày xưa
Học trò lớp lớp bao cô cậu
Và đến bây giờ chỉ có thơ

Bao giờ mày vẫn gã tào lao
Vẫn thơ vẫn rượu vẫn hoa đào
Khứ nhân Kinh nhật thành muôn thuở
Vương vấn chi còn để lại tao

Hỡi Trần Vấn Lệ mi đừng gọi
Thinh lặng như trời đêm sao trăng
Tịch liêu khẽ giục lòng tha thiết
Giữ lại trong hồn chút bâng khuâng

Hai năm mi bỏ quê Dalat
Hai mùa thương nhớ lá thu rơi
Bạn bè chửa đếm may còn đủ
Cuộc sống cho dù đứt quãng hơi

Thơ mày gởi lại mừng lắm chứ
Mỗi một ngày qua một đổi thay
Nét bút năm xưa vở đẹp quá
Và vần thơ nhẹ tựa mây bay

Tao năm mươi bốn, mày năm mươi
Sống mòn không dễ chết về nơi
Có lẽ mai kia trong xó núi
Thân tao rữa hồn tao lên trời

Đến khi mày trở thành tro bụi
Mong hồn mày là ngọn gió thu
Ru khẽ mộ ta chiều xuống chậm
Bên rừng Dalat gió vi vu.

Trương Xuân Huy
(1991)

- Túy Hà -

Vấn Lệ Trăm Năm

Gởi người vấn lệ trăm năm

Người ngồi vấn lệ ngoài biên tái
có ngời nắng gió tháp Chàm xa
có nghe tiếng hát hờn Chiêm nữ
từ chế lan viên mắt mù lòa
trên những điêu tàn (*) thành quách cũ
thấp thoáng ma hời bóng vờn qua
còn nhớ hay quên phan rang gió
xát muối lòng đau rát thịt da
dấu chân bãi vắng ngày xưa ấy
bao đợt triều cương đã xóa nhòa

Người đi mang cả lời tình tự
trĩu nặng hai vai một gánh đời
vẫn nhớ em xưa xanh mắt biếc
như nước biển nhà yêu thuyền thôi
chao ôi nhớ mãi mùa sóng lớn
đã đẩy đời ta ra biển khơi
làm sao dịu lại lòng muối mặn
chà xát hồn đau khách xa nhà

Đã bao năm cũ qua rồi nhỉ
gối đầu thế kỷ hững hờ trôi
vẫn còn ngồi đó như tượng đá
tự hối lòng mình vấn lệ thôi
chỉ hiểu một điều luôn còn tiếc
quê hương đã mất có phan rang
vẫn đầy gió muối khô khốc thổi
suốt cả sống lưng rát xuân thì

Vẫn là vấn lệ vấn không thôi
trần ai bạc tóc đã cuối đời
sao còn nhưng nhức lòng vọng tưởng
chiêm nữ ngàn xưa nguyệt bạch hề (**)
xin chào gió cát ngàn xưa cũ
thổi suốt hoang vu một phận người
dù xa phế tích thành quách cũ
vẫn khó lòng quên những điêu tàn

Vẫn ngoài biên tái – ngoài biên tái
vấn lệ trăm năm giọt vấn dài.

Túy Hà

(*) *Chế Lan Viên (Điêu Tàn)*
(**) *Ý thơ Trần Vấn Lệ*

- Uyên Nguyên -

Thơ Trần Vấn Lệ, Nỗi Nhớ Khôn Nguôi

Thơ anh dập dồn những hoài cố "*cảm khái từ lòng hoang liêu*". Những bóng hình dĩ vãng cứ mãi dậy lên trong trí tưởng anh mọi nhung nhớ day dứt, cứ mãi phập phồng trong trái tim anh bao nồng nàn thương cảm.

Những chặng đời anh là những cuộc lỡ làng, những lần mất mát, những bất toại đớn đau bởi thời cuộc đổi dời và trở thành định mệnh: quê hương chiến cuộc, lưu cư quê người. Và vì thế thơ anh buồn. Anh thú nhận "*có ai từng làm thơ không hề ứa lệ*". Làm thơ, anh muốn cứu rỗi lại những hồi ức thân thương, đầm ấm khỏi bị phủ mờ bởi tro bụi thời gian; khắc chạm lại những kỷ niệm luyến lưu, gắn bó thành những tượng hình lóng lánh hoài vọng, mộng mơ; tô vẽ lại những vùng đất trời thân thiết xa xưa thành những bức tranh đằm đằm sắc màu tinh khôi nguyên vẹn. Dù rằng làm thơ là "*anh đi tìm nước mắt của anh tuôn*", nhưng thơ anh không những làm nên cuộc phục sinh, mà còn giữ cho đời, cho người thành bất tuyệt, "*anh vẫn làm thơ nên mãi mãi còn em*".

Vâng, hãy tin rằng những người, những cảnh, những tình anh ôm ấp, diễn đạt trong thơ sẽ miên viễn trường tồn, bởi "*thơ thì không bao giờ chết*", như anh một lần xác quyết.

Lotus Media

(Ghi chú: những câu in nghiêng trích từ thơ, bài viết của tác giả)

* * *

Trần Vấn Lệ, Thơ Thở Từng Ngày

Trời không rót hạt, lòng buôn buốt
Lạnh chẳng lẽ từ mưa Cố Hương

(Trần Vấn Lệ)

Ông hoạ sĩ Nguyễn Đình Thuần đi vắng, giao nhà cho Lệ trông coi cả tháng. Đứng ở trên tầng hai, từ cửa sổ nhà tôi nhìn qua con kênh cạn dòng mùa này, nơi Lệ đang ở chỉ cách chừng mươi thước đường chim bay. Sau lần gặp gỡ trò chuyện có đông anh em văn nghệ như họa sĩ Dương Ngọc Sum, anh Trần Ngọc, và thỉnh thoảng trong một ngày vài người bạn ghé vội rồi đi, và một lần khác có Nguyễn Lương Vy, thì mỗi ngày Lệ vẫn gởi tôi một email chào và chúc lành buổi sáng. Lệ dễ thương ở chỗ đó, ngồi một mình vẫn nghĩ đến bạn bè gần xa. Kèm theo những lời chúc lành, mỗi ngày Lệ gởi một bài thơ. Thơ Lệ, như Ôn Mãn Giác lúc còn sống nói: *"Thơ Lệ lúc nào cũng buồn!"*, dù trong lời thưa của tập thơ mới nhất ***Mờ Trong Bóng Chiều***, Lệ vẫn một mực khăng khăng thơ mình "không buồn, không vui. Chỉ lặng lẽ như một ngày trôi qua"

"Ngày hôm nay không mưa. Ngày hôm nay không nắng. Trời hình như rất nặng, chân mây về rất gần. Ngày hôm nay, mùa Xuân mà sao buồn chi lạ, còn hai tháng nữa Hạ, còn năm tháng nữa Thu. Gió nhè nhẹ, vi vu. Lộc non từ từ nở. Trời hình như không nhớ bây giờ đã quá Giêng?

Có những mối tình riêng nhân ngày buồn thỏ thẻ. Tiếng những con chim sẻ nhỏ hơn tiếng gió bay... Ôi một ngày một ngày. Hai bàn tay nắm chặt, tôi sợ mình rơi mất những ngày Tết dễ thương. Tôi thấy hình như sương vừa sa sa ngoài ngõ. Tôi ngó ra bờ cỏ, cỏ cúi đầu chào ai?

Ngày hôm nay bay bay bài thơ tôi nước mắt, nuốt đi em vị ngọt, vuốt giùm tôi xót xa... Ngày hôm nay sẽ qua. Sẽ qua hay sẽ vậy? Ai về đây nhìn thấy, nói giùm tôi thời gian..."

(Ôi Một Ngày Một Ngày – Trần Vấn Lệ)

Một ngày của Lệ, là một đời Thơ trùm kín sương khói quê nhà, thơ vì thế như chai rượu cổ tuổi đã gần trăm năm "bật nút", trào ực tâm sự:

"Không phải khi không Thơ bật nút
Mà vì tâm sự khó bao che
Thương nhà, nhớ nước, ai không vậy?
Muôn dặm đường đi, một chỗ về"

(Trần Vấn Lệ)

Nỗi nhớ Đà Lạt, một cõi quê nhà sương khói loáng thoáng cuối chân mây, nơi ấp ủ hình bóng của đàn em thơ học trò áo trắng, bây giờ đã qua mấy bận đời dâu biển, tự vấn Thầy còn gì và các em còn lại gì?

"Nhìn các em ngồi đó, một góc sân trường xưa, thương quá thời nắng gió, nhớ quá

chiều, sáng mưa... Đà Lạt, các em ở. Đà Lạt, Thầy bỏ đi. Các em thì vẫn nhỏ như vầng trăng núi kia... Đà Lạt các em ở, xanh biếc nhé bầu trời, ngước lên nhìn nỗi nhớ, Thầy là áng mây trôi..."

(Trần Vấn Lệ)

Mây trôi, Thầy về đâu, nếu không phải giờ này Lệ đang cô độc lầm lũi trên *"Những con đường thăm thẳm xé rách từng trang thơ. Những tình sâu nghĩa nặng lắng xuống dùm, giọt mưa!"*. Trong trường hợp này, thơ Lệ không là lời bội bạc, bỗng cho ta hình dung ra những tiếng thét gào cay đắng, nghẹn ngào, "giọt mưa" tượng hình nước mắt:

"Tôi làm thơ, một cách buồn, tôi nói, có bài nào mưa gió chẳng lê thê?"

(Mờ Trong Bóng Chiều – Trần Vấn Lệ)

Hay:

"Đôi lúc làm thơ mà muốn khóc. Ném vào chữ nghĩa trái tim đau..."

(Tiền Đình Tạc Dạ – Trần Vấn Lệ)

Thơ của Lệ cũng là thơ cho những tình nhân không biết, dung nhan tình yêu trong thơ Lệ chỉ là hương sắc hoa, nhụy, ong, bướm lang thang tình cờ bay vào đậu trong tâm hồn, rồi bất chợt tạo thành những âm vang cung bậc ngân nga với trời đất. Người con gái nhân tình của Lệ bao giờ cũng đến muộn, sau tất cả:

Lại một mùa Xuân nữa đến rồi, ngoài sân hoa nở, nắng thơm ơi! Chưa ai xông đất nhưng bầy bướm, không hẹn mà về vui quá vui!

Đến muộn, nghĩa là không đến, hay cũng có thể là đã ngầm ngự trị trong tâm hồn người thơ. Đối tượng tình yêu và người yêu trong thơ Lệ là hình ảnh luôn bàng bạc có, bởi hình như trong tất cả ngàn bài, Lệ đều nhắc đến một nhân tình với tên gọi thiết tha, gần gần, xa xa: "Em!", và chỉ có "Em" thôi! Bởi một ngày còn yêu, Lệ còn làm thơ, những câu thơ dễ thương như "tình vừa mới cắn" trên môi:

"Tàn nhang. Rụng. Rã. Rời. Gió bay vào tim phổi. Tôi nói như tôi trối: yêu Em và yêu Em!"

(Mưa Mùa Đông – Trần Vấn Lệ)

Buổi sáng hôm nay ngồi nhâm nhi tách cà phê lạt và đọc thơ Lệ gởi, thơ từng ngày kéo tôi mải miết theo, rong ruổi trên những con đường xa tất tận nơi góc khuất quê nhà bất giác, lung linh hiện rực rỡ một vùng ký ức hình ảnh của mái trường rêu phong, những mái tóc mượt con gái hồn nhiên sân trường áo trắng tinh khôi, tuổi hò hẹn của tình yêu ban đầu và tuổi xa người:

"Từ đó, em ơi, anh đã khóc. Chia tay như vậy buồn ơi buồn. Mình mong có buổi tay cầm chặt, mà kể từ nay, thôi Cố Hương!"

(Mùa Thu Mùa Sương – Trần Vấn Lệ)

Song, thấp thoáng ở cõi tình riêng thơ mộng nào nếu có trong thơ của Lệ, của đời biển dâu, của buổi tha hương đất lạ, vẫn hiển bày một nỗi NHỚ tận cùng, linh lung giữa niềm cô độc vô biên. Nỗi nhớ QUÊ NHÀ:

"Nửa thế kỷ rồi đó!
Dài ơi câu Tang Thương!
Người ta mất Quê Hương
Ăn muối nghe chăng ngọt."

(Một Ngày Của Tôi)

Thơ từng ngày của Lệ, dù có hương sắc hoa bướm bay vào ngự, vẫn là tiếng thở dài não nùng:

"Có đêm tôi gặp người thiên cổ
Hỏi "chớ sao người như khói sương?"
Người ấy đáp tôi qua nước mắt
"Ta mong về, thấy lại Quê Hương""

(Người Thiên Cổ – Trần Vấn Lệ)

Thơ từng ngày của Lệ, dù tân toan đem hoa bướm chao lượn về, làm dáng, vẫn là tiếng lòng buồn rượi một nỗi nhớ nhung, như Ôn Mãn Giác nói: "thơ Trần Vấn Lệ là nước mắt!"

"Thôi thì khóc được, khóc cho vơi
một gánh quan san xa mất rồi
một chút tình mọn Em đi biệt
còn lại thơ tôi khóc với đời"

Uyên Nguyên
từ trang uyennguyen

- Vĩnh Hảo -

Vĩnh Hảo Viết Về Trần Vấn Lệ

Thơ ông là niềm hoài vọng tha thiết với quê hương đã xa nghìn trùng; là niềm đau của những giấc mộng (hay những trách nhiệm) chưa tròn; là ca dao, là khúc hát "đẫm lệ" (chữ dùng trong lời tự bạch của ông cho thi tập Gửi Em Một Đóa Hoa Hồng) cho quê hương, tình yêu và kỷ niệm.

Có một nỗi gì da diết, quặn thắt tận bên trong, nơi từng câu thơ, từng con chữ của ông--như thể chúng được kết tinh từ những giọt lệ sầu đau của kiếp người, mà ông là một nhân chứng của cuộc gãy đổ, phân ly, tang tóc, thống hận... trên quê hương và ngoài quê hương của mình.

Nhưng không vì vậy mà chìm khuất. Tình yêu và thi ca đã cứu lấy ông. Và thơ ông đã góp phần cứu lấy cuộc đời.

Vĩnh Hảo

- Văn Việt -

Thơ Trần Vấn Lệ Là Tiếng Kêu Của Chim Đỗ Quyên

Gần như độc nhất, cách anh xuất hiện đều đặn, nhiều năm, với từ vựng riêng, một chủ đề và chất giọng không thay đổi: chất trữ tình hoài niệm.

Thơ hoài niệm đã bị vượt qua từ lâu.

Nhưng Trần Vấn Lệ không quan tâm đến điều ấy. Anh không chú ý làm mới ngôn ngữ hay nghệ thuật. Một cách không mệt mỏi, không ngừng, kêu mãi hồn nước. Dù là viết về căn nhà cũ, người bạn ấu thời, vài kỷ niệm rải rác đó đây Phan Thiết, Đà Lạt hay California quê người, dù từng câu thơ bảy chữ hay tám chữ hay dàn trải như thơ xuôi. Ngôn ngữ của anh không nhiều biến đổi, thế mà đọc anh những người yêu dòng thơ ấy sẽ thấy lan tràn một áp lực trên bề mặt. Bóng tối, phẫn uất, tình yêu, nỗi căm phẫn được nén lại, lúc nào cũng đầy rẫy trong phạm vi mấy chục câu của một bài. Có cả yếu tố tự sự, và giữa dòng chảy có phần chán nản, vẫn có những đoạn mô tả đầy năng lượng. Sự cam kết và sự nối kết của các bài thơ là rõ ràng, chính xác, thành chuỗi.

Điều kỳ lạ là sự kết hợp giữa một bên, lòng yêu đời chảy đi rào rạt, và một bên, nỗi u sầu tù đọng. Thơ anh không mới, nhiều bài giống nhau, và đó là, tất nhiên, nhược điểm rõ ràng của bút pháp, nhưng ngược lại, đọc câu thơ đầu một số người muốn đọc đến câu cuối, đã đọc một bài, muốn đọc bài thứ hai. Bởi vì trong những kinh nghiệm tăm tối, sự mất mát, sự thua cuộc, hay bỏ cuộc, còn lấp lánh tấm gương phản kháng chiếu sáng trở lại từ một hiện hữu tự do và thanh bình.

Có lẽ là ngoại lệ, khi một giọng thơ (tone) thương cảm và một thức điệu thơ (mode) hoài niệm, cả hai, vẫn bình thản chiếm hữu trang viết của anh, ngày này qua ngày khác, đếm đi đếm lại trong túi xách của mình gia tài của những kẻ mất quê hương. Và của quê hương ấy.

Văn Việt
https://vanviet.info/

PHẦN 3:

TÌNH THÂN MẾN DÀNH CHO MỌI NGƯỜI, CHO QUÊ HƯƠNG

Thầy Tôi Ông Trần Quý Tuệ

Thầy tôi, trong đời tôi có nhiều người là Thầy của tôi lắm...

Từ lớp Đồng Ấu ở Phường Phú Trinh, Phan Thiết, tức lớp vỡ lòng, lớp Năm (sau này gọi là Lớp Một) đến những năm học Trung Học ở Đà Lạt rồi Sư Phạm ở Nha Trang, rồi Đại Học Luật Khoa ở Đại Học Sài Gòn, tôi học với nhiều Thầy, chỉ với hai Cô, một Cô hồi lớp Vỡ Lòng và một Cô hồi học Sư Phạm. Năm tôi bắt đầu đi học là năm 1948 và năm cuối cùng tôi không còn dính liu với bất cứ ngôi trường nào nữa là năm 1975. Người dạy tôi đầu tiên là Cô Trần Thị Sen, người cho tôi những lời chúc đẹp cuối cùng trên Quê Hương là Cụ Giản Chi Nguyễn Hữu Văn. Tôi nhớ như in trong lòng từng Thầy, Cô (tiếc đời tôi chỉ học với hai Cô, Cô Trần Thị Sen và Bà Ung Sâm – Cô lấy tên chồng làm tên mình). Thầy mà tôi thương nhất là Thầy Trần Quý Tuệ, Hiệu Trưởng trường Sư Phạm Nha Trang, Hiệu Trưởng liên tục (thì phải) suốt mười niên khóa trước khi trường chuyển ra trường Sư Phạm Quy Nhơn. Thầy Trần Quý Tuệ giúp tôi giữ lòng đằm thắm khi tôi trở thành một Giáo Viên Tiểu Học rồi lên thành Giáo Sư Trung Học nhờ chỉ với một lần Thầy đưa tay lên trán tôi coi tôi có ấm đầu thật sự không mà tôi xin nghỉ học tới ba ngày; Thầy khuyên tôi cố gắng học đừng vắng mặt nhiều quá, Thầy muốn tôi ra trường nếu có phải đi Lính thì cũng đỡ vất vả (Thầy nghĩ quân đội thường giữ những quân nhân có chữ nghĩa làm việc văn phòng, ở hậu cứ, không phải tác chiến). Ở Nha Trang, tôi trọ học gần nhà Thầy, nhà Thầy số 9 đường Phương Sài, nhà tôi trọ số 15 đường Phương Sài. Tôi chưa một lần dám bước lên nhà Thầy để thăm Thầy (mà thời gian đi học, ngày nào cũng thấy Thầy thì có chuyện gì đâu thăm?) trong khi Thầy có một lần đến nơi tôi trọ xem tình hình tôi bệnh... cảm, ra sao (lúc đó, Thầy chắc nghe tôi có nhận được giấy gọi nhập học của trường Quốc Gia Bưu Điện ở Sài Gòn, rớt Tú Tài Một tôi nộp đơn thi nhiều trường dạy nghề... làm công chức: trường Bưu Điện, trường Cán Sự Pasteur và trường Sư Phạm, trường nào tôi cũng đậu nhưng Sư Phạm thì có giấy gọi sớm nhất). Thầy thường khuyên chung trước tất cả giáo sinh: Học Sư Phạm ra trường làm Thầy Cô có hai cái sướng, một là lương cao hai là hàng năm có ba tháng không dạy vì nghỉ Hè. Thầy, người Huế, giọng Thầy nhỏ nhẹ và thiết tha, có lẽ tôi yêu Huế từ năm 1960 là... nhờ Thầy truyền bệnh tương tư chăng?

Thi tốt nghiệp Sư Phạm, tôi đậu khá cao, thứ mười trên một trăm và tôi được bổ nhiệm tại ngay thành phố Đà Lạt. Đà Lạt là một thành phố từ thời Pháp Thuộc, Ville de Dalat, bao bọc quanh nó là Tỉnh Tuyên Đức. Ở Đà Lạt thì an toàn mọi mặt... vì nó là thành phố ưu ái nhất của miền Nam Việt Nam. Tôi đi dạy học áp dụng đầy đủ những những bài học ở trường Sư Phạm nhất là những bài Tâm Lý Giáo Dục của Thầy Trần Quý Tuệ, tôi là giáo viên xuất sắc hai niên khóa liền, sau đó còn được đề nghị thêm, tôi không chịu, tôi muốn dành cho anh chị em khác. Cũng may, tôi được lệnh nhập ngũ khi vào năm học thứ ba đời dạy học của tôi. Tôi bị gọi đi học khóa Hạ Sĩ Quan, khi đưa bằng Tú Tài ra thì được hoãn để sẽ được gọi đi học khóa Sĩ Quan Trừ Bị. Sau đó, tôi có lệnh nhập ngũ chính thức khóa 24 Thủ Đức...

Như tôi đã nói khi nhập đề bài viết này, vị Thầy mà tôi nhớ nhất là Thầy Trần Quý Tuệ. Từ năm 1962 trở đi tôi không có lần nào gặp lại Thầy dù tôi có về Nha Trang nhiều lần về việc nhập ngũ để khám sức khỏe vào lính vì Nha Trang thuộc vùng II, thành phố Đà Lạt nơi tôi cư ngụ thuộc Vùng này, vùng có Trại Nhập Ngũ số 2 (trước ở Phan Rang, sau dời ra Nha Trang; ở trại Phan Rang rệp nhiều quá và chật quá, trại Nha Trang thì rộng rãi và sạch sẽ. Tôi có đi ngang nhà Thầy khi được «xả trại»ra phố dạo chơi để chờ ngày xuống tàu Hải Quân đưa vào Sài Gòn, tôi ghé thăm lại nhà trọ cũ của tôi, hỏi thăm Thầy thì được cho biết Thầy không có mặt ở nhà giờ hành chánh. Người ở nhà trọ cũ của tôi đinh ninh tôi hỏi thăm Thầy Trần Quý Tuệ là có ý muốn được nhìn thấy cô con gái của Thầy, Trần Thị Trang... Một hình bóng...

Nha Trang là một thị trấn dễ thương, to lớn và phát triển nhiều mặt, nhưng mãi sau thập niên 1960 nó mới được công nhận là Thị Xã, ngang tầm Thành Phố. Tôi ở đây không lâu, tôi nhớ bãi biển, đại lộ Duy Tân. Tôi nhớ những con đường thăm thẳm mát rượi bóng cây muồng vàng. Tôi nhớ Xóm Mới, vốn là nghĩa địa bị chính quyền ra lệnh di dời để thành lập Bến Xe và khu dân cư mới. Tôi nhớ nhà ông Quách Tấn sau chợ Đầm, số 12 đường Bến Chợ bên cạnh bờ sông. Tôi nhớ nhà ga, tôi nhớ hệ thống đường rày uốn cong đến phát chóng mặt tại ga này. Tôi nhớ Chợ Mới những vườn dừa, tôi nhớ Thành Diên Khánh, nhớ những ruộng lúa xanh rì... Tôi nhớ (thưa Thầy, con nhớ Thầy). Ở quân trường Thủ Đức, tôi chung phòng với anh Dương Trọng Khương, anh Trần Xuân Hiền, cũng là Thầy Giáo ở Nha Trang, các anh dạy trường Trung Học Võ Tánh. Chuyện Nha Trang thường xuyên nhắc nhớ. Anh Dương Trọng Khương là phu quân của Trần Thị Trang, ái nữ của Thầy tôi...

*

Tôi viết bài này để làm chi? Tôi viết bài này... vì tôi đang thở. Xin ai đọc cũng hỏi giùm như tôi vừa hỏi tôi: Viết bài này để làm chi? Là một Thầy Giáo, chính danh là Giáo Sư Việt Văn, mà viết như thế sao? Không mạch lạc, không gọn gàng, không... có nội dung gì cả. Bông lông, bảng lảng như một... bài thơ. Tôi biết không tự nhiên cũng không tự dưng tôi nhớ Thầy tôi, ai đó mới là... vang bóng một thời. Và nhạt nhòa. Ơ hay, tôi làm sao vậy, hỡi Nha Trang?

Trần Vấn Lệ
19.11.2015

Đọc Tác Phẩm Cuối Cùng Của Nhà Văn Võ Phiến

Nhà văn Võ Phiến năm nay, 2010, 85 tuổi. Ông viết xong cuốn ***Cuối Cùng*** năm 2007, đầu năm 2010, tại phòng Hội của Nhật Báo Viet Herald ở Nam California, ông có mặt trong buổi ra mắt sách. Vậy là...ông còn. Vẫn còn sống, còn tại thế. Không ai tin điều đó với một ông già sau hai lần mổ tim, sau gần trăm năm lam lũ (ở quê nhà Bình Định, ở sách vở văn chương, ở cơ quan Chính Quyền Việt Nam Cộng Hòa, ở những hãng xưởng Mỹ, ở tuổi già bệnh hoạn...). Gần ba trăm người đón chào ông Võ Phiến trong tình cảm người với người, trong sự mong được nhìn thấy một người khỏe mạnh. Ông Võ Phiến xuất hiện trước đám đông với nụ cười, với dáng dấp dễ thương của một người già nua còn...tráng kiện.

Tôi không "mô tả" nhiều thêm về buổi xuất hiện của nhà văn Võ Phiến ngày Ra Mắt Cuốn Sách Cuối Cùng của ông. Tôi muốn nói về cuốn sách đó – một cuốn sách Đẹp, in đẹp mà nội dung cũng đẹp.

Cuốn sách được nhà xuất bản Thế Kỷ 21 in và xuất bản, năm ghi trên bìa: 2009.

Cuốn sách in thật đẹp, trình bày thật bắt mắt, trên giấy màu vàng nhạt, trang nhã, tính cả bìa trong, bìa bọc ngoài, cuốn sách dày 192 trang. Sách không ghi giá bán, mua tại tiệm sách chỉ mất mười lăm đô. Nếu bình thường thì mắc đấy, nhưng cầm cuốn sách trên tay, ai cũng bằng lòng và cho là còn rẻ lắm. Tác giả chắc hưởng tác quyền không bao nhiêu. Nhà in hưởng nhiều hơn hết cái công lao của nó. Nhà xuất bản nhất định là hồi hộp, không biết thu có huề vốn không...Tôi không theo dõi "diễn biến thị trường" của cuốn sách, nhưng tôi tin...ai cũng vui trong tình huống kinh tế suy sụp hiện nay. Với tên tuổi vang lừng của tác giả, với sự trang nhã của một ấn phẩm mang tầm Thế Kỷ và với sự chăm sóc tận tình của nhà xuất bản Thế Kỷ Hai Mươi Mốt, nhất định cuốn Cuối Cùng sẽ tái bản nay mai thôi...

*

Ông Võ Phiến được nhiều lớp độc giả đồng ý: Ông là nhà văn kỳ cựu. Cùng "lứa" với ông, hiện chỉ còn Hà Thượng Nhân, Phạm Cao Củng, Hoàng Văn Đức, Trần Ngọc Ninh...Chưa ai là "người muôn năm cũ" cả vì...còn sống! Những người còn sống, nói đúng là "còn sót", theo tôi biết không ai còn "nhuệ khí". Nếu "còn bình thường" thì con cháu cũng không cho các Cụ đụng đến sách vở nữa. Ông Võ Phiến cũng bị "hạn chế" rất nhiều: ăn uống phải kiêng khem, đọc sách báo phải...ít thôi, con cháu ở xa thay phiên về thăm cha mẹ già phải chia phiên nhau về hoài hoài để cho ông quên lãng là mình đang hiu quạnh. Việc ông Võ Phiến có cuốn Cuối Cùng là ngoài ý muốn của ông, chính vợ và các con ông xếp đặt cho ông còn "hiện diện" qua sự gợi ý...chào hàng của nhà xuất bản Thế Kỷ 21. Những bài trong Cuối Cùng là những bài đã xong từ "hồi nảo hồi nao". Thôi thì, đem in nghĩ cũng như mua vui cùng độc giả dẫu vài trống canh.

Bạn nhìn ảnh ông Võ Phiến in kèm theo sách, không thương thiệt uổng. Ôi một ông già, sự hồng hào còn thấy được chẳng qua là màu mè chụp được bởi cái máy chụp hình. Thực tế thì ông đã xanh xao và đi đứng yếu xìu! Trẻ sao già vậy, trách ai? Người ta cầu Trời cầu Phật cho mình mạnh khỏe, không ai cầu xin cái gì mình không muốn! Con Tạo xoay vần tới đâu thì cứ xoay, chúng ta còn ông Võ Phiến, còn đọc cuốn sách Cuối Cùng của ông là chúng ta còn Vui!

Ông Võ Phiến không viết hồi ký, không viết nhật ký. Cuốn Cuối Cùng của ông được coi như một tập Tạp Bút, viết đủ thể loại: Thơ, truyện ngắn, tùy bút, biên khảo...Ông, hay "người nhà" ông gom góp lại để cho cuốn sách cái bề dày thích hợp. Những bài (đủ thể loại đó), ông viết bình thường, không nghĩ là mình còn sống có ngày sẽ chết, viết để mà "lưu chiếu hãn thanh". Ông viết hồn nhiên, dễ thương, chỗ nào chẻ tóc làm tư được ông cứ ngồi tỉ mỉ, tủn mủn mà chẻ...cho chữ thêm dòng, giấy thêm trang. Ông Võ Phiến có cái văn phong đẹp: không ồn ào, náo nhiệt, không hợm hĩnh, se sua. Ông sinh ra ở quê, ông vẫn quê một cục, có điều cái cục quê của ông thơm nhờ ông đi học nhiều nơi, qua nhiều trường, từng ở nhà Ông Đào Duy Anh, từng viết báo tại Hà Nội (thời tiền chiến), ông "lai" mà không "lai căng", do đó, ông dễ thương, lẩm cẩm mà dễ thương. Ai đọc sách của Võ Phiến đều không chê, không nói "không cần", đã đọc sách Võ Phiến là thấy mình...gần với thiên nhiên, với con người, với những cái tầm thường mình không ngờ nó chẳng tầm thường tí nào!

Tôi chịu Ông Võ Phiến về cái trầm tĩnh của ông trước mọi biến động của xã hội. Ông (dẫn cả nhà) trôi theo dòng đời, ông không buông xuôi, ông vẫn vững tay chèo đưa người thân của mình tới bến bờ yên ổn – ông làm việc nuôi vợ con, ông viết văn kiếm thêm chút đỉnh, ông không "sinh sự", ông có quan tâm tới "sự sinh" và ông chép miệng thôi. Với bộ biên khảo Văn Học Miền Nam, ông khổ – khổ tâm nhọc sức đã đành còn khổ vì nhiều người không thấy được ông nhắc tới đâm ra oán thù mắng chửi ông trên báo chí. Ông Võ Phiến không khoát tay nói: kệ dư luận. Ông chớp mắt, nói nhẹ nhàng; có cái tôi quên, có cái tôi muốn nhắc mà lỡ cuộc. Nhà ông, tôi thấy thờ cúng Tổ Tiên nhưng tôi ngó ngực ông tôi mường tượng những dấu đấm của chính ông dành cho ông: "Tôi có tội". Ai cũng có tội cả, tôi hiểu rất đơn sơ từ khi nhìn thấy tay của đứa hài nhi đánh vào mặt người sinh thành ra nó. Từ sơ sinh con người đã 'đắc tội". Cha Mẹ đã không "trừng trị" nó hồi trứng nước, "nhởn" lên nó có thêm tội...cũng đành thôi! Xin Chúa ở mãi bên con người và tha cho họ hết, rồi...gia ân bội phần cho họ vui! Đấy, sự đời, người ta nói: "Xây chi chín đợt phù đồ, hãy lo làm phúc cứu cho một người". Có ai chịu cứu một mạng người đâu? Người ta xây chùa, xây giáo đường để cứu hàng vạn người đau khổ...hay hơn. Người ta thích làm điều gì đó thật vẻ vang, chỉ người làm văn chương là "ẩu", làm cái "nghề" thấp kém mà Phan Bội Châu từng than thở: "Lập Thân Tối Hạ Thị Văn Chương". Ông Võ Phiến, hiền, rất hiền, ai cũng công nhận, đa số công nhận, nhưng thiểu số chưa hài lòng nên "sự sinh" là chuyện thường tình vậy! Trong cuốn Cuối Cùng, ông Võ Phiến tuyệt đối không "di lụy" tới ai, mong ông sống còn và còn sống thật thoải mái, ngày nào ông đi được ra khỏi thế gian này...ông cứ đi, để cho tôi khóc!

Đọc cuốn ***Cuối Cùng*** của ông Võ Phiến, bài nào tôi cũng thích, từ thơ tới văn xuôi. Nhưng bài tôi "chịu:" nhất là bài cuối cùng trước khi tôi xếp lại cuốn ***Cuối Cùng***.

Vì bài đó không dài mấy, chép lại không mỏi tay, xin chép lại dưới đây:

Cái Sống Hững Hờ

Trên một trang báo Newsweek vào khoảng giữa năm ngoái ông Kirk Douglas – một vị lão thành (ngoại cửu tuần) – kể rằng ngày ông còn nhỏ, khi thân mẫu lâm bệnh nặng hấp hối lìa trần ông hoảng hốt chụp ôm tay mẹ. Cụ bà mở mắt nhìn con, nói câu cuối cùng: "Đừng sợ hãi, bất cứ ai rồi cũng đến chỗ này thôi, con ạ (... it happens to everyone)". Người con lớn lên, sống vững tâm, nhớ lời mẹ dạy; ông lại nhớ ra là: "bất cứ ai khác cũng đến chỗ này thôi (it happens to everyone else)".

Cái chết của chính mình, cái ấy khó nghĩ đến một cách nghiêm chỉnh. Khó lắm. Cứu cánh cuộc đời, ý nghĩa hiện hữu của vũ trụ, của muôn loài v.v..., về những cái này cứ tha hồ suy tưởng. Nhưng về chỗ sự chết ngỏm của con người (và đặc biệt là của chính mình) thì đố biết. Càng nghĩ càng rối thôi.

Ngại rối ren bèn trốn tránh hết mình. Nhưng trốn mà thoát được à? Vào những lúc bất ngờ nhất, tưởng mình đang an toàn thảnh thơi, có thể ta vừa ngẩng đầu lên bỗng thấy nó chình ình ngay trước mặt. Cực kỳ sỗ sàng.

Bản thân tôi trước đây có lần phải vào bệnh viện chịu mổ xẻ, tôi ngậm ngùi viết những lá thư gửi lại bạn bè, nhờ một văn hữu thân tình trao giúp cho, sau khi mình...ra đi. Hóa ra rồi sau cuộc giải phẫu tôi tiếp tục sống nhăn. Sống và ngượng ngùng vu vơ.

Năm tháng trôi qua. Quá bát tuần, tôi lén lút hướng một chút tưởng tượng về cái kết thúc cuộc đời của mình. Chắc là gần thôi. Liếc mắt phớt qua tí ti, sợ gì? Liếc qua xong rồi liếc lại, tôi ngạc nhiên không nhận thấy một xúc động bất thường nào xảy ra cả. Cuộc sống đang tiếp diễn vẫn tiếp diễn đều đều.

Nửa năm sau, rồi một năm sau nữa, cả tôi lẫn cái quanh tôi cùng hòa đồng êm ả theo dòng thời gian.

Bèn cố gắng dò đoán ý định của Tạo Hóa. Và dần dần có cảm tưởng mơ hồ về một chăm sóc độ lượng, khoan hòa. Cảm tưởng rằng lúc con người trẻ trung thì được Trời cho tha hồ vung vẩy, bấy giờ nếu nghe loáng thoáng về sự vấp váp suy tàn – đặc biệt là về cái chết – thì ôi thôi... Bất khả! Tôi bất khả!

Tạo Hóa có lòng lành, nhón tay khe khẻ điều chỉnh lòng người. Tuổi người càng cao, lòng người càng bớt sôi nổi, bớt tha thiết. Rốt cuộc còn lại sự hững hờ: Chết – Ai mà khỏi? Việc gì phải sợ?. Bà cụ hấp hối nói câu cuối cùng với người con hoảng hốt trong tờ báo Mỹ nọ, chính là đã nói câu ấy. Tạo Hóa mớm ý mớm lời cho cụ. Cũng như mọi cụ, cả ông lẫn bà.

Nhân một lời trên báo Newsweek nhớ lại một lời trên báo khác (Thế Kỷ 21, số đôi: 225 & 226). Mừng Xuân mới, chủ bút Ngô Nhân Dụng nhắc lời Khổng Tử: "Thiên địa chi đại đức, viết sinh" (Tính chất nổi bật trong trời đất là sự sống). Tiếp lời cụ Khổng, bạn Ngô tưng bừng: "Không cần một nghị quyết nào của Thiên Nhiên ra lệnh cho các cánh đồng cỏ cùng mọc lên đúng ngày đúng tháng. Sự sống tự nó biết cách sống, không cần phân tích, lý luận để quyết định vạn vật có nên sống hay không".

Người nay, người xưa cùng một tưng bừng rạng rỡ. Rụp rụp, sự sống, biết cách sống. Nhưng sau sự sống, con người – mọi người – đều sẽ có dịp gặp một sự nữa là sự chết. Sự chết thì sao? Liệu tự nó có biết chết một cách tử tế cho thiên hạ nhờ tí hay không?

Tôi âm thầm nghĩ ngợi và ngờ rằng đây là lúc xuất lộ cái từ tâm của Hóa Công. Chúng ta không nên mè nheo đòi hỏi cho được vừa huýt sáo mồm vừa chết. Chỉ mong những bước chân đến ngôi mộ của chính mình sẽ là những bước thong thả, hững hờ. Đại khái thế thôi. Và Tạo Hóa đã xếp đặt như thế. Trước cái chết, bà cụ nọ trấn an con, chớ không phải là người con an ủi mẹ.

(Santa Ana 2009)

*

Những dòng cuối cùng của cuốn sách ***Cuối Cùng***, ông Võ Phiến viết như thế đó. Ông dùng chữ hững hờ, tôi nghĩ rằng ông muốn tỏ ra mình không quan tâm đến cái chết. Tôi hơi buồn, sao ông thích sống mà không thích chết? Chết cũng vui lắm chứ? Chịu chết càng vui hơn vì...mình hoàn thành nhiệm vụ. Nhưng ai cấm tôi... hiểu xa hơn: khi khép lại một cuốn sách không phải là khép lại một ước mơ. Tôi biết ông Võ Phiến đang còn sống, sự sống đối với ông, chẳng những đối với riêng ông, mà cả nhà ông, bạn bè ông, bà con ông, đều là sự cần thiết... để vui thêm ngày nào mừng ngày đó.

Với cái tuổi tám mươi lăm, với cái câu Trẻ Sao Già Vậy, ông đi đứng, ăn uống đang cần có người chăm sóc, ông còn sáng suốt ông để cho con cháu thấy cảm nghĩ của ông, lỡ ông có xuôi tay nhắm mắt, cái gì còn đó, thì còn đó! Cuốn sách Cuối Cùng! Tấm lòng Võ Phiến chưa hay không gói hết trong tác phẩm Cuối Cùng, có lẽ vì ông không khỏe. Đọc cuốn ***Cuối Cùng***, người đọc chưa thỏa lòng thỏa dạ...vì thấy như chưa phải là tác phẩm ***Cuối Cùng*** của Võ Phiến!

Hi vọng rằng năm nay mưa thuận gió hòa, Ông Võ Phiến khỏe mạnh trở lại, lắc đầu cho rơi đi cái "tiêu cực" nếu có, nếu tồn đọng, trong ông...để ít ra còn cho độc giả ái mộ ông có vài bài thơ, vài truyện ngắn, vài bài tùy bút trong cảnh lão giả an chi.../.

Tác phẩm ***Cuối Cùng*** của nhà văn Võ Phiến, Thế Kỷ 21 xuất bản 2009. Bìa: Họa sỹ Nguyễn Đồng, phụ bản tranh Nguyễn Thị Hợp, Hoàng Ngọc Biên, Nguyễn Quỳnh, Nguyên Khai và Nguyễn Đồng... Nhật Báo Việt Herald phát hành.

07.10.2014

Dương Huệ Anh – Nhà Thơ Ấy Đàn Bà Hay Đàn Ông, Trẻ Hay Già?

Trước đây, hơn sáu tháng, hồi đó là cuối năm 1991, tôi có tình cờ được đọc một tập thơ nhỏ nhắn, xinh xắn và dễ thương. Nhan đề của tập thơ ấy: "Huyền Ca Diễm Ảnh", tác giả là Dương Huệ Anh. Tên nhà xuất bản vừa dài vừa ngộ: Trung Tâm Nghiên Cứu Học Thuật và Đông Y. Năm xuất bản: 1991. Tập thơ, không có vẻ gì là một tập thơ được in tại Mỹ. Tôi lật từng trang một để xem tập thơ được in ở đâu, hoàn toàn không một dấu vết nào để tôi biết được nguồn gốc của nó. Tôi thật tình không đoán được tác giả là đàn ông hay đàn bà, trẻ hay già. Cái tên Dương Huệ Anh như tên... một nữ sĩ. Nhưng ở trang 94, tôi thấy ghi tiểu sử "rất mơ hồ" như sau:

"Sơ lược tiểu sử tác giả:

– Sinh tại Hải Phòng (Bắc Việt Nam)

– Nguyên quán Nam Định

– Xu hướng văn học từ nhỏ – Cộng tác với nhật báo Tin Mới, Đông Pháp và các tuần báo tại miền Bắc – Dạy học tại một số tư thục tại Hà Nội, Hải Phòng – Trước tác một số tác phẩm như Tâm Lý Phụ Nữ Việt Nam Qua Phong Dao, Thơ Xanh – Tốt nghiệp Trường Chuyên Nghiệp Hành Chính và tham gia ngành công chức – Di chuyển từ miền Bắc vào Nam năm 1955 – Lưu lạc qua Mỹ năm 1975 – Tiếp tục sáng tác và biên khảo – Chủ trương Trung Tâm Nghiên Cứu Học Thuật và Đông Y – Hiện hoạt động trong ngành địa ốc, bảo hiểm, thuế vụ – Dự định xuất bản các tác phẩm: Tìm hiểu về Đông y, Mệnh số học, Phật học, Dịch học..."

Thú thật, trong đời đọc sách của tôi, chưa bao giờ như lúc tôi cầm tập thơ "Huyền Ca Diễm Ảnh" trên tay, tôi ngẩn ngơ. Tôi tưởng mình ở một thế giới nào đó, mọi lý lịch đều bị xóa bỏ, cái hình nắng rọi không có bóng, cái bóng gì đó, thấy kia, không phải cái hình Dương Huệ Anh! Tôi gọi lên, thảng thốt, như người mộng du. Trong tiểu sử sơ lược của tác giả càng làm cho tôi thêm bối rối: đàn ông hay đàn bà? Đàn ông chắc hơn vì có tham gia kháng Pháp, có làm công chức, đang hoạt động trong ngành địa ốc, bảo hiểm, thuế vụ... chỉ có hai điều tôi xác định được tác giả: thứ nhất là tác giả không còn trẻ nữa, thứ hai là tác giả đang ở Mỹ, vì câu "lưu lạc qua Mỹ năm 1975. Tôi vẫn chưa thể nói Dương Huệ Anh là đàn ông hay đàn bà. Đàn bà cũng tham gia kháng chiến chớ! Đàn bà cũng khối người làm công chức đó! Đàn bà thiếu chi người đang hoạt động trong ngành địa ốc, bảo hiểm, thuế vụ ở Mỹ nầy! Đàn bà cũng có người là bác sĩ tây y, cũng có người là bác sĩ đông y... Ôi! tôi muốn điên cái đầu! Tập thơ chưa đọc chữ nào, lật hoài, cốt tìm cái "hình thức" trước, tìm không thấy nó, bừng bực làm sao ấy... Rồi lại giận mình, sao lại lẩn thẩn làm vậy, thấy thơ không chịu đọc, cứ đi tìm người chi cho mệt! Giận mình, rồi trách mình, rồi tha thứ cho mình... để đi vào cái "nội dung" của tập "Huyền Ca Diễm Ảnh."

Hồi đó, tức cách nay hơn sáu tháng, tôi đọc "Huyền Ca Diễm Ảnh", thấy nó hay, bây giờ nhân nói về tác giả Dương Huệ Anh, nhà thơ ấy đàn ông hay đàn bà, trẻ hay già, tôi giở lại, đọc lại, thấy vẫn là thơ hay... Một nhận xét đơn sơ và tôi nghĩ rằng rất đúng đối với tác phẩm của Dương Huệ Anh.

Nhưng có một tin mừng – tôi phải nói thêm, nhà thơ Dương Huệ Anh vừa cho ra đời một thi tập thứ hai: "Quê Hương Vĩnh Cửu Tình Yêu". Không như lần trước, lần nầy tôi được tác giả đích thân đi tìm gặp và trao tặng. Bạn hãy nghĩ: một người già đem gan ruột mình làm quà cho một người trẻ, trẻ bằng tuổi con cháu, "Tình" biết bao nhiêu! Nghĩa là... tôi xin nói trắng ra rằng tôi đã gặp được tác giả "Huyền Ca Diễm Ảnh" bằng xương bằng thịt. Một ông già phương phi mà đạo mạo. Một con người không kiểu cách, không cao ngạo. Rất hiền. Rất đẹp. Và cũng rất thơ... như cái tên: Dương Huệ Anh!

Tôi viết thì tôi gọi Dương Huệ Anh bằng ông, nhưng khi nói chuyện với nhau, tôi gọi bằng bác và tôi xưng cháu. Tôi có nói với ông, tôi người miền Nam, người miền Nam kính lão thì gọi là ông, bà chứ không dám gọi những bằng cụ, sợ lắm. Cụ. Nếu viết rồi chấm, thấy nó kỳ hết sức. Thường những ông già trong Nam, hồi xưa, đều là những người hay chữ, truyền đạt lại những hiểu biết của mình cho con cháu hay học trò, người nhỏ tuổi và cha mẹ của chúng cho các ông ấy là bậc thầy và gọi một cách tôn kính là "ông", như ông Đồ Nguyễn Đình Chiểu. Không ai dám gọi là cụ Đồ Chiểu cả. Vả lại, người Nam hay bị cái mặc cảm là tiếng Việt hay nói lái, mà nói lái kỳ chết, mắc cỡ lắm, xấu hổ lắm! Cũng vì cái tật nói lái mà hồi làm Tổng Thống "độc cử", ông Thiệu mắng các nhà trí thức là "đồ trí thức chồn lùi", nhà báo Sơn Điền Nguyễn Viết Khánh phải nhắc khéo bằng tiếng Tây là "renard arrière". Nghe tôi nói, ông Dương Huệ Anh không giận trái lại... còn cho tôi nói như thế là "sáng tạo". Thời đại chúng ta hiện nay là thời mới, chúng ta cứ nệ cổ quá, e lạc hậu đi mất!

Tôi tào lao hơi nhiều, chẳng qua là mong chuốc cho bạn đọc một trận cười. Đời sống là một "trò đời". Người làm thơ, hơn ai hết, đóng tốt vai trò đó... vượt cả những anh hề trên sân khấu. Nhớ lại Nguyễn Công Trứ, lúc bảy mươi ba rồi nằm bên cô ca nhi nhí, nàng hỏi chàng bao nhiêu tuổi, chàng đáp gọn ơ "Ngủ thập niên tiền, ngã nhị thập tam" (năm mươi năm trước, anh mới có hai mươi ba tuổi!) Ôi là là! Trẻ như chàng gà trống tơ! Tôi dài dòng, cốt ý giới thiệu với bạn đọc một nhà thơ năm nay gần "thất thập cổ lai hi" mà vẫn trẻ như trai hồi ba mươi vậy.

Đúng vậy, ông Dương Huệ Anh hiện còn rất trẻ. Theo sự "dò tìm" qua các bài viết của bằng hữu, có in trong tập "Quê Hương Vĩnh Cửu Tình Yêu", tôi biết tên tuổi của nhà thơ qua bài thơ "Giận Đời, Chiều Đời" có mấy câu nầy:

"... Bấm đốt, ba tư tuổi chẵn rồi
Nằm dài lo nghĩ vẩn vơ chơi..."

Hơn sáu tháng trước, tôi muốn "tầm phào" về tập thơ "Huyền Ca Diễm Ảnh", nhưng vì thiếu mấy "yếu tố con người tác giả", tôi đành gác lại, không hẹn ngày mai nào... Bây giờ, có thêm tập thơ thứ hai, thấy rõ "dung nhan", biết được "tuổi tác" tác giả, tôi nghĩ rằng mình không nên chần chờ làm chi nữa. Đời sống kéo dài có bao lâu, tôi năm mươi rồi, gặp thơ hay, gặp người thơ đẹp, không nói, đợi mai chiều trối trăng có ai nghe?

Bạn ạ, thơ của Dương Huệ Anh xứng đáng với niềm mong đợi của bạn lắm nhé. Dương Huệ Anh hình như có sở trường về thơ tình – tình tự rất dễ thương, tình tứ rất trong sáng và đặc biệt tình ý rất nhu hòa.

Đây, tôi xin dẫn ra vài câu trong tập "Huyền Ca Diễm Ảnh":

"... Em phải nguồn hy vọng cuối cùng
Của lòng tôi nguyện, mỗi chiều đông?
Em nghèo, tôi hiểu và tôi nữa
Nào có gì hơn một tấm lòng!"

(Em Của Anh Rồi.)

"Gặp nhau phượng nở cuối mùa
Thềm hoang cúi đợi, mưa đùa gió bay
Bềnh bồng, suối tóc vờn mây
Trinh ngần. Ôi! Những bàn tay thon ngà
Hồ trầm còn lặng thu ba
Đôi bờ, sao vẫn cách xa nghìn trùng
Không duyên, tiếc đã tương phùng
Không quen, đến phút cuối cùng... không quên."

(Gặp Nhau, Phượng Nở)

"Ngày xưa còn nhỏ tôi mê bướm
Bướm mãi theo hoa, chẳng đoái hoài
Vườn Thượng, trăm hoa cười nắng sớm
Yêu kiều, tôi nhớ một mình mai..."

(Nhớ Một Mình Mai)

Và đây, tôi xin dẫn ra vài câu trong tập "Quê Hương Vĩnh Cửu Tình Yêu":

"Ta khách sông hồ, em viễn phương
Có chi lưu luyến để sầu vương
Không hò không hẹn, không chờ đợi
Bạn một đêm mà cũng nhớ thương"

(Bạn Một Đêm)

"Tóc xanh nói chuyện yêu đương
Bạc đầu, ta vẫn hoài thương... một người!
Quê hương cách mấy trùng khơi
Cố nhân xa vạn sông trời biển mây"

(*Ngẫu Hứng*)

Đó, tôi xin "trình" với bạn những câu thơ "mềm nhũn" của Dương Huệ Anh. Bạn có thể thấy những câu mang một "tâm tưởng" như thế bàng bạc trong năm mươi bảy bài của tập "Huyền Ca Diễm Ảnh" và bốn mươi bốn bài của tập "Quê Hương Vĩnh Cửu Tình Yêu". Trong vòng hai năm 1991, 1992, Dương Huệ Anh cho ra đời hai tác phẩm rất diễm tình vì nó mang đầy đủ tính chất thơ diễm lệ. Có nhiều bài làm cách nay năm, mười năm. Đa số là các bài mới làm trong hai ba năm nay. Điều "ngộ" là những bài làm hồi ba mươi tuổi hơn lại... già hơn những bài lúc tuổi ngoài sáu mươi. Với Dương Huệ Anh, thơ tình là đáng kể và đáng nói, đáng nên làm. Ông bảo rằng Nguyễn Công Trứ từng đặt vấn đề về tình yêu rất chí lý:

"Cái tình là cái chi chi
Mà nó giục được người thiên cổ dậy."

Thế mới thấy chữ tình hệ trọng là phần nào đối với đời sống của con người! Thơ là một con thuyền chuyên chở nhân sinh quan. Thơ cũng là văn. Tình Yêu là Lẽ Đạo của con người. Văn dĩ tải đạo, đúng thay!

Câu hỏi tôi đặt ra. Dương Huệ Anh, nhà thơ ấy đàn bà hay đàn ông, già hay trẻ? Tôi đã tìm hiểu con người và tấm lòng Dương Huệ Anh thấy qua đôi lần tiếp cận trong đời và trong thơ, xin trả lời cho bạn biết:

– Dương Huệ Anh, nhà thơ ấy đàn ông.

– Dương Huệ Anh, nhà thơ ấy đã già.

Nhưng bạn ơi, ai cấm chúng ta mường tượng, trong vòng tay một người đàn ông không cần thiết tuổi, có hình ảnh một người đàn bà khả ái... đó là Nàng Thơ! Và tới đây, câu hỏi nào có đặt ra nữa là của bạn... về một nhà thơ, về những cuốn thơ của người ấy.

Trần Trung Thuần *(Trần Vấn Lệ)*

Đọc Thơ Đỗ Hồng Ngọc (Đỗ Nghê)

Tôi rất thích tập thơ Thư Cho Bé Sơ Sinh & Những Bài Thơ Khác của Đỗ Hồng Ngọc (Đỗ Nghê). Tập thơ này đươc nhà xuất bản Văn Nghệ trong nước xuất bản và phát hành đầu năm 2010. Tập thơ dày 232 trang, khổ vuông vức 17cm x 17cm, bìa và giấy in bài thuộc loại có giá trị cao nhưng rất trang nhã chớ không se sua, chưng diện đỏm dáng.

Tôi thích nó vì nó dễ thương như đứa bé mà tôi có thể nhìn ngắm được dẫu chỉ qua chữ in.

Tôi cũng thích nó vì nó gọn gàng, bắt mắt, bài nào cũng tạo cho tôi ít nhiều xúc động thật sự.

Nhưng có lẽ tôi thích nó bởi nó rất mới trong lối làm thơ dẫu nhiều bài trong tập này tác giả làm hồi thập niên 1960; nửa Thế Kỷ rồi, đâu phải ít!

Trước 30 tháng 4 năm 1975, người ta biết Đỗ Nghê là thi sĩ nhờ bài thơ "rất ngộ" (theo tôi là rất lạ, rất hay, rất có ý nghĩa) đăng trên bán nguyệt san Bách Khoa tại Sài Gòn. Báo Bách Khoa là báo chọn lựa người đọc, nó có số độc giả riêng của nó, giống như báo Sáng Tạo, báo Hiện Đại, báo Thời Nay..., mỗi báo là một "loại" riêng, nhưng các "loại" báo này có loại độc giả chung là giới-trí-thức – có người đọc Bách Khoa (Hiện Đại, Sáng Tạo, Thời Nay...) vì muốn thỏa mãn về sự sáng tạo của người viết, vì muốn làm dáng cho mọi người thấy mình sành điệu văn chương! Bài thơ tạo tên cho Đỗ Nghê nói về sự ra đời của một bé sơ sinh (coi như chưa có tuổi). Tựa đề của bài đó: Thư Cho Bé Sơ Sinh. Chữ Thư này, hiểu ngay là Những-Lời-Nói của một người lớn nói với đứa bé...chưa-biết-nghe. Tôi không hiểu tại sao người dịch ra tiếng Anh, Phat' Blog, lại dịch Thư thành Thơ (Poem), chắc vì thấy đó là Bài Thơ? Nhưng dịch hay thì vẫn hay, bài thơ đã hay được nhân lên thêm một lần, càng thấy thú vị! Tác giả làm bài thơ năm 1965, dịch giả dịch nó ra Anh Ngữ vào năm 2006. Tôi không nghĩ dịch giả đã nghiền ngẫm nên mất thời gian quá nhiều mà tôi nghĩ ngược lại: chỉ một thoáng thôi, vào năm 2006, dịch giả đọc được bài Thư Cho Bé Sơ Sinh..., bèn "chuyển ngữ", hèn chi Thư mới thành ra Thơ!

Bài Thư Cho Bé Sơ Sinh trình bày và in trên ba (3) trang giấy mà coi như là nửa cuốn sách! Rõ ràng, tôi nghĩ, tác giả đã chia hai nội dung tập thơ của mình: một nửa nói về những gì mình muốn nói với đứa bé mới chào đời do chính tay mình "đỡ" (đỡ đẻ), một nửa là số nhiều, rất nhiều những bài thơ khác, tùy hứng khác mà mình đã làm được, tâm đắc, nên để chung vào một tập. Hai phần như vậy là nặng nhẹ không cân xứng. Tuy nhiên một đời thơ của Giả Đảo chỉ có hai câu sao lại cứ có cái bề dày ngàn năm nhỉ? Nhị cú tam niên đắc, nhất ngâm song lệ thùy! Đỗ Nghê lấy bài thơ ba trang đặt bên cạnh hơn 100 bài so le (dài ngắn) thành một tập thơ "bề thế" có nên trách không? Chắc là không! Thơ, một câu, một chữ, vẫn có trọng lượng, dù "nhẹ hều", nhưng không lẽ một cuốn sách chỉ nên dày có sáu (6) trang? Đây, chẳng qua là cái đẹp của cuốn sách, là cái duyên của một bài thơ tác giả muốn ký thác cho đời mà in thêm những bài khác, nhiều thêm, vì tác giả có nhiều nỗi niềm! Tôi chia cuốn sách ra hai phần rồi tôi nói tào lao, chớ tác giả không chủ tâm, chủ động. Tôi nói cho vui...Tôi chỉ nói-cho-vui.

Quả thật là tôi vui. Vui, vì có thơ hay để đọc; vui cũng nhờ có tập thơ "ngộ nghĩnh" đem ra bàn...cho vui!

Hồi nãy, tôi có nói trước 30 tháng 4 năm 1975, người ta biết Đỗ Nghê là Thi Sĩ; tôi nói chưa hết câu. Phải nói thêm cho đầy đủ ý, tôi muốn nói: Sau 30 tháng 4 năm 1975, người ta biết Đỗ Hồng Ngọc là Bác Sĩ. Thi Sĩ Đỗ Nghê và Bác Sĩ Đỗ Hồng Ngọc là Một Người, trước không lộ diện, sau lộ diện, giấu không được, mà giấu làm chi? Hồi ký tên Đỗ Nghê thì Đỗ Hồng Ngọc chỉ làm thơ. Khi lộ diện, thì Bác Sĩ Đỗ Hồng Ngọc viết văn xuôi... cũng có làm thơ nữa. Cái "air" của hai người là một. Chạy trời không khỏi nắng. Tôi biết có nhiều người đồng ý với tôi: yêu cả hai người, Đỗ Nghê và Đỗ Hồng Ngọc. Đừng phân biệt Thi Sĩ với Bác Sĩ, qua Thơ, qua công việc chuyên môn, cả hai người họ Đỗ thể hiện một nhân cách đáng kính trọng: Một Triết Nhân (tôi nói Triết Nhân, không dám nói Triết Gia). Khi đỡ đẻ, Đỗ Hồng Ngọc rất nhẹ nhàng, rất dịu dàng,...rất khả ái. Khi hạ bút đề thơ, Đỗ Nghê nhớ mình là người-có-cha-mẹ vì Đỗ là họ của Cha, Nghê là họ của Mẹ. Ở một góc của bìa sách, tác giả Thư Cho Bé Sơ Sinh & Những Bài Thơ Khác giải thích về họ của Mẹ tác giả, họ Nghê không phải họ Lê. Tôi, bạn và cái ông hộ lại nào đó chưa hề nghe ai nói về họ Nghê, lầm lẫn là phải. Hồi tôi sống tập thể, bạn chung "láng" tôi là anh Trịnh Văn Mây, tôi hay hỏi anh ấy về Chúa Trịnh vì tôi nghĩ anh ấy là hậu duệ của Trịnh Kiểm mà sao ảnh lại là người Mèo ở thượng du Bắc Việt. Anh Trịnh Văn Mây cười khì: Tôi di cư vào Nam năm 1954, đi làm giấy tờ, tôi khai thật tên họ tôi là Chình Văn Mây, người ta mắng tôi: chỉ có họ Trịnh, không có họ Chình; do đó tôi thành người Mèo có họ của người Giao Chỉ! Tôi ngẩn ngơ...Đúng là bé cái lầm! Tôi nghĩ thêm: tại sao Trình Minh Thế mà không Trịnh Minh Thế? Lung tung thật! Đỗ Hồng Ngọc nhà mình sinh quán La Gi, Bình Thuận (có thời phần đất này thuộc tỉnh Bình Tuy). Bạn thấy chữ Gi không? Viết là G và I, không viết D và I dù đọc như nhau, tại mấy ông Tây-An-Nam sợ đánh máy không dấu, chữ Di đọc ra Đi. Cũng thế, Cần Đước với Cần Giuộc, ban đầu viết chữ D, vì bì thư đóng dấu chữ Việt không dấu cứ đưa lộn hoài, Tây-Ta mới "nhất trí": Cần Đước viết là Can Duoc, còn Cần Duộc viết là Can Giuoc! Họ Nghê, họ của thân mẫu

Bác Sĩ Đỗ Hồng Ngọc là họ hiếm, lâu nay với cái kiểu "làm ăn tắc trách" của nhân viên hộ tịch chắc đã thành ra họ Lê hết trơn! Hai chữ Đỗ Nghê, hiểu cặn kẽ, thấy thương làm sao!

Cuốn sách của Đỗ Hồng Ngọc (Đỗ Nghê) tự ên tôi bịa ra chuyện chia hai phần, tác giả thì hiển nhiên không "trù tính", tôi muốn có một bài "mao tôn cương" dài dài là trích ra hai phần ấy. Trời ơi, vậy thì làm lại công việc của nhà in ư? Không! Tôi sẽ chỉ làm cái gì mà tôi thích và tôi phải làm...Tôi đáng trách là đã dài dòng, quá dài dòng. Lẽ ra thì tôi nên chứng tỏ mình thông thái một cách thật gọn gàng: Nói sơ lý do nào tôi gọi Đỗ Nghê / Bác Sĩ Đỗ Hồng Ngọc là Triết Nhân ở những câu nào đó. Úp mở mệt quá, đây xin mời bạn "coi nè":

"Nhớ đừng tự hỏi tôi là ai khi lớn khôn
Cũng đừng ngạc nhiên sao đời nhiều nhãn hiệu"

"Hoàng hôn sóng vỗ bên trời biếc
Sóng vỗ trong hồn ta ngẩn ngơ"

"Rồi một hôm nằm xuống
Sống Thiên Thu"

"Dòng sông xưa nước đục chảy muôn đời
Sao trong mắt chưa thấy niềm sám hối?"

...

Trích ra từng đó câu thôi, tôi bủn rủn. Tôi không trích nữa. (hay sẽ trích thêm khi tôi thấy mình không mỏi tay). Tự dưng tôi ứa nước mắt. Thơ ông làm tôi động lòng và động cả não! Tôi biết thơ Đỗ Nghê hồi xưa lắm, khi tôi còn trẻ. Nay tôi có cả tập thơ của Đỗ Nghê khi tôi đang già. Lúc trẻ, lúc già, đất nước tôi...buồn mãi như dòng nước đục hay sao? Tôi xa Tổ Quốc hai mươi mốt năm, chưa có buổi về. Mai mốt tôi có chỗ để về thì nơi tôi về để...sống tới Thiên Thu lại là Đất Khách. Bạn có thấy ai chụp ảnh một dòng sông đục ngầu chưa? Đỗ Hồng Ngọc ấu thời gắn chặt với Phan Thiết, Bình Thuận, nơi có dòng sông Cà Ty, dòng sông này không trong nổi vì người ta thải nước dơ ra... cho nó đầy hoài. Tôi đọc Đỗ Hồng Ngọc (Đỗ Nghê) bất chợt nhớ bài Cà Ty của Hoài Khanh (cũng dân Phan Thiết):

"Một dòng xanh mấy niềm sâu
Chợt nghe gió lạnh từ đâu thổi về
Giật mình sương rụng trên đê
Người đi rồi chẳng thấy về, chao ôi!"

Dòng sông xanh...vì nó lồng bóng trời. Dòng Cà Ty, tôi biết, chưa một ngày trong...

Tính Triết trong thơ của Đỗ Nghê "dậy" từ hai chữ Sơ Sinh và miên man trong hai chữ Thiên Thu. Đời người không dài vài chục năm, hay trăm năm, mà dài lắm, ngàn năm lận! Hai chữ Thiên Thu tượng hình rõ nét biết bao khi hai chữ Sơ Sinh chỉ là cái étiquette! Đạo Phật đã có gần ba ngàn năm nay, đạo Chúa đã có hơn hai ngàn năm rồi, không giải quyết được gì vì con người trong đôi mắt không chịu ánh lên niềm sám hối! Chúa tự nhận "Trăm đàng lỗi tại ta". Phật thở dài "Bốn mươi chin năm truyền đạo, ta không nói câu nào". Thế mới hiểu tại sao tập thơ Thư Cho Bé Sơ Sinh & Những Bài Thơ Khác coi như được chia hẳn hoi hai phần mà độ dày mỏng của hai phần đó chênh vênh!

Tôi gửi đến bạn nhé, những bài tôi cho là "ấn tượng" nhất của Đỗ Hồng Ngọc (Đỗ Nghê):

1. Bài này là bài "nền" của tập thơ của Đỗ Nghê. Tác giả lấy nhan đề của bài thơ làm...nửa nhan đề cho cuốn sách của mình, Thư Cho Bé Sơ Sinh Và Những Bài Thơ Khác..Những Bài Thơ Khác thì nhiều, tôi sẽ trích vài bài.

Trước hết xin mời bạn đọc bài thơ Thư Cho Bé Sơ Sinh.

Thư Cho Bé Sơ Sinh

Khi em cất tiếng khóc chào đời
Anh đại diện đón chào em bằng nụ cười
Lớn lên nhớ đừng hỏi tại sao có kẻ cười người khóc
Trong cùng một cảnh ngộ nghe em.

Anh nhỏ vào mắt em thứ thuốc màu nâu
Nói là để ngừa đau mắt
Ngay lúc đó em đã không nhìn đời qua mắt thật
Nhớ đừng hỏi vì sao đời tối đen.

Khi anh cắt rốn cho em
Anh đã xin lỗi chân thành rồi đó nhé
Vì từ nay em đã phải cô đơn
Em đã phải xa Địa Đàng Lòng Mẹ.

Em là gái là trai anh chẳng quan tâm
Nhưng khi em biết thẹn thùng
Sẽ biết thế nào là nước mắt trong đêm
Khi tình yêu tìm đến.

Anh đã không quên buộc etiquette vào tay em
Em được dán nhãn hiệu từ giây phút ấy
Nhớ đừng tự hỏi tôi là ai khi em lớn khôn
Cũng đừng ngạc nhiên sao đời nhiều nhãn hiệu.

Khi em mở mắt ngỡ ngàng nhìn anh
Anh cũng ngỡ ngàng nhìn qua khung kính cửa
Một ngày đã thức giấc vội vàng với hoang mang
Với những danh từ dao to búa lớn

Để bịp lừa để đổ máu đó em...

Thôi trân trọng chào em
Mời em nhập cuộc
Chúng mình cùng chung
Số phận
Con người...

(*Từ Dũ, 1965*)

Bài thơ trên đây là bài "nền" cho tập thơ của Đỗ Nghê. Tác giả ghi năm làm ra nó, năm 1965, tại Bệnh Viện Phụ Khoa Từ Dũ, lúc đó Đỗ Nghê là Đỗ Nghê chưa phải là Bác Sĩ Đỗ Hồng Ngọc vì ông còn là Sinh Viên Y Khoa Thực Tập. Nói thế để bạn "đoán" tuổi của tác giả. Chưa tới ba mươi. Nhưng Đỗ Nghê đã già dặn về thời gian học tập thêm già dặn về suy tư nhuốm màu triết lý. Đứa bé sơ sinh, còn gọi là hài nhi, biết gì đâu! Nó sẽ biết khi lớn khôn, sau này, mười bảy mười tám năm nữa hay vài chục thập niên sau. Tác giả rất "hay" khi ví Lòng Mẹ" là "Cõi Địa Đàng". Hay ở chỗ đáng cho chúng ta ý thức tại sao mình "hiện hữu", đáng cho ta suy nghĩ về "sinh hoạt" ở cõi đời trong va chạm thường xuyên giữa Con Người và Con Người. Hay ở chỗ chúng ta thấy tác giả làm tròn nhiệm vụ của mình và rất "lịch sự", ông đã Chào đứa bé! Đứa bé là kết quả của Tình Yêu của cha mẹ nó, nó còn là một thành viên của xã hội. Đứa bé được gắn ngay Nhãn Hiệu (etiquette) một-con-người. Nhãn hiệu này dành cho riêng nó. Nó sẽ thế nào trong tương lai, thì tương lai nó sẽ biết. Nó sẽ kinh ngạc khi thấy đời sống xã hội không phải chỉ có một nhãn hiệu. Triệu triệu, tỉ tỉ hài nhi đều có cái ràng buộc khi đã mất ngay sự ràng buộc với...Địa Đàng. Quan trọng là con người có ý thức khi là công dân, bớt đi nhãn hiệu trong xã hội mình quần tụ, bớt đi sự chia rẽ, ganh tị, hiềm khích. Ôi ngày mai, ngày sau...

Địa Đàng đích thật là Lòng Mẹ. Con người tìm chi Địa Đàng đâu cho xa? Chỉ bốn chữ Địa Đàng Lòng Mẹ, tác giả nhắc nhở chúng ta cần thấy rõ nơi mình nương tựa, nơi mình sẽ báo đền.

2. Đỗ Nghê, bây giờ đã già. Nếu tôi không tính lầm thì năm ông trên năm mươi tuổi ông đến Canada thăm một Nhà Giữ Lão (Nursing Home). Chuyến thăm này không có dự trù mà có lẽ vì tranh thủ trên đường công tác quốc ngoại. Bác Sĩ Đỗ Hồng Ngọc làm một bài thơ kéo dài nhiều câu, câu dài nhất 4 chữ, câu ngắn (hầu hết cả bài) 2 chữ. Chữ đây là Tứ. Ý của tác giả là "minh họa" một bức tranh Người, một bức tranh Đời, không nhằm mục đích răn đe ai mà...chắc muốn "tự giáo hóa" mình tránh càng sớm càng tốt lòng Tham, Sân Si. Tác giả chọn Tứ lồng cái Ý mình vào, tôi gọi đây là Bài Thơ Có Ý Tứ. Nhiều người làm thơ, có nhiều bài nhưng...chỉ là Bài Thơ, không phải Bài Thơ Có Ý Tứ. Làm được bài thơ có ý tứ, khó lắm, khổ lắm!

Mời bạn thưởng thức (tôi chép cho gọn và tôi sử dụng dấu chấm, phết):

Trong Một Nhà Giữ Lão Ở Montréal

Họ ngồi đó, bên nhau. Đàn ông, đàn bà. Không nhìn. Không nói.

Họ ngồi đó. Gục đầu, nín lặng. Ngửa cổ. Giật nhẹ tay chân.

Có người, trên chiếc xe lăn, chạy vòng vòng. Có người, trên chiếc xe lăn, bất động.

Họ ngồi đó. Hói đầu. Bạc trắng. Móm sọm. Nhăn nheo.

Mới hôm qua thôi. Nào Vương. Nào Tướng. Nào Tài Tử. Nào Giai Nhân. Ngựa xe. Võng lọng.

Mới hôm qua thôi. Nào lọc lừa. Nào thủ đoạn. Khoác lác. Huênh hoang.

Mới hôm qua thôi. Nào galant. Nào quý phái. Nói nói. Cười cười. Ghen tuông. Hờn giận.

Họ ngồi đó. Không nói năng. Không nghe ngóng. Gục đầu. Ngửa cổ. Móm sọm. Nhăn nheo.

Ngoài kia. Tuyết bay. Trắng xóa.

Ngoài kia. Dòng sông. Mênh mông. Mênh mông...

(Mont Réal, 1993)

Bài thơ trên đây vừa là bức tranh vừa là hồi chuông cảnh tỉnh. Bé ơi, bé lớn lên vào đời, bé cũng vậy sao? Đừng như vậy được không? Đừng bỏ mẹ cha mình vào nhà dưỡng lão. Ngay cả mình khi già cũng không nên vào đó. Buồn lắm. Buồn quá. Vì thấy bốn cảnh Sinh, Lão, Bệnh, Tử mà Thái Tử Tất Đạt Đa rời bỏ cung vàng điện ngọc tìm cách giải thoát cho con người. Ông đã "hoàn thành" nhiệm vụ rồi chưa? Hơn hai mươi lăm Thế Kỷ, nước chảy, mây trôi; nhưng không nhiều thì cũng đã cảnh tỉnh con người – nhiều người dứt bỏ mê muội, dứt bỏ tham sân si. Nói nhiều mà nhắc tên thì ai nào? Mạnh Thường Quân (người giàu nhất bên Tàu ngày xưa)? Carter (cựu Tổng Thống Mỹ), Unu (Thủ Tướng Miến Điện một thời), Lý Thừa Vãn (Tổng Thống Đại Hàn môt thời)...Nhiều hay ít quá? Có từ hai người trở lên là nhiều...Ta đợi nhiều hơn thì ta lấy bài thơ trên in ra nhiều bản và đem phân phát, hi vọng nó thành Kinh Pháp Cú, Kinh Bát Nhã...

3. Đỗ Nghê còn xứng đáng được gắn cho "nhãn hiệu" Thi Sĩ Tình Yêu. Hai bài thơ tôi vừa chép chứng tỏ Tình Yêu Con Nít của ông và Tình Yêu Người Già của ông. Nói về Tình Yêu Nước, nhìn thơ Đỗ Nghê cũng tuyệt vời! Ông rất mực yêu quê nhà. Ông không bỏ bệnh nhân mà "di tản". Ông đeo chữ Thập Đỏ gắn bó đời mình với Quê Hương, đất dẫu không lành nhưng lòng ông lành.. Thơ ông cũng rất hiền lành!

Mời bạn đọc bài ***Quê Nhà***

Mùa Xuân mừng tuổi thơm tho áo
Nắng cũng vàng phai ngày cũng xa
Anh thương nhớ quá làm sao nói?
Gọi tên em vang động gốc cây già!

Hái đóa hoa màu biển biếc
Chợt thương khung trời xa
Núi mờ trong mây trắng
Em mờ trong dáng hoa.

Gió Bấc mùa thơm ngát
Bâng khuâng một mái nhà
Biển xanh lùa sóng bạc
Cát vàng hoàng hôn xưa...

Tiếc em về chốn cũ
Tình vương đến bao giờ?
Tiếc đời phơ tóc bạc
Thương mãi núi mây xa.

Nụ mai vàng trước ngõ
Góc phố bờ quạnh hiu
Con đường xưa đứng đợi
Ta làm chi đời ta?

Thương em còn thương mãi
Nắng vàng thơm quê nhà!

4. Đọc hết tập thơ Thư Cho Bé Sơ Sinh & Những Bài Thơ Khác, có một (trong số rất nhiều) bài thơ ngắn, tôi thích bài thơ này:

Gió Bấc

Đi giữa Sài Gòn
Phố nhà cao ngất
Hoa nở rực vàng
Mà không thấy Tết!

Một sáng về quê
Chợt nghe gió Bấc
Ơ hay Xuân về
Vỡ òa ngực biếc!

*

Thơ Đỗ Hồng Ngọc / Đỗ Nghê không rườm rà, không làm duyên làm dáng, không lập dị. Thơ ông là Thơ Hồn Nhiên, Thơ Nhã Nhặn, Thơ Ngọt Ngào. Tôi đọc thơ ông rồi úp cuốn sách lên ngực nghe ấm... Gió Bấc đang thổi ở quê nhà, ngày Xuân đang đến không riêng ai...

Xin cảm ơn Đỗ Hồng Ngọc / Đỗ Nghê!

Đọc thơ Đỗ Hồng Ngọc...vui vì nghe trái tim mình đập./.

Mừng Bạn Tôi Đỗ Hồng Ngọc Sinh Nhật 2016

Bạn thêm một tuổi nữa, gửi về bạn lời Mừng! Chúng mình xa bao năm... còn một ngày để nhớ, coi như là cổ độ cây đa làng còn xanh... coi như còn mái tranh quán cà phê thời chiến, bờ sông nhìn én liệng trên lầu nước Phan Thành, những chiếc lá mong manh rớt xuống sông chìm nổi...

Quả thật mình có đợi thời gian qua từng ngày. Thời gian qua hay bay? Thời gian qua hay bay... Ngọc ơi, mau quá nhỉ, mới mà cuộc chung thủy sắp hết một đời người trong khi Nước Non Vui cứ còn là mộng ước!

Tự hỏi: Người thuở trước tại sao thương đời sau? Ngoại vuốt từng trái cau nói trái tim Ngoại đó! Nội lấy tay che gió cho đứa cháu mà thương! Chúng ta vẫn còn buồn khi nhớ về Nội, Ngoại! Mình nhớ thời quan ải, nhớ biết bao bạn bè, những đứa chết... không dè đời người như gió thoảng!

Mình mừng còn có bạn. Bạn chắc mừng còn mình? Gửi bạn quà... Quà Bình, Má mình mong chừng vậy. Má mình mất chưa thấy một món quà dễ thương! Chúng mình hạnh phúc hơn... bởi vì còn có tuổi!

Bạn, ngày thêm một tuổi, ra ngõ nhé, mong chờ... đón nhận mình bài thơ đọc để mờ con mắt! Nhiều khi người ta khóc bởi vì lòng quá vui! Ngọc ơi, bạn mình ơi, xa xôi còn mấy chữ. Mình sẽ gửi thêm nữa, sang năm nhé bạn hiền!

* * *

Ngày 19 Tháng Ba Năm Hai Ngàn Mười Tám

Ngày 19 tháng Ba năm 2018 này là ngày "chu niên" thứ Mười Chín của Vuông Chiếu – website của anh Luân Hoán, bạn cùng khóa SQTB 24 với tôi, là bạn của rất nhiều người yêu thich Thơ Luân Hoán hơn nửa Thế Kỷ rồi (Luân Hoán làm thơ có tiếng tăm từ năm 1966... không biết đến bao giờ nữa, nhưng dù hơn Nửa Thế Kỷ, thực tế thì tài thơ của Luân Hoán chạy dài... đã qua hai Thế Kỷ, 20 và 21), anh cho tôi biết anh sẽ "ưu ái" cho một bài viết xuôi của tôi... về chuyện gì cũng "ổn". Tôi hứa mà cứ lê la hơn hai tuần rồi! Hễ ngồi trước computer thì thơ nhảy ra như bầy cóc nhái để chiều hôm qua, rồi sáng hôm nay, anh lại email nhắc... Tôi thật đáng trách, đáng ghét... đáng bị trọng cấm lắm nhen! Tôi vào đề như trên vì tôi muốn cò cưa, muốn "cân hồ", muốn câu giờ chớ tình ngay lý gian tôi không dám làm Luân Hoán bực bội đâu. Anh đã từng đau vì mất một chân trên chiến trường ngày xưa, đã lâu lòng anh nguội, bây giờ mà "mất niềm tin" nơi tôi nữa thí chắc anh đau thêm?

Tôi có "cù nhày", xin anh xá tội nha, anh Luân Hoán!

Tôi viết về Đỗ Hồng Ngọc nè...

Đỗ Hồng Ngọc – Bác Sĩ tốt nghiệp trường đại Học Y Khoa Sài Gòn năm 1969 , cũng là nhà thơ Đỗ Nghê (mà trong cuốn Sống Và Viết Với... của Nguiễn Ngu Í, cậu ruột của Bác Sĩ Đỗ Hồng Ngọc, em ruột của Má ruột Bác Sĩ Đỗ Hồng Ngọc, lại viết bút danh của cháu mình là Đỗ Nga...) Thi sĩ Đỗ Nghê đã có nhiều tập thơ in thành sách, trước và sau biến cố Ba Mươi Tháng Bốn Năm Ngàn Chín Bảy Lăm: Tình Người, Thơ Đỗ Nghê, Giữa Hoàng Hôn Xưa, Vòng Quanh, Thư Cho Bé Sơ Sanh & Những Bài Thơ Khác; mới nhất trong năm 2017 là tập Thơ Ngắn... mới toanh! Văn sĩ Đỗ Hồng Ngọc không thấy có tập truyện hay cuốn tiểu thuyết nào, chỉ thấy "cái tài viết văn xuôi của chàng" là Tùy Bút. Đỗ Hồng Ngọc ký tên thật là Đỗ Hồng Ngọc trên những tập Tùy Bút này: Gió Heo May Đã Về, Già ơi... Chào Bạn, Những Người Trẻ Lạ Lùng, Thư Gửi Người Bận Rộn, Như Thị, Cũng Chẳng Khoái Ru, Nhớ Đến Một Người, Ăn Vóc Học Hay, Ghi Chép Lang Thang..., Nghĩ Từ Trái Tim, Gươm Báu Trao Tay, Ngàn Cánh Sen Biếc, Một Hôm Gặp Lại. Chắc chắn trong tương lai gần, Đỗ Hồng Ngọc sẽ còn ra thêm vài cuốn nữa!

Năm 2016, tôi có chuyện về thăm gia đình ở Phan Thiết, tôi có gặp Đỗ Hồng Ngọc bằng-da-bằng-thịt tại Sài Gòn ngay lúc tôi vừa rời phi trường Tân Sơn Nhứt để về khách sạn. Ôi bạn tôi... giống tôi: Già! Xa nhau từ năm 1955 đến năm 2016 mới gặp lại, ai còn sống mà không già khú đế? Tay bắt mặt mừng, và khách sáo như không khách sáo: Cả hai đều ứa nước mắt. Cả hai đều gọi tên nhau như... hồi nhỏ: Ồ Ngọc! Ồ Lệ! Rồi, trước khi cầm đũa bữa cơm trưa, hai đứa mặc kệ lu bù người khách mời của BS Đỗ Hồng Ngọc, hai đứa chúng tôi nhắc lại một vài chuyện của thời tí hon: Trong lớp mình có hai thằng trùng họ trùng tên, chỉ khác có tên lót là Đỗ Hồng Ngọc và Đỗ Hoàng Ngọc. Đỗ Hồng Ngọc biến mất khỏi trường Trung Học Phan Bội Châu Phan Thiết từ niên khóa 1955-1956 trở đi... biền biệt. Năm 1989, tôi mới thấy lại cái tên Đỗ Hồng Ngọc trên báo trong nước. Đỗ Hoàng Ngọc thì chúng tôi xa nhau sau khi hết học Đệ Tứ Phan Bội Châu, Phan Thiết. Năm 1967, tôi về nhận nhiệm vụ lính tại Tiểu Khu Bình Thuận, đeo lon Chuẩn Úy, tôi có thấy Đỗ Hoàng Ngọc mang lon Trung Úy. Hình như nó không muốn... chào cấp dưới mà tôi cũng ngại chào cấp trên (vì phải chào đúng nghi thức nhà binh đối với tôi, anh chàng lính sữa). Tôi có gặp lại lần nữa Đỗ Hoàng Ngọc, nó Đại Úy, ở khu Đại Úy, tôi thì khu Trung Úy; chúng tôi thấy nhau, không chào hỏi vì lệnh trại Giam G3 cấm mọi sự "liên hệ". Trại G3 sau có tên là Tổng Trại Tù Binh 8, chuyển dịch hoài hoài, tôi không biết Đỗ Hoàng Ngọc còn sống hay ra sao, sau đó, sau này...

Nay, hội ngộ Đỗ Hồng Ngọc thật tình... cứ ngỡ mình gặp ma! Thời gian như nước chảy qua, tại sao con người hay đi ngược lại nhỉ? Tìm gì trong quá khứ? Những nụ cười thắm tươi? Những giọt lệ đoanh tròng? Ôi, tìm gì cũng được... cốt là thấy cái bóng cái hình của cố nhân!

Viết tới đây, tôi sực nhớ mấy câu thơ của Hà Liên Tử trong tập Tiếng Bên Trời:

"*Mười năm xưa, mười năm sau*
Một hình bóng cũ xóa màu thời gian
Cầm như đã lỡ nhịp đàn
Cố nhân ôi bấy ngỡ ngàng cố nhân!"

Giữa Đỗ Hồng Ngọc và tôi không đến nỗi nào như thế. Tôi là một "tù binh" đã thành người ngoại quốc, Đỗ Hồng Ngọc về hưu lâu rồi, không dính dấp chính trị. Đỗ Hồng Ngọc là một Thầy Thuốc, là một nhà văn... Tất cả "bình dị" trong cuộc tâm tình của tôi, người xa; bên các bạn, người trong cuộc bể dâu. Chúng tôi nhắc diều tiên quyết Nguyễn Công Trứ từng dạy: Thân còn chưa có, có chi danh? Không nổ. Không ai nổ. Có cái "cục" gì mà nổ! Lời của Thiên Chúa nói với Adam và Eva thật chí lý: Ta tạo các ngươi từ đất, rồi các ngươi sẽ trở về với cát bụi...

Cổng Vườn Địa Đàng đã khép rồi, vĩnh viễn!

Trần Vấn Lệ

Đọc Thơ Đặng Toản: Xếp Màu Cho Tuổi

Thơ Đặng Toản...ba chữ là hàng chữ cuối trên bìa cuốn sách nhan đề Xếp Màu Cho Tuổi. Cái bìa trước của cuốn thơ Đặng Toản "giản đơn" như thế. Bìa sau chỉ có màu. Bia trước phía trong có hình phác họa tác giả qua "nét vẽ tài hoa của họa sĩ Trương Đình Uyên", đó có thể coi như độc giả đã bước đầu biết tác giả ra sao qua ngòi bút chì đặc biệt của một họa sĩ đặc biệt nổi tiếng phác họa chân dung...

Tôi đã từng uống-mút-chỉ với Trương Đình Uyên... Chưa gặp Đặng Toản bao giờ, nhưng qua bức phác họa tác giả Xếp Màu Cho Tuổi... tôi gặp Đặng Toản như người trong mơ! Với tôi Đặng Toản là Thi Sĩ, anh làm thơ, anh có tác phẩm.

Cuốn thơ Xếp Màu Cho Tuổi, tuy dày như cuốn Từ Điển không làm cho tôi chán mà ngược lại nó gây cho tôi tò mò, cho tôi thích thú, tôi hiểu ra Thơ là Thơ! Đặng Toản dễ thương và hùng dũng đi trên mặt nước đầy sóng, vẫn tới nơi: In Một Cuốn Thơ! Đặng Toản đã in xong...không phải là một cuốn sách! Nó không giống bất cứ cuốn sách nào mà người ta bày bán giữa chợ. Tôi nghĩ nó là công trình của một kiến trúc sư xây dựng công trình trên những tờ giấy dùng để vẽ "họa đồ". Đặng Toản đi làm mướn kiếm sống trên nước Mỹ như bao người Mễ, người Nam Mỹ đi tìm mặt trời mới. Tôi cũng vậy, nhưng tôi âm thầm, tôi thẹn thùa, tôi giấu giếm cái tôi thiếu-khả-năng thừa hơi thở để sống sót. Tôi chiêm ngưỡng Đặng Toản qua cuốn thơ có bề dày thật là bề dày. Tôi gặp lại Lâm Anh người bạn học cùng lớp Đệ Tam Đệ Nhị hồi năm 1958...1960, ở Đà Lạt. Năm 2016, tôi về Đà Lạt, gặp Nguyễn Dương Quang, anh ấy có nhắc Lâm Anh với nhiều thương yêu. Nay thấy Đặng Toản nhắc nữa một người làm thơ chưa có tên mà đã tử vong rồi... Hỏi sao tôi không xúc động?

Tôi xúc động khi đọc được hơn một bài Đặng Toản nhắc Lâm Anh... tôi đọc thêm: bài nào của Đặng Toản cũng tràn trề hồi ức!

Thơ Đặng Toản không "vong bản". Thơ Đặng Toản hồn nhiên như nhiên. Thấy sao thì viết vậy. Nhớ sao thì nhớ thêm. Yêu quý như nước suối chảy đá không mòn, không bao giờ mòn để sụp đổ! Tôi mơ màng... thơ Đặng Toản cho tôi cái chập chờn của con người tha hương biệt xứ...

Cuốn thơ Xếp Màu Cho Tuổi chỉ có màu mè ở bìa ngoài và những bài thơ in bên trong. Không tựa, không bạt. Không có lời giới thiệu của ai. Không cả lời phân bua, thổ lộ điều gì của tác giả. Nó đã là Tác Phẩm. Và tôi đọc hết rồi: Nó là Tác Phẩm Văn Chương! Tôi đã hồi âm cho tác giả sau khi tôi nhận được cái bì thơ dày từ nhà Bưu Điện, nhân dịp Father's Day, tôi cảm ơn và chúc tác giả best wishes!

Tôi chú ý về cái bìa sách. Nó là khung bố loang lổ màu. Tôi nghĩ thầm: nó chứa đựng cái gì đó ở bên trong! Quả thật thế! Với 180 bài thơ chỉ là một trái tim, tôi bắt gặp – trái tim bị thương, trái tim bị bóp giẹp, trái tim được nâng niu, trái tim còn đập, còn làm nhiệm vụ của Bộ Tuần Hoàn! Tôi thật lòng muốn trích dẫn ra đây, bài viết này, vài bài thơ tiêu biểu, vài khổ thơ, vài cặp câu mình tâm đắc...

nhưng tôi mệt quá! Tôi ở tuổi chớp mắt là xong... Bài thơ nào của Đặng Toản cũng dài, những bài ngắn nhất thì tôi không muốn nó chừng đó. Tôi biết tôi đang làm chuyện không ai yêu cầu, chỉ tại tôi có nhu cầu: muốn nói về Đặng Toản. Tôi muốn tôi phơi bày chút tình cho thơ...Đặng Toản là Thơ! Đặng Toản khác "người ta" ở chỗ Đặng Toản là Đặng Toản, chừng đó! Đặng Toản không than thở, không vọng tưởng, không ra ngoài quê hương dù thực tế đang vong quốc!

Làm sao tôi gợi ý cho bạn có sách của Đặng Toản đây? Đây là cuốn sách không bán và tác giả không khoe địa chỉ của tác giả?

Tôi thấy trên Website TranThiNguyetMai.wordpress.com có giới thiệu tập thơ Đặng Toản, có in ra một số bài tâm đắc.

Cũng trên Website này, bạn có thể đọc thêm bài Đọc Thơ Đặng Toản của Hai Trầu Lương Thư Trung, một nhà phê bình văn thơ rất nổi tiếng. Bài ấy Rất Hay!

*

Phần riêng tôi,

tôi thích mấy câu này, bốn dòng, cuối trang 279:

"Khi em dừng chải tóc
và nhìn theo bóng bầy chim quần đảo
anh lặng lẽ ngồi
thắp một nén thơ..."

Chừng nhiêu! Không chấm, không phết, không mời mọc, không se sua...

Trần Trung Thuần *(Trần Vấn Lệ)*

Hồi Âm Vũ Đức Tô Châu

Châu ở Sài Gòn, Châu có biết? Bên này, sau Tết, mưa còn mưa. Mưa từ tháng Chạp, mưa không dứt. Mưa! Tết! Buồn ơi! Châu biết chưa?

Châu ở Sài Gòn đi Chợ Hoa. Tôi, bên nay, Tết, nằm trong nhà. Trùm chăn nghe tiếng mưa ti tách, tưởng tiếng chân người, bạn đến thăm...

Châu ở Sài Gòn không cô đơn. Tôi, bên này, Tết, thở ra buồn. Những câu Khai Bút làm năm ngoái, xem lại năm này, chưa mới hơn!

Châu ở Sài Gòn... Châu có mới: thấy nhà cao, đẹp mọc lên nhiều. Tôi, bên này, với lòng thiên cổ, những tháp chọc trời... như, muốn xiêu?

Châu ạ, chúng mình hai thế giới, hai tấm lòng trang trải thế gian. Lấy thơ mà gói buồn... năm phút. Năm phút mơ hồ nhang khói tan!

Châu ở Sài Gòn, Châu đã viết những lời thương mến gửi qua đây, hồi âm mấy chữ cho Châu thấy, tôi vẫn như ngày tôi bỏ đi...

Đất Nước tại sao là Tổ Quốc? Chim còn có tổ, cáo có hang... Con người đi mãi bên chân Chúa, thế giới này đâu cõi Địa Đàng?

Kính Gửi Anh Nguyễn Đăng Sửu

Anh Sửu và tôi gặp giữa đường
Chữ Tình ràng buộc chữ Tha Hương!
Anh hơn nhiều tuổi, anh Anh Cả
Tôi nhỏ trăm bề, tôi Bé Con!
Anh mến yêu tôi, không để thiệt
Tôi thương anh lắm, chẳng chi buồn.
Cà phê trước mặt quên cầm uống
Lãng đãng hồn như mây bốn phương!

Anh Sửu và tôi gặp mấy lần
Mấy lần để lại mấy bâng khuâng
Hôm qua vui miệng, anh kêu: "Lệ
Chú viết về anh, nhé, mấy vần!".
Vâng! Mấy vần đây, em nắn nót
Anh nhìn, đừng nói: "Có như Không"
Đời kia... Anh thấy: mây trôi giạt
Cái ở bên nhau: một tấm lòng!

Hôm nọ, nhà anh, nâng cốc bia
Thương sao Non Nước chúng ta lìa
Nhìn anh đôi mắt rưng rưng chớp
Trời giữa ban ngày cứ tưởng khuya...
Giọng Huế của anh là nỗi nhớ
Mần răng mần rứa bắt tôi mê
Con sông Hương chảy quanh tà áo
Anh nhỉ chừng mô lớp lớp về...

Trần Vấn Lệ
Temple City, May 25, 2009

* * *

Một Kỷ Niệm
Với Anh Nguyễn Đăng Sửu

Tết, anh Sửu không vui vì nhà anh có giỗ. Nhà anh không mở cửa từ hồi Tết Mậu Thân! Không ai không bâng khuâng khi nhìn nhang khói tỏa. Không ai không nhỏ lệ khi tưởng nhớ người thương.

Đời mà như mây sương, có ai buồn lâu nhỉ! Đứng trên thềm Thế Kỷ ước chi một hàng hiên. Bao nhiêu lần muốn quên, sao chỉ một ngày nhớ rồi nghiêng đầu nói nhỏ (nói gì như khóc thôi!).

Tôi đứng nhìn mây trôi. Mây về Nam hay Bắc? Chắp hai tay lậy Phật chẳng biết cầu xin chi...Thăm anh Sửu rồi đi, tôi cũng lòng không Tết! Biết cuối đường sẽ hết – hết buồn và hết vui!

Trên đầu tôi mây trôi, trôi về Nam hay Bắc? Biển sông đầy nước mắt, Quê Hương ôi Quê Hương! Hai câu thơ dễ thương gói bài thơ này lại...

* * *

Buồn Không Đâu
Cũng Nhớ Không Đâu

Anh Sửu thăm con cháu một tuần. Bảy ngày! Lâu quá! Tưởng ba năm! Ra vào chẳng có ai tâm sự, phôn bỗng vô duyên cứ phải cầm!

Mà nói gì đây? Câu buổi sáng! Mà thăm, thêm lạnh bóng trăng khuya! Người ta vui với bầy con cháu, có chắc gì ai nhớ buổi về?

Thôi! Chuyện Thời Gian, chuyện Thế Gian, buồn riêng còn được chút mơ màng, nghĩ anh chị Sửu đang vui vẻ, mình nén lòng, thôi, chớ thở than.

Anh Sửu biết tôi thơ lẩn thẩn, buồn không đâu cũng nhớ không đâu. Mai kia mốt nọ anh về đọc, rồi cũng cười thôi, khẽ lắc đầu!

Thằng Lệ làm thơ như nó thở, nó còn "sống sót" nó còn thơ. Hồi nao anh vẫn thường "phê" vậy. Cạn cốc bia, nhìn, mấy giọt mưa...

Mưa tự dưng mà mưa mưa bay, tự dưng ai khép cửa cho ngày? Thời gian khép được, thì năm tháng tôi chẳng mỏi mòn thương nhớ ai...

"Ta nhớ người xa cách núi sông, người xa ta có nhớ ta không?". Tú Xương, nước lã, cầm canh, uống, mình ngậm bia nghe đắng cả lòng!

Trần Vấn Lệ

Thăm Hà Thượng Nhân

Lại nghe tin Bác bệnh trầm kha
Tội nghiệp làm sao lúc tuổi già!
Trời tạo con người, đâu phúc hạnh?
Đất sinh cây cỏ, đó hương hoa...

Phải chi mình cỏ, mình cây nhỉ
Đời chẳng tro tàn cát bụi qua...
Còn mấy bài thơ rồi cũng nát
Giấy nhàu, gan ruột, bạn như ta!

Trần Vấn Lệ

Hôm Qua Tới Thăm Hoài Việt

Hôm qua tới Hoài Việt [*] nghe kể chuyện Quy Nhơn.
Hoài Việt kẻ tha hương nhớ cố hương, thương quá!
Chàng nhắc đến Ba Má, tình thủy chung của Ba...
Má mất nhiều năm qua, Ba làm thơ nhớ Má, Ba...
truyền "nghề" cho con!
Hoài Việt người Quy Nhơn, làm thơ cho Bình Định.
Mắt bạn mình sóng sánh làm tôi nhớ quê tôi...
Tất cả đều xa xôi!

Hoài Việt đưa cho tôi lon bia Coors, mời bạn
Tôi uống như uống ráng dẫu chưa uống trước đây
Dẫu chưa uống đã say
Nắng ngoài trời ngây ngất
Chuyện Quê Hương buồn thật
Mà biết còn chuyện gì
Để nhớ tại sao đi
Ngày về... xa thẳm thẳm...
Quy Nhơn chừ xa lắm
Đà Lạt cũng xa xăm
Tôi cũng có cố nhân
Bây giờ chắc tro bụi!
Ôi vì sao nên nỗi
Ba trăm năm trước có một ngày...
"Áo nhung trao quan vũ", ai, nào ai hôm nay?
Đừng nói là úp mặt vào tay
Là đừng đi gặp bạn?
Tôi ngó ra trời nắng
Trời xanh mây trắng bay...

Trần Vấn Lệ

---

[*] *Hoài Việt là một người làm thơ, viết sách, có vài tác phẩm đã chào đời, hiện sống ở San Jose.*

Thư Riêng

- Gửi bác Việt Trang

Bác đi trong lúc tuổi già
Cũng vui Bác nhỉ! Coi là cũng vui!
Nói chao ôi! Khóc hay cười?
Còn chung trà cũ, mất người ngày xưa...

Ngày xưa... Đà Lạt, trời mưa
Bác mời tôi đọc bài thơ mới làm
Tôi khen, Bác mặt rỡ ràng
Tay nâng quản bút ký ngang một đường:

"Tôi làm thơ tặng người thương
Anh trong tiếng gọi từ hồn tôi vang
Ngày xưa Giả Đảo lỡ làng
Nay tôi có bạn một bàn ngồi chung!"

Ba mươi năm trước, mịt mùng
Ba mươi năm, nhớ, tôi rùng mình, đau
Bác đi rồi? Bác đi sao?
Tôi không tin, lệ cứ trào, tự nhiên!

Bác Triếp à, Bác hãy quên
Tôi đi xa lắm, còn trên xứ người
Bác đi, nhang đốt cho Trời
Tôi tay bụm mặt, nhớ rồi... có quên?

*

Viết cho người bức thư riêng
Gửi đi, ai nhận, tôi bèn xé thôi!
Còn nhau, cuối biển đầu trời
Mất nhau trong cái tuyệt vời Âm Dương!

Vĩnh Biệt Chị Đỗ Thị Tiến (*)

Từ nay, buồn quá, người đi thật! Vĩnh biệt trường xưa, bỏ học trò, bỏ lại chồng con và bạn hữu... và hai đứa cháu đẹp như mơ...

Từ nay, mãi mãi quê người lạ, mây vẫn mang màu của cố hương mà Đà Lạt ơi và chị Tiến, bảng xanh phấn trắng nhớ chăng trường?

Cái hồi Đà Lạt, anh và chị, Hoàng Diệu con đường đẹp quá đi, bốn cánh tay không thừa thãi nhé, trăm năm tạc tượng Tuổi Xuân Thì!

Cái hồi Đà Lạt, đường lên dốc, Linh Tự chùa cao chuông ngân chuông, từng đứa học trò: "Cô Tiến ạ", học trò như vậy, nhớ là thương!

Cái hồi Đà Lạt trong con mắt đồng nghiệp bây giờ mưa Xuân sa. Ôi Chị! Nỡ nào đi một bước, kìa ngàn con phố nở muôn hoa...

Anh Cường khóc ngất, con hai đứa, Chị có nghe gì tiếng gió mưa, tiếng của thời gian vẫn với vũ, ngàn sau nức nở mấy ngàn xưa...

Chị Tiến dễ thương! Tất cả nhòa...Kể từ Đà Lạt một cành hoa, kể từ Trường Nữ hành lang gió. Bụi cuốn, mây đùa, Vĩnh Biệt nha!

Feb 28, 2011

(*) Chị Đỗ Thị Tiến, nguyên Giáo Sư trường Nữ Trung Học Bùi Thị Xuân Đà Lạt. Chị là bạn đời của anh Nguyễn Đình Cường, nguyên Giáo Sư trường Nam Trung Học Trần Hưng Đạo Đà Lạt. Chị là đồng nghiệp, đồng trường với tôi. Trong Cải Tạo, tôi nghe tin anh chị vượt biển và đến nơi năm 1979. Mười năm sau tôi mới đặt được chân lên nước Mỹ. Người đầu tiên bắt tay tôi nồng nàn là anh Nguyễn Đình Cường, anh làm việc ngay tại down town Los Angeles, gần nơi tôi trọ. Chị cũng đi làm, hướng khác. Chúng tôi gặp lại nhau tại nhà anh chị ở Cerritos rồi ở Artesia, vài ba lần, nhân dịp tái ngộ đồng nghiệp ngày xưa hoặc đám cưới con, cháu... Chị chính thức bỏ trần gian này ngày 25 tháng 2 năm 2011. Một bước chị xa giữa mùa Muôn Hoa nở rộ...

Vĩnh Biệt Nguyễn Tôn Nhan

Sài Gòn báo tin hối hả: "Nguyễn Tôn Nhan đã chết rồi!". Nó chết là nó hết cười một thuở Sài Gòn vội vã. Người ta đụng nó, nó ngã. Người ta đụng nó bỏ đi, nó thì được khiêng đem về Nhà Thương rồi ra Nhà Xác. Không ai nghe tiếng nước mắt rơi trên hè phố Sài Gòn... Người ta chỉ nghe tiếng chuông của một Nhà Thờ gần đó, dĩ nhiên không dành cho nó...

Ơi Nguyễn Tôn Nhan dễ thương. Anh đi như chuyện bình thường hôm nào giòn tan phố Mỹ. Hôm nào là đầu Thế Kỷ, bây giờ là cuối đường xa... Nụ cười của anh như hoa, tôi nói với anh, anh nhớ?

Nguyễn Tôn Nhan không còn nợ, anh đi, thong thả anh đi...

Tôi viết mấy câu gửi về, hỡi ơi lòng tôi đẫm lệ. Một lần gặp nhau, không lẽ chỉ còn tái hội Thiên Thu? Phải chi có trái mù u tôi lăn theo dài ngọn lửa. Anh không được cho nấm mộ, cỏ hoa lỗi hẹn văn chương... Anh nằm trong bình tro xương, không co mà còn chút xíu! Sách vở từ nay nhăn nhíu, từ nay bạc phếch thời gian...

Ơ này anh Nguyễn Tôn Nhan, trên bàn để anh cái cốc, nhớ anh không ai đã khóc, rượu như tình rót cho anh...

Rượu như tình, rót cho anh. Biết nói câu nào cho phải? Gặp nhau, với nhau không ngại. Xa rồi, quan tái, Trời ơi!

Feb 01, 2011

Vĩnh Biệt Hà Thượng Nhân

Năm nay thăm bác được hai lần
Cầu mong bác sống được tròn trăm
Nói năng thấy Bác còn tươi tỉnh
Ngắm nghía hình dung vẫn xuất thần

Câu chuyện văn thơ còn nhớ lắm
Sách trên bàn để không bài nhăn
Ra về con hẹn lần thăm tiếp
Buồn quá hay tin bác cố nhân!

Thượng lộ bình yên, thôi bốn chữ
Bác cầm đi nhé, giữ giùm con....

10 – 11/2011

* * *

Adieu Hà Thượng Nhân

Bất chợt mà đau! Bất chợt buồn!
Bác Hà! Như thể Bác đi luôn?
Mới hôm tháng trước lên thăm Bác
Đầu tháng Mười lên dự Đám Tang!

Biết thế, tôi không về lại Los
Ở đây, kề cạnh Bác tôi thương!
Hỡi ơi Non Nước tình Non Nước
Ai đã riêng ai nỗi Đoạn Trường?

Thôi nhé! Bác về nơi Chín Suối
Giữ giùm tôi nhé Giọt Mù Sương!

Trần Vấn Lệ

Vĩnh Biệt Phạm Công Thiện (*)

Mày hơn tao một tuổi mà mày đã "xong" rồi! Chết mà được, hỡi ơi, đời không buồn thêm nữa!

Hôm qua không mưa gió. Mày đi. Đi thản nhiên. Mày chắc nhớ chưa quên cái thời trên Đà Lạt...

7, Trần Bình Trọng, cỏ rạp mày đi qua, đi qua. Ở đó, Hoàng Vĩnh Lộc, ở đó, Bùi Giáng, sống chưa hết tuổi già...

Con Mộng Ngân hít hà: "Ôi mấy cha nội đó, nhiều khi như mưa gió, ồn muốn nát nhà tôi".

Tao cũng đó một thời, khi mày về Yagut, số 12 dưới hụp, một phòng đầy văn chương...

Mày bỏ xuống Nha Trang, mày đi tu đạo Phật, mày là người giỏi nhất: thuộc bảy hai vạn Kinh!

Nhiều năm tao hỏi mình: Phạm Công Thiện đâu nhỉ? Ông Giáo Sư Lê Phỉ, nói: "Nó đã về Trời".

Hồi đó, mày, mày ơi, mày sống mà, chưa chết, Con Rắn còn bò miết trên Đồi Cù đấy thôi!

Tao giận mày một thời, tu chi hai đường Đạo – con đường nào Sáng Tạo Con Rắn Cho Trần Gian?

Mày không ở Tiền Giang, tỉnh mày viết Ý Thức. Mày làm ong hút mật trường Vạn Hạnh lêu nghêu...

Thiện ơi có một chiều, mình gặp nhau ở Mỹ. Mày nhìn tao hỏi khẽ: "Đà Lạt giờ vui không?".

Hăm mốt năm trôi sông, bây giờ thì mày chết. Bảy mươi mốt tuổi, mệt, Thôi, mày đi bình an!

Đà Lạt mình vội vàng sống một thời tạm bợ. Nước Mỹ không muôn thuở... mà mày đành Thiên Thu!

Trần Vấn Lệ

(*) Phạm Công Thiện, tuổi Con Rắn, 1941, sinh tại Định Tường (sau 4-1975 gọi là Tiền Giang). Tôi quen PCT đầu thập niên 1960, lúc đó PCT dạy tại trường Việt Anh 2 Hải Thượng Đà Lạt, GS Lê Phỉ Hiệu Trưởng. PCT từng trọ tại 7 Trần Bình Trọng, chủ nhà là cô Mộng Ngân con gái Đại Úy Quý tử trận tại Đơn Dương, nơi đạo diễn ciné Hoàng Vĩnh Lộc, thi sĩ Bùi Giáng cũng có thuê phòng trọ. PCT có thời ở tại 12 Yagut, phòng sous sol. Năm 1967, PCT về Nha Trang đi tu đạo Phật, sau đó về dạy tại Đại Học Vạn Hạnh Sài Gòn. Chúng tôi, PCT và tôi, gặp nhau lại, tình cờ, ở Nam California, năm 1990, tại nhà bà Tưởng Thị Kim Xuyến, lần duy nhất, và bây giờ tôi nghe tin PCT mất tại Houston, 8 tháng 3 năm 2011. PCT là người "tự tin", rất "tự hào" mình... là Con Rắn!

Vĩnh Biệt Bác Sĩ Hoàng Văn Đức

Từ nay mãi mãi chẳng còn nhau...
Như một con sông chẳng có cầu
Người ở bên kia bờ Vĩnh Cửu
Người bên nay đứng ngó trăng sao!

Trăng sao nay lặn rồi mai hiện
Người đã xa người áo gió bay
Tóc bạc tóc xanh màu sẽ nhạt
Cỏ sương lạnh buốt mỗi bàn tay...

Bàn tay từng ấm thời thương mến
Một chuỗi Mân Côi đếm một mình!
Trăm Lẻ Tám hồi Kinh mặc niệm
Thôi thì cũng thỏa chuyện Tâm Linh!

Người đi, tôi khóc theo từng bước
Nước mắt khô còn máu của tim...
Tôi sống mỏi mòn như thế đó
Một ngày nào đó... mỏi mòn quên!

Mar 24, 2012

Vĩnh Biệt Phạm Duy

Đài khí tượng nói đúng: Tuần Lễ này trời mưa. Nhiều năm như hề chưa tháng Giêng nào buồn vậy!

Mưa từ tối Thứ Bảy. Sáng Chúa Nhật lê thê. Thêm cái tin Phạm Duy vừa từ trần trong nước...(*)

Mưa lê thê lướt thướt. Mưa buồn như nhạc mưa... Mưa buồn như bài thơ tôi mở đầu nghèn nghẹn!

Ông Trời không hề hẹn tuần cuối tháng sẽ mưa. Chỉ con người hẹn đò – chuyến đò đi bến cuối!

Buồn không chân mà đuổi được mưa gió lê thê! Tiếc... trên đường-trở-về chỉ một người lủi thủi!

Phạm Duy ngừng tiếng nói nhưng nhạc ông mở ra. Buồn. Nỗi buồn xót xa... Bà-Mẹ-Quê nức nở!

Người trở về gậy gõ... lác đác nhịp quân hành. Lũy tre nửa còn xanh, nửa thì bom đạn xém...

Nhà tôi trong ngõ hẻm. Hẻm buồn... mưa đang mưa...

Jan 29, 2013

(*) Nhạc Sĩ Phạm Duy, vĩnh viễn ở tuổi 93, vĩnh biệt những người yêu / ghét mình kể từ 2 giờ 30 chiều Chúa Nhật 27 tháng Giêng năm 2013 tại Sài Gòn, Việt Nam

Vĩnh Biệt Nguyễn Xuân Hoàng

Thêm một người rời Nhà Dưỡng Lão
Tay không còn vịn nữa chiếc xe lăn
Không còn cần ai dìu đi từng bước chân
Con Hạc Vàng cõng người về chắc đã tới Trời Đâu Suất?

Tin Nguyễn Xuân Hoàng mất
Không gây ngạc nhiên mà sự thật là buồn
Mấy năm nay anh là thân chủ của Nhà Thương
Mấy năm nay anh nằm trên giường ngó mặt trời bên ngoài cửa sổ...

Và...vầng trăng khuyết, tròn, cũng làm anh nhớ
Anh nhìn trăng đầy vừa mới đó Trung Thu!
Anh đớn đau mấy cũng tươi cười
Khi bè bạn đến thăm đến hỏi...

Và... từ nay anh không còn nói
Thêm một lời từ tạ với ai...
Những người học trò luôn luôn nhớ Thầy
Người bạn trăm năm của đời anh đưa tay lau nước mắt...

Nhà Dưỡng Lão Mission De La Casa buổi trưa lất phất
Lá vàng bay Vĩnh Biệt Nguyễn Xuân Hoàng!
Hai hàng ghế ở nhà họa sĩ Nguyễn Đình Thuần(*)
Chúa Nhật này một cái để trống...

"Nhà văn Nguyễn Xuân Hoàng từng ngồi đây khi anh còn sống
Nhà văn Nguyễn Xuân Hoàng vẫn ngồi đây khi anh không còn
Chúng ta còn nỗi buồn
Nỗi nhớ nỗi thương anh vô cùng vô tận!"

Bốn câu này kết thúc một bài Điếu Văn làm đen lòng tờ giấy trắng
Trời xanh bao la mở cửa cho chim Hạc Vàng bay
Nguyễn Xuân Hoàng đã thật sự thành Người-Đi-Trên-Mây
Nhưng... Bụi Và Rác...(**) anh dọn cho đời chưa sạch!

Sep 16, 2014

(*) Nguyễn Xuân Hoàng từ San Jose về Orange County, thường ghé nhà họa sĩ Nguyễn Đình Thuần ở Santa Ana để gặp nhiều bạn bè.

(**) Nhan đề 2 trong số nhiều tác phẩm của Nguyễn Xuân Hoàng.

Chuyến Đò Thời Gian

Nguyễn Xuân Hoàng
Sài Gòn 1970

Một năm tưởng chậm mà mau, Nguyễn Xuân Hoàng mất hôm nào, đã năm! Bạn xa, tôi chửa lần thăm, đây xa bạn có đôi lần đến đây...

Hôm qua bữa rượu tao mày, bỗng dưng ai nhắc ông-thầy-giáo-xưa... Chỗ ngồi người đó, bài thơ của tôi còn gắn trên gờ cửa gương. Một năm, gương lược sáng trưng, cố nhân đâu nhỉ tóc bồng bềnh bay...

Mọi người ngưng một phút giây. Mọi ly rượu vẫn để đầy đợi nâng. Mọi câu chuyện bỗng như thầm, mọi con mắt hướng xa xăm, rồi thì...

Hoàng ơi này rượu của mi!
Hoàng ơi này rượu cạn đi rồi dìa...
Nha Trang, Phan Rí, ngày kia
Chân tao ghé được đốt mi nén trầm...

Đồng hương, đồng nghiệp xa xăm, hồn trong cát bụi thân nằm bình tro, nếu mà... đó một câu thơ, lát tôi đem chất xuống đò thời gian...

Trần Vấn Lệ

Vĩnh Biệt Kiên Giang

Hoa tím hái cài lên áo trắng. Chào anh, chào vĩnh biệt Kiên Giang – người thơ sống giữa hai lần đạn... chừ ngủ ngàn năm giữa Nước Non!

Kiên Giang, chỗ đất nhiều thi sĩ, anh một người thơ rất đỗi thơ, hơn nữa – anh còn ca vọng cổ, ai ai cũng nhớ chuyện Phà Ca!

Hoa trắng anh cài lên áo tím, những cô nữ sinh xinh một thời. Mỗi một lời thơ là núm ruột hóa thành bom đạn nổ muôn nơi!

Hoa trắng đã thành hoa tím than, hái cài anh đó, anh Kiên Giang! Áo sơ mi trắng anh đang mặc rồi khói trầm hương sẽ nhuốm vàng...

Tôi ở quê người được tin buồn: "Kiên Giang Thi Sĩ Đã Không Còn!". Những lời ai điếu thương không hết, đành để vào đây chữ Nhớ Thương!

Nov 03, 2014

Vĩnh Biệt Nguyễn Bắc Sơn

Mỗi lần qua Tà Dôn tôi nhớ Nguyễn Bắc Sơn. Bây giờ Sơn không còn, Tà Dôn còn sừng sững...

Coi như ngày gió lộng, Nguyễn Bắc Sơn ra đi, chỉ thấy bụi bay về dài theo quốc lộ một...

Tà Dôn vẫn còn sót những đám mây ngày xưa, hồi đó Sơn làm thơ gửi cho tôi, Thiện Giáo...

Năm sáu tám (1968) rào rạo tiếng cuống rạ cuối mùa. Tôi đọc những bài thơ, âm thầm rồi xếp cất...

Thơ của Sơn hay thật... nhưng mà như lạc loài, tội nghiệp những người trai hành quân, vào động đĩ...

Năm bảy hai (1972) có thấy tập thơ Sơn ra đời [*], tôi có cuộc chuyển dời: về trường xưa lớp cũ...

Cuối cuộc đời quân ngũ, Sơn và tôi xa nhau, đến khi vào Sông Mao, hỏi thăm Sơn, không thấy...

Tôi nghĩ Sơn đã chạy về cõi nào thật xa. Thôi, trong cõi ta bà, đứa nào giữ hồn nấy...

Đỉnh Tà Dôn, núi ấy, mỗi lần tôi đi qua kiếm đường ra biển xa, nhớ Sơn, không đứng lại...

Tôi đi và đi mãi, mới nghe tin, tin buồn: Sơn đã lìa cõi dương, Sơn ngàn Thu yên ngủ...

Từng câu thơ, những dấu chấm chấm... tôi chào Sơn. Nếu còn ngang Tà Dôn, tôi chào Sơn như vậy...

Thursday, August 6, 2015,
Trần Vấn Lệ

(*) Tôi chưa hề gặp Nguyễn Bắc Sơn lần nào trong các năm 1967, 68, 69; lúc đó tôi đóng quân ở Thiện Giáo, mật khu Tam Giác, Nguyễn Bắc Sơn thuộc Sư Đoàn 23, ban Tiếp Liệu, căn cứ chính ở Sông Mao, hậu cứ ở đồn Trinh Tường (Phan Thiết). Sơn chơi thân với em rể tôi, Phạm Thụy Cầu, làm việc ở Phòng I Tiểu Khu Bình Thuận. Hễ về Phan Thiết công tác thì Sơn hay ghé nhà tôi ở chơi với em tôi, tôi không có dịp nào về phép để gặp Sơn dù có cả tháng tôi nằm ở Quân Y Viện Đoàn Mạnh Hoạch. Năm 1972, Sơn gửi lên Đà Lạt tặng tôi tập thơ đầu tay, Chiến Tranh Việt Nam Và Tôi, tôi đọc mà buồn buồn, nhiều người như Doãn Quốc Sỉ, Võ Phiến, Chu Tử..."ca ngợi" Sơn, tôi hồi âm cảm ơn và cũng khen cho phải đạo. Khi tôi đi Cải Tạo, hơn một năm đầu ở trại Sông Mao, trại G 3, Tổng Trại Tù Binh 8, hỏi thăm Sơn không thấy...vì Sơn không thuộc diện phải đổi đời. Tôi nhớ Sơn nhiều lắm qua những địa danh Sơn hay nhắc trong thơ, đại đội 2/300 của tôi từng đóng đồn Sara dưới chân núi Tà Dôn, bị xóa sổ vì thất thủ năm 1967 khi tôi chưa đáo nhiệm. Đại Đội tôi thường phối hợp hành quân với ĐĐ 2/754 đóng ở Nora, cũng dưới chân núi Tà Dôn. Đại Đội tôi cũng có khi phối hợp với ĐĐ 2/442 đóng ở Kim Ngọc, gần Sara. Trên đường công tác của Sơn thì hoặc bằng trực thăng băng qua đỉnh Tà Dôn hoặc bằng ghe đi dọc bờ biển ra Phan Rí Cửa (nhiều năm trước 30 – 4 – 1975, con đường Quốc Lộ I bị cắt). Núi Tà Dôn ở phía Bắc Phan Thiết, phía Nam có núi Tà Cú, năm 1955 Tổng Thống Ngô Đình Diệm (từng làm Tuần Vũ Bình Thuận thời Pháp Thuộc) quyết định cắt tỉnh Bình Thuận ra làm hai, phần có núi Tà Dôn là Bình Thuận, phần có núi Tà Cú là Bình Tuy, nghe nói tại Tổng Thống Diệm không thích một vùng đất có hai ngọn núi Tà. Từ năm 1980, em rể tôi, Phạm Thụy Cầu nằm một chỗ sau tai nạn lao động, ở Đà Lạt, Sơn có hỏi thăm... Sơn mất ngày 4 tháng 8 năm 2015 tại Phan Thiết, tôi thấy có nhiều người phân ưu, tôi thì chỉ có bài thơ Vĩnh Biệt Nguyễn Bắc Sơn, gói ghém một chút tình xưa dù chưa hề giáp mặt.

Vĩnh Biệt Võ Phiến

Tối đó trăng tròn, trăng tròn đầy, người đi tan khuất tựa làn mây! Cali đưa tiễn mưa không hạt, tôi nóng ran người thương tiếc ai...

Con hạc vàng bay trong trăng vàng. Con hạc vàng bay về Quy Nhơn. Tôi đưa tay hứng gì, không biết. Một chiếc lá rơi. Một nỗi buồn!

Tôi khóc. Trời ơi tôi bật khóc. Từ nay tôi mất một Tình Yêu. Từ nay, vĩnh viễn... người-tro-bụi, còn lại Người... trang sách lật theo!

Còn lại Người... Non Nước mỏng manh. Mừng Người rời được chốn hôi tanh. Mừng Người, lòng vẫn nguyên lòng dạ. Mà quạnh hiu đời. Tôi ngó quanh...

Từ nay... cánh cổng nhà ai mở? Cánh cổng nhà tôi đứng bấm chuông. Con quạ lặng thinh... không thấy Bác, không thấy gì... gì nữa, ngoài sương!

Bác Võ Phiến ơi, thôi vậy... hết! Trăm năm, Bác thiếu nợ mười năm. Tách trà bay khói thơm thơm phức, con nhớ Bác hoài những tối trăng...(*)

(*) Nhà văn Võ Phiến mất lúc 7 giờ chiều 28 tháng 9 năm 2015. Trăng 16 tháng Tám năm Ất Mùi đang lên. Thọ 90 tuổi. Tôi từng chúc Bác sống tới trăm tuổi, mà thôi! Xin gửi những giọt nước mắt lăn theo tiễn Bác...

Vĩnh Biệt Anh Đinh Cường

Họa sĩ Đinh Cường đã qua đời
Anh đi vào buổi tối tại Burke Virginia
Tuyết nở hoa
Tặng anh một Vòng Hoa Vĩnh Biệt!

Anh Đinh Cường anh không còn biết
Những giọt nước mắt màu gì
Tôi nhất định không lau
Để yên cho màu tê tái!

Cái mà anh để lại
Là Đà Lạt của tôi!
Nơi anh ra đời
Lại là không chỗ đó!

Bây giờ chỗ nào cũng chỗ nhớ
Những bước anh đi qua
Huế rất xa
Và Sài Gòn trong hơi thở... không còn nữa!

Ở Dran hoa quỳ đang nở
Anh hứa về, sau Tết, mà thôi
Tuyết đang bay nơi anh ngủ tuyệt vời
Tôi xin trải thêm nước mắt cho anh trôi về Tổ Quốc!

Anh Đinh Cường!
Tôi, Trần Vấn Lệ, tôi đang khóc...
Thôi anh đi đi đường xa khổ nhọc
Tôi xa xôi không kề vai vác chút xíu quan tài...

Trần Vấn Lệ
Temple City, CA 10 giờ 30 sáng 8 tháng Giêng 2016

Vĩnh Biệt Lê Thị Mỹ Công

(ngày 9 tháng 4 năm 2016)

Bạn với ta
Hai cốc rượu đầy
Hai ta cùng cạn nhé đêm nay!
Đời bao nhiêu đó...
Vui mà sống
Dài, vắn, đo chi
Tiếng thở dài!

Bạn với ta, hề
Sông nước cũ
Bến thuyền còn đó
Bóng trăng xưa
Cảm ơn đất nước
Còn gai góc
Rượu cạn
Làm sao cạn ước mơ?

Vẫn biết tuổi tàn
Như hoa tàn
Mà ai quên được
Đóa hoa lan?
Leo lên cổ thụ
Người ta hái
Một chút tình yêu
Để tưởng nàng...

Nàng mới hôm qua
Nàng đã chết!
Đất trời Hậu Nghĩa
Bỗng mưa sa
Nửa chừng Xuân thắm
Ai ngờ nhỉ
Em...
Một hành lang gió thoảng qua...

Gửi đến Plano
Thành phố nhỏ
Cho nàng chí lớn
Một bài thơ
Từng câu nước mắt
Chan bằng rượu
Lửa tắt bình khô
Còn ngẩn ngơ!

Vĩnh Biệt Nguyễn Ánh 9

Vĩnh biệt! Người đi dẫu muộn màng
Bầu trời vừa có ánh sao tan
Từ nay Nguyễn Ánh về sâu thẳm
Đầu gối lên trăng, ánh nguyệt vàng!

Tuổi nào anh để cho đời nhớ?
Tuổi bắt đầu là Bản Nhạc Không?
Tuổi nào anh để cho đời nữa?
Đêm Nay Ai Đưa Em Về... bên kia sông?

Bên kia sông, con sông Nại Hà
Nhạc trầm tư còn ai ngân nga?
Còn đâu chớp nháy đèn năm sắc
Nước mắt nào người cầm chẳng sa!

Một đêm bỗng tiếng dương cầm tắt
Ánh 9 hồi chiều ngủ giấc quên
Gió thổi hồn nhiên tà áo lật
Thơm lừng âm sắc buổi Tân Niên...

Anh đi mùa Xuân, mùa Xuân về
Nghẹn ngào sương khói dặm sơn khê
Gần trăm năm ở trên trần thế
Rồi cuối cùng thì cũng Biệt Ly!

Vĩnh biệt từ nay những tiếng đàn
Âm thừa còn níu ánh trăng tan
Nhìn lên trời thẳm thương anh quá
Thương cả... vừa nghe tiếng gió ngang...

16.04.2016

Vĩnh Biệt Bà Việt Trang

Thôi! Không còn ai nữa! Đà Lạt hết người thân, người già nhất, ân nhân của tôi... vừa nhắm mắt!

Bà Việt Trang vừa mất! Đám mây cuối cùng tan... Ôi những buổi chiều vàng, nắng tàn rơi cuối ngõ...

Tôi hẹn lần hẹn lữa, ba mươi năm chưa về, thăm Đà Lạt, thăm quê, ba mốt năm tình nghĩa...

Tôi nhớ lắm bụi mía xanh um trước nhà Bà. Bao nhiêu người đi qua Trần Nhật Duật đều ngó...

Một mình tôi được gỡ từng lá mía cầm chơi. Ông Việt Trang từng cười tôi già như con nít...

Hỏi sao tôi chẳng thích: giữa phố thấy nhà quê, thấy Phan Thiết tôi, kia, xa xôi đường xuống núi...

Nhớ Má tôi lầm lũi trên đồng mía, nắng, mưa. Nhớ Huế nữa, ai vừa tuổi mới lên mười bảy!

Một thời xa xưa ấy, ba mươi năm ôi Trời! Hai Bác Việt Trang ơi... cảnh còn mà người mất!

Cái gì là Tổ Quốc? Cái gì là Quê Hương? Cái gì là Yêu Thương? Cái gì là... nước mắt?

Bà Việt Trang vừa mất! Chén cơm tôi cầm, rơi... Những hạt cơm rã rời, tôi nhặt từng hạt lệ...

Vĩnh Biệt Vi Khuê

Ngày 25 tháng 9 năm 2018, tôi nhận email từ anh Tâm Minh, tức Luật Sư Ngô Tằng Giao hiện ngụ tại Virginia, Mỹ, báo tin "Bà Vi Khuê mất trong ngày hôm nay, tin cho biết vội từ Mai Anh", rồi tôi đợi tin chính thức nếu báo có đăng ở mục Cáo Phó. Tôi đã hồi âm cái email đó chỉ hai chữ 'Buồn Ơi!'.

Mãi tới hôm nay, Sept. 29, 2018, báo vẫn chưa thấy có cáo phó (tôi đọc báo Người Việt ở California). Nhưng trên website anhdaodalat thì thấy đã có đưa tin về Vi Khuê.

Tôi không liên lạc được với Bà Vi Khuê từ ngày ông Chử Bá Anh qua đời, gần hai mươi năm nay. Bà có một hai lần gọi tôi, "buồn quá" mà không cho tôi gọi lại hay gửi thư thăm vì bà nói: "không biết mình đang sống ra sao".

Hồi ở Đà Lạt tôi có hợp tác với ông Chử Bá Anh trong việc làm báo Đông Phương ở Sài Gòn, từ năm 1969. Ông Chủ báo đó bị ám sát chết. Công việc đại diện ở Đà Lạt sau đó, nhạt nhòa... Tôi không dạy thêm ở trường Văn Học của ông Chử Bá Anh dù ông có mời, tôi không có khả năng quán xuyến một lớp quá đông học sinh, trên dưới một trăm em. Tôi cũng không dạy thêm ở trường Văn Khoa, bà Chử Bá Anh là Chủ trường cũng là Hiệu Trưởng (Bà đủ điều kiện bằng cấp Đại Học để làm Hiệu Trưởng).

Trong lòng tôi: Ông Chử Bá Anh rất nghiêm khắc, bà Chử Bá Anh... thì đài các và rất đẹp.

Tôi có viếng nhà ông bà, rất đẹp, rất sang, ở số 7 Nguyễn Du. Hồi đó, ai cũng bận công chuyện làm ăn nên thăm nhau là hiếm.

Tôi đến Mỹ cuối năm 1989. Từ năm 1990, tôi có gửi bài đăng trên báo Diễn Đàn Phụ Nữ. Báo này trả nhuận bút hậu hỉ nhưng thơ thì không có nhuận bút. Tôi có nhiều bút danh, một phần do bà Vi Khuê đặt cho... lý do: không đăng hoài bài của một tác giả.

Ông bà Chử Bá Anh có bốn người con đều học giỏi, thi đậu Tú Tài dưới sự giám sát đặc biệt của Bộ Giáo Dục vì cả bốn đều chưa tới tuổi đi thi Tú Tài I. Các con của ông bà được cho đi Mỹ học đại học từ năm 1971. Qua Mỹ, tôi biết các em đã tốt nghiệp rất vẻ vang. Ông Bà Chử Bá Anh rời khỏi nước trước vài ngày VN mất... Ở Mỹ, ông Chử Bá Anh bắt tay vào làm báo, ông có hãng tin riêng, hãng tin CBA. Ông bà ngụ tại Virginia, hàng năm đều có xuống California ít nhất một lần. Từ sau năm 1990, tôi có gặp ông bà Chử Bá Anh được bốn lần. Ông vẫn dáng dấp ngày xưa, trẻ, đẹp và yêu đời, còn bà thì xinh hơn bất cứ người đàn bà nào mà tôi gặp.

Luật Sư Ngô Tằng Giao qua Mỹ, 1990, từ trại tỵ nạn Pulau Bidong, ở tại Virginia, có thăm ông bà Chử Bá Anh, trong một bài ký sự, LS Ngô Tằng Giao không giấu được sự ngưỡng mộ ông Chử Bá Anh: nhà ông Chử Bá Anh y hệt một Thư Viện: đầy đủ sách, báo của người mình từ ngày bỏ nước ra đi... Ông Chử Bá Anh mất sớm, năm 61 tuổi...

Năm nay, 2018, bà Vi Khuê mất. Bao nhiêu năm bà sống vò võ, từ khi ông Chử Bá Anh qua đời đột ngột, bà cũng ngẩn ngơ ngơ ngẩn... Thỉnh thoảng thấy có vài tờ báo đăng thơ của Bà, thơ cũ. Tôi rất ngưỡng mộ Bà. Bà là chị của nhà thơ Trụ Vũ, Là chị của giáo sư Trần Đại Bản từng cải tạo chung với tôi nhiều năm sau 4-1975. Với tôi, Vi Khuê là một thi nhân. Bà mất, theo như cáo phó, ghi hai thứ chữ, Việt và Anh, trên anhdaodalat, tôi thấy bà tám mươi tám tuổi, nhưng tôi nhắm mắt liền vì với tôi bà là người không có tuổi. Vi Khuê là Vì Sao Khuê.

*

Trong lòng tôi, bầu trời đêm, Vi Khuê là vì sao trong vắt.

Vĩnh Biệt Du Tử Lê

Con ngựa tự dưng mà mọc cánh
bay qua biển lớn về quê nhà
ta rơi nước mắt, thôi chào biệt
cũng kịp gửi chàng một đóa hoa!

Du Tử Lê là con ngựa tía
trời sinh ra để chở thơ thôi
thơ tình... rồi những bài thơ tận
lòng tận tình rồi mây trắng trôi!

Ta gửi cho chàng hoa tương tư
nửa cho Thánh Nữ ở trong thơ
nửa cho Chinh Chiến ngoài biên ải
nguyện vẹn nha chàng – Một Giấc Mơ!

Ta nhớ chàng sao! Nhớ nụ cười
hình như chưa thấy tắt trên môi?
hình như bia mộ không hề có
và chẳng bao giờ ngựa có đôi!

Vĩnh Biệt Tô Thùy Yên

"Người về một bóng trên đường lớn!"
Mới đó... Trời ơi! Một Bóng Ma!
Tin ở Houston qua, báo vậy
Tô Thùy Yên... mãi mãi Đi Xa!

Mãi mãi từ nay mất một người
Mà nghe ngàn triệu tiếng Than Ôi!
Chào anh! Vĩnh Biệt Người Anh Lớn
Hẹn gặp... mà thôi Hết-Gặp-Rồi!

Mười Tám Thôn Vườn Trầu đang khóc
Mưa Sài Gòn mưa tới Hóc Môn
Tô Thùy Yên ạ... hoa me rụng
Triệu giọt mưa thành Nước Mắt tuôn!

Tôi thật tình tôi đang ngã quỵ
Anh về một bóng thiệt sao anh?
Quê Hương đã đón anh về thật?
Một bóng đường xa... lộ vắng tanh!

Một bóng đường xa... một bóng người
Lời Chào Vĩnh Biệt nhận cho tôi!
Tô Thùy Yên hỡi Người Anh Lớn
Tôi chúc Anh Yên Giấc Ngậm Cười!

Trần Vấn Lệ
Temple City 21.05.2019

Vĩnh Biệt Mang Viên Long

Sáng nay ngồi cắn bút... chưa bắt được ý gì. Một
ngày đang trôi đi / không khéo mình vô dụng?

Ba mốt năm mình sống... nhờ mỗi ngày làm thơ...
lang thang và bơ vơ... may sao vẫn cứ sống!

Mình hiểu: Sống Hy Vọng... ăn ít, sống được mà!
Ngủ nhiều, gì cũng qua! Buồn, còn buồn là bạn!

Thường thì mỗi buổi sáng, mình có một bài thơ...
gửi cho báo, hồi xưa, nay thì facebook!

Sáng nay, Luân Hoán viết: Mang Viên Long đi rồi.
Ban đầu tưởng nói chơi, sau... thì thôi là thiệt!

Bạn, tôi, không thân thiết, chỉ biết qua email... Tôi
biết bạn rất nghèo, tôi chưa giúp gì bạn...

Nay, bạn đáo bỉ ngạn... tôi biết nói sao đây? Chưa
đối xử tao mày! Bạn đi buồn ở lại!

*

Bài sáng nay có phải... phải một bài thơ không?
Bạn ơi, Mang Viên Long Người Đi Buồn Ở Lại!

Làm sao mà tôi lái chiếc máy bay bay về?
Làm sao không nhớ quê? Mà thôi... tôi chết mất!

Dịch bệnh là có thật! Người từ từ chia tay... Một
câu rất thơ ngây bao nhiêu tình thảm thiết!

Tin Tình Yêu Bất Diệt! Tình... gió thổi không bay...
Tình... có để lên vai... Tình... không ai mang nổi!

Mang Viên Long bạn hỡi... Đi! Đi! Đi Đi Đi...

Vĩnh Biệt Nguyễn Dương Quang

Nó rất mong gặp mình, dĩ nhiên mình cũng vậy! Chúng tôi đã nhìn thấy / lại nhau ở Bông Hồng, một hotel bậc trung, chủ là nó, Đà Lạt.

Cải tạo chung, nó "khác", nó về sau một năm. Trường hợp có thân nhân / theo Cách Mạng, ưu đãi.

Nó nhẹ nhàng ra trại, vẫy tay chào anh em... Nó trở về Đơn Dương rồi về luôn Đà Lạt.

Nó quên thời lính lác, nó quyết chí làm ăn... và nó đã giàu sang, nó lập ra Khách Sạn.

Bạn bè cũ vẫn bạn. Nó gặp bạn nó mừng. Hai hôm ở Bông Hồng, tôi cố ý gặp nó...

Đã bốn năm rồi đó! Tôi định về, nó đi... Đọc Face book sáng nay: Nguyễn Dương Quang Vĩnh Biệt!

*

Thôi! Hết người thân thiết / người xa thiệt, từng người! Không biết rồi liệu rồi / tôi về được nữa không?

Coi như bạn sang sông, sóng trong lòng tôi nổi, gió uốn cong nhang khói, tôi nói gì bây giờ?

Những bài thơ những bài thơ / Quang từng viết cho Mẹ / sao dễ thương quá thể / lòng người con lính rừng...

Quang ơi mưa rưng rưng mưa trời đang rưng rưng...

Vĩnh Biệt Thái Thanh

Thái Thanh nằm xuôi tay. Thái Thanh đã nhắm mắt. Tiếng hát không còn cất. Thái Thanh thật mất rồi...

Nhiều người đứng ngậm môi không nói lời vĩnh biệt – vì đó là sự thiệt, hiểu cả nghĩa Thiệt Thòi!

Gần trăm năm ở đời. Bà đi thôi, cũng phải! Thương những người ở lại ngó nhang tàn khói bay...

Thái Thanh nằm xuôi tay trong quan tài như vậy! Nụ hoa hồng để đấy trên ngực trên áo dài...

Bà không còn biết ai là người thân yêu nhất, nhưng ở trong lồng ngực của Bà: Kho Tình Yêu!

... Bà cho ai một chiều tiếng Tình Ca lảnh lót. Bà là con chim hót từ sáng sớm bình minh!

Bà... bây giờ Âm Thanh!
Bà... bây giờ Nước Mắt!
Bà... bây giờ dòng nhạc... chảy dài những con sông!

Những con sông mênh mông chảy vào lòng biển lớn rồi sẽ thánh lợn cợn mặt con đường cái quan... nhớ một thời Việt Nam nhớ một thời Thái Thanh!

Thursday, March 19, 2020

Vĩnh Biệt
Nhà Thơ Phong Vũ Lê Xuân Lợi

Kẻ còn người mất thôi thì vậy
Chuông sớm Kinh chiều nhớ nhớ nhau...

Thôi! Thế là thôi Bác Mãn Phần
Mồ Hôi Nước Mắt cũng Phù Vân
Người đi yên ả thời Covid
Kẻ ở thương hoài một Cố Nhân!

Tin đến sáng nay, Tin Cáo Phó
Nghẹn ngào. Không biết nói làm sao?
Làm sao cứu sống người đang chết?
Ba thập niên rồi không thấy nhau!

Lên máy bay rồi còn biểu xuống
"Thuế mày chưa đóng đủ chưa đi!"
Bác cùng với vợ nhìn ngơ ngác
Mà lệnh thì thôi, chẳng trách gì...

Trọn đời chỉ biết Làm Lương Thiện
Có đất, có nhà: Thuế Cả Hai
Tay trắng, Bác làm nên Sự Nghiệp
Nghĩ đời... Mai Mốt Có Tương Lai!

Bác chưa mở miệng ra Đù Mẹ
Tranh Vị Ý cho cuốn gậm giường
Cứ nghĩ có duyên mình đóng nẹp
Treo tranh đỡ trống mấy khung tường...

Bác ơi Vị Ý không còn nữa
Tranh họa tồn lưu Cà Phê Tùng
Đà Lạt may ra còn chút đó
May ra còn một chút thương thương!

Nghe tin Bác mất trong nhà Dưỡng
Sống kiếp ăn xin ở cuối đời
Ở cả quê người như nhúm bụi
Tôi, từ bên Mỹ... ngó sang thôi!

Tất cả phù vân hay khói sóng?
Yên Ba Thâm Xứ Sử Nhân Sầu!
Cùng thương Đà Lạt cùng xa cách
Cùng đã bao nhiêu lần Cúi Đầu!

Không có hẹn gì trong kiếp khác
Không về đồi sim ngồi nhớ nhau!
Chim Hoàng Hạc đã bay và mất
Cái dấu thời gian vệt lệ lau...

Bác Phong Vũ ạ, tôi yêu Bác
Bác gái chắc mừng được có đôi...
Thôi nhé, từ nay mây trắng tụ
Ở đâu, có thể cuối chân trời...

Vĩnh Biệt Vũ Đức Sao Biển

Trưa nay, 7 tháng Năm năm 2020
tôi ra vườn chơi
rình xem con chim nào đang hót
chắc là con chim lạ
tiếng hót rất lạ
trong vắt và bay vút lên bầu trời
buổi trưa mùa Hè Nam Cali
cũng trong vắt, không mây.

Trưa nay, lần đầu tiên tôi thấy con chim lạ
lông nó xanh màu lá cây
xanh như màu mây. Trưa nay
nó không thấy tôi nên nó không bay

nó hót như người ca sĩ hát
chỉ thiếu tiếng đàn...
tình tang tình tang...
Tôi im lặng nghe. Không vỗ tay
mà sao nó bay?
hay là tôi có vỗ tay
nên nó bay?
Gió rung rinh nhành cây
con chim xanh không còn đậu đó
nó bay đi như làn gió
nó bay mất rồi như bông cỏ may...
tôi ngất ngây...

"Hoàng Hạc Bay Bay Mãi Bỏ Trời Mơ
Về Đồi Sim Ta Nhớ Người Vô Bờ!"*
Tôi mới nói với Nguyễn Dương Quang Đà Lạt
bạn tàn binh tôi, con của Cô Giáo Kim Tuyên
Đức:
"Nhân sinh tự cổ thùy vô tử?
Buồn nhất chia tay bạn giữa đường".
Quang được chôn tại đồi Du Sinh Đà Lạt
gần trường Couvent Des Oiseaux...

Bây giờ tôi nhắc lại với Vũ Đức Sao Biển
bạn đồng nghiệp tôi, dạy ở Bạc Liêu
vừa mất hôm qua ở Sài Gòn
mất là không còn!
Vâng ạ, mất là không còn!
Anh sẽ được chôn ở Bình Dương
ở một nơi có nhiều cây cối có nhiều hoa
chắc có nhiều chim đến hót cho anh nghe!

Trời ơi! Ai sống mà không chết?
Sao lại chia tay ở giữa đường?

"Hoàng hạc bay bay mãi bỏ trời mơ
Về đồi sim ta nhớ người vô bờ...*"
Vũ Đức Sao Biển không làm lời hát cho một
người nghe
anh làm cho nhiều người lắm
tất cả mọi người...

Bây giờ đang mùa Hạ
mà bạn tôi, hai người đi vào Thiên Thu!

Thu Hát Cho Người!
Ngậm cười!
Thương Lắm!
Thương Lắm!

Vĩnh Biệt Võ Chân Cửu. Vĩnh Biệt Lam Phương

Không ngủ được, thức dậy. Mới mười hai giờ khuya. Nhắm mắt tự vỗ về "Ngủ đi, trời chưa sáng!".

Lại ngủ, như ngủ nán. Trăng vẫn thấy trong vườn. Ánh trăng và ánh sương chập chờn cơn gió nhẹ...

Rồi phải dậy. Thôi kệ. Vọc Net... chơi mà chơi. Bất chợt thấy hai người bay lên trời cái vụt!

Võ Chân Cửu, thứ nhất. Và Lam Phương, thứ nhì. Mười năm hẹn hò chi, chưa thăm mình một bữa.

Các anh làm tôi nhớ rồi lỡ mãi thời gian!

*

Cây nến nào cũng tàn.
Nén nhang nào cũng tắt.
Cái gì còn cũng mất.
Cái mất... đều Cố Nhân!

Trong khoảnh khắc bâng khuâng, tôi nhìn tôi rũ rượi.
Lễ Noel đang tới. Năm nay Lễ buồn hiu!

Vĩnh Biệt Nguyễn Mạnh Trinh

Nguyễn Mạnh Trinh đã mất!
Luân Hoán báo tin liền
Mọi người nghe, làm thinh
Nước mắt nghe, lăn xuống!

Nguyễn Mạnh Trinh, người bạn,
với bạn và văn thơ
Anh suốt đời vẫn chưa
rít một hơi thuốc lá...

Anh chưa hề ngồi quá
cà phê sáng cuối tuần
anh luôn luôn vui mừng
ai ghé ngồi bên cạnh...

Vậy mà sao anh bệnh?
Anh có bệnh ung thư!
Anh chưa có con thơ
dù vợ chồng hạnh phúc...

Tuổi đã hơn bảy chục,
anh đi là lẽ thường?
Tôi thấy tôi cô đơn
từ nay thiếu một bạn...

Anh mất giữa tháng Tám
hỏa thiêu giữa tháng sau.
Anh sẽ đi thật mau,
trước lá màu Thu úa...

Tôi với anh duyên nợ
ít thôi mà vĩnh hằng
thời Pleiku – Kontum
mưa sương mờ phố núi...

Anh đi như mây nổi
trên Trường Sơn mờ mờ...

Vĩnh Biệt Nhạc Sĩ Phú Quang

Phú Quang, chàng đã đi và đến một chỗ đường
không còn nữa lá vàng.
Hà Nội phố nay thành dĩ vãng, người vào huyệt mộ
kịp Đông sang...

Từ nay những bản Tình Ca mở... mới hé môi là
sương khói bay!
Cõi sống xưa nay là chỗ trọ, phố phường buồn lắm
những hàng cây!

Ai yêu Hà Nội, xa Hà Nội, chỉ để buồn cho ai ngó
theo...
Còn để lại chăng là tiếng gió, tiếng dương cầm
những giọt trong veo!

Phú Quang, tôi biết anh chừng đó, sau bảy mươi
lăm anh dặm trường.
Sau thuở chiến tranh lòng réo gọi, then cài cổng
khóa nhốt yêu thương!

Anh xa Hà Nội, buồn da diết... anh gặp Quê Hương
chợ Bến Thành,
anh gặp nhà thơ Phan Vũ, uống, một chiều nghe
cạn hết hôi tanh!

Bao nhiêu Hà Nội dài con phố. Có phố nằm ngang
thốn nỗi niềm...
Từ Mở Cửa Bung, anh nhớ phố... Nghe lòng: Hà Nội
vẫn trong tim!

Cảm ơn ý nhạc vời thiên cổ, rất cảm ơn anh lúc trở
về,
phố khép, bạn bè anh đứng chật, một lần, anh mãi
mãi chia ly!

Một lần, dấu tích: Nàng Ca Sĩ, tóc cuộn niềm đau,
đấy, hỡi anh!
Không phải nhạc vàng hay nhạc đỏ... bây giờ nước
mắt một màu xanh!

Bây giờ, Vĩnh Biệt, chào anh. Nhé!
Hà Nội Thiên Đường Phố Khói Sương...

Vĩnh Biệt Họa Sĩ Rừng

Sáng hôm nay, Họa Sĩ Rừng (*) hết thở!
Thế là xong! Thêm nữa một kiếp người!
Hòa Bình rồi chưa có một ngày vui,
Không thua trận mà đành như thua cuộc!

Họa Sĩ Rừng ra đi... không có bước
Hồn chàng bay... về nước Nhược non Bồng!
Còn nước non, còn nhỉ chữ Non Sông,
Còn chút đó để mình về vĩnh cửu!

Sáng hôm nay, bạn bè thêm đứa thiếu,
Thừa chỗ ngồi... bát ngát tiệm Cà Phê!
Có người nói: Họa Sĩ Rừng đã về
Có người vẽ chữ Quê lem lem nước mắt!

Không biết có ai ruột bào gan thắt?
Không biết có ai sợ sự thật này không?
Tuổi chúng ta tô điểm chẳng ai hồng
Ngậm miệng lại! Đừng nói lời hơn thiệt...

Rừng đã nghiêng... trời đã nghiêng... Vĩnh Biệt!
Đường cuối cùng... chơm chớp cánh... thiêu thân!

Trần Vấn Lệ

(*) Cũng là Nhà Thơ Dung Nham, Nhà Văn Kinh Dương Vương. Tên Khai Sinh là Nguyễn Tuấn Khanh. Mất sáng nay, 8 tháng 6 năm 2022 tại Thành Phố Westminster, California.

Vĩnh Biệt Cung Trầm Tưởng

Cung Trầm Tưởng đã không còn! Anh nằm đó, cái xác đó, cái hồn bay đâu? Người thân anh đến, cúi đầu, bạn bè anh đến, nói câu kính chào!

Phần tôi, tôi biết làm sao? Cách ngăn sông, suối, cách nào mà thăm? Ngày xưa, đã rất xa xăm, chúng ta hai đứa hành quân khác miền...

Mỗi người một nhiệm vụ riêng, tròn trăng khuyết nguyệt ngọn đèn Lyon! Không chia tay đã não nùng, giờ, chia tay nói không cùng... tiễn đưa!

Cung Trầm Tưởng đi vào thơ... từ ngày xưa với bây giờ, thế thôi! Núi sông cách trở nhau hoài, tù chung một chữ, tình hai hướng buồn...

Anh đã mất! Anh không còn! Câu Kinh khói quyện vô thường có, không! Phạm Duy nắm bắt ngũ cung / vẽ ra âm nhạc đau lòng anh chưa?

Nói là chưa là chưa, chưa... núi sông chất chật con đò mình bơi... Trời của anh vẫn bầu trời, có mây trắng, có ngược xuôi, có tình!

... có Los Angeles, có Paris, có hình / anh bay trong khói, anh nhìn như sương!

Vĩnh Biệt Đặng Tiến Paris

Hôm qua,
Tôi không làm gì cả / chỉ đi lang thang chơi...
Nắng rực rỡ trên đồi, mùa hoa vàng đã tới!

Tôi không chuyện để nói / với bất cứ người nào.
Tôi chỉ Vĩnh-Biệt-Chào nhà Phê Bình Đặng Tiến.

Anh mới rất lưu luyến / với Quê Hương , anh về.
Anh qua Pháp từ khuya / cuộc thanh bình chưa thức!

Anh xa quê đi học / bằng học bổng quốc gia... Hồi. đó anh đi xa / không thấy gì xa lạ.

Khi anh biết xứ lạ, anh muốn về, phải về... Dĩ nhiên anh bị chê... bởi anh lòng rất cũ!

Rồi anh lại xa xứ, sống, bình văn hiền hòa. Anh mong thời gian nhòa / những vết thù quá khứ.

Nước ta không Lịch Sử! Dân ta loài bơ vơ... Anh vùi đầu vào Thơ / mơ màng thời Cách Mạng!

Rồi tim anh trúng đạn dù không có dấu ghim. Anh nhắm mắt nằm im. BBC loan báo...

*

Thú thật tôi lảo đảo / đường đi chơi hôm qua. Sinh nhật anh xuýt xoa / viết lời mừng chưa nguội...

Phải chi anh kịp nói / câu tiếng Pháp Bonjour! Tôi nâng một cành hoa, nói nhỏ lời Vĩnh Biệt!

Anh Đặng Tiến đi thiệt ngày-của-tôi-hôm-qua!

Trần Vấn Lệ

'Sống Để Mà Vui'

Hai mươi lăm tháng chạp dương lịch, hầu như khắp thế giới đâu đâu người ta cũng làm lễ mừng Chúa Giáng sinh nhất là ở những quốc gia có đông người theo đạo Thiên Chúa (Công giáo, Tin lành, Anh giáo, Chính thống giáo...).

Các châu Âu, Mỹ và Úc lễ Giáng sinh được tổ chức thật tưng bừng và tráng lệ. (Các châu Á, châu Phi thì ít, một phần do đất đai quá rộng, dân chúng sống theo phong tục hoặc đã theo những đạo có trước đạo Thiên Chúa như đạo Ấn, đạo Bà La Môn.

Đạo Phật có trước đạo Thiên Chúa chừng 500 năm nhưng vẫn sau Ấn giáo và Bà La Môn giáo. Ở Trung Quốc, lễ mừng Giáng sinh chỉ trọng thể ở những nơi vốn là tô châu (vùng đất cho ngoại bang phương Tây thuê dài hạn) như Hong Kong, Ma Cao, Thượng Hải...

Trung Quốc hiện tại có hơn 10 triệu tín đồ Thiên Chúa trên dân số một tỉ ba trăm triệu dân, vượt qua Việt Nam, đứng hàng thứ hai sau Philippines. Các nước Campuchia, Lào, Thái Lan, Indonesia đều ít. Dù người có đạo hay ngoại đạo, lễ Giáng sinh vẫn là lễ chung.

Thành phố nào trên thế giới cũng chưng đèn kết hoa rất đẹp... Theo đạo nào là tuỳ tâm của con người. Bỏ đạo cũng tuỳ tâm... Lễ Giáng sinh là lễ Vui! Nó là chân lý!

Đúng vậy, lễ Giáng sinh là lễ Vui. Ở châu Âu thì gọi lễ Noel, ở Mỹ thì gọi lễ Christmas. Lễ Giáng sinh cận ngày với năm mới dương lịch, nên chúng ta thấy ở Mỹ người ta chúc nhau Merry Christmas và Happy New Year luôn một lần và ghi trên tấm thiệp cài trên cây thông để ở trong phòng khách. Ở Pháp thì câu chữ in trên tấm thiệp là Joyeux Noel và Bonne Nouvelle Année...

Tôi xem trong cuốn Từ điển Việt Nam của Lê Văn Đức, soạn giả khẳng định là Tông giáo, sở dĩ gọi là Tôn giáo vì luật của triều Nguyễn buộc thế. Tôi đọc trong Kinh thánh, thấy những người hầu hạ Chúa Giê Su được gọi là tông đồ chớ không hề gọi là tôn đồ.

Và tôi từng sống, đi học ở Sài Gòn, tôi thấy có chùa Tam Tông Miếu ở đường Cao Thắng, thành lập cả trăm năm nay, có bảng tên rõ ràng là Tam Tông Miếu, ở đây tôn thờ Phật, Khổng và các Thánh Thần. Qua bao biến thiên, chùa này không sửa lại tên là Tam Tôn Miếu.

Tôi hoàn toàn vui với cái vui của đồng bào, của đồng loại. Ngày lễ Giáng sinh tôi cũng mừng vui, sắm sửa trang hoàng như mọi người, có điều là nằm trong hoàn cảnh sống của tôi, của gia đình tôi thôi.

Tôi nghĩ tôi là người Việt Nam, nước mình lệ thuộc Pháp gần trăm năm, sống theo pháp luật của xứ thuộc địa, học hành theo phương pháp giáo dục của nhà cầm quyền, sở dĩ người mình quan tâm đặc biệt tới ngày Giáng sinh là do hồi nhỏ đi học được nghỉ "lu bù" vào dịp Noel kéo dài tới ngày đầu năm mới, sau đó còn được nghỉ tết âm lịch gần mười ngày luôn. Tha hồ mà vui, tha hồ mà chơi.

Thời vua Bảo Đại về trước 1955, hàng năm còn được nghỉ lễ Phục sinh vào tháng 4 tới 15 ngày. Lễ Phục sinh cũng là lễ Chúa, mừng Chúa sống lại. Từ năm 1956 trở đi, sau khi quân Pháp rút đi hết, lễ Phục sinh chỉ nghỉ một ngày, không còn gọi là Petite Vacance nữa...

Còn tuần lễ nữa mới tới lễ Giáng sinh, tôi viết bài này trong tư thế chuẩn bị sống vui tuần lễ cuối năm, đồng thời cũng nhớ thương về đất nước mình. Tôi thật mừng thấy đất nước mình đã hội nhập với cộng đồng thế giới.

Thân nhân, bè bạn gửi thiệp mừng Giáng sinh, năm mới cho nhau, mỗi năm một đẹp, nếu không gửi thư bưu điện thì gửi qua internet. Người có đạo thì tin Chúa luôn luôn bên họ, người ngoại đạo thì... ai vui ta cũng vui. Sống để mà vui. Vui thì chung nên mới có chữ cộng hỉ. Chỉ có buồn thì mới chia, phân ưu!

Chúng ta, con người, không ai muốn sống mà buồn. Cái thời buồn hiu đã qua rồi nên để nó qua. Mừng lễ Giáng sinh là mừng, là vui với cái thành quả mà chúng ta đã có. Hãy cầu nguyện, không phải cho mình mà cầu nguyện cho những ai chưa vui – những ai vướng vòng lao lý, đau khổ vì bệnh hoạn, đau khổ vì chia lìa...

Trần Vấn Lệ

Nước Mắm, Mùi Quê Hương

Đây là vùng đất giáp biển, bắc giáp tỉnh Ninh Thuận, thị trấn Phan Rang, nam giáp tỉnh Long Khánh, thị trấn Xuân Lộc, đường quốc lộ số 1 chạy giữa lòng của tỉnh này dài gần 300 kilomet.

Phan Thiết là thủ phủ của tỉnh Bình Thuận, nơi rất thuận tiện về giao thông: đường biển có, cảng Phan Thiết gần như không bị bão, chỉ chịu ảnh hưởng ít thôi; đường không có phi trường ngay rìa phía nam của Phan Thiết; đường bộ có quốc lộ số 1 và đường xe lửa, đường nhánh chạy từ Mương Máng (nay là ga Bình Thuận) về ngay trung tâm Phan Thiết.

Đường biển và đường bộ xuất phát từ Phan Thiết ra Bắc vào Nam chuyên chở nhiều nhất là nước mắm, cá tươi, muối hột và gỗ.

Máy bay không cho chở nước mắm...

Ai đi ngang qua Phan Thiết cũng nghe mùi nước mắm vì các thùng lều đều nằm trong thành phố ở các phường Đức Long, Đức Thắng, Bình Hưng, Hưng Long, Phú Hài.

Nghe nói bây giờ các thùng lều bị dời ra ngoại ô... vì hết chiến tranh.

Thời của tôi, các thập niên 1950, 1960, toàn thể các ghe bầu (trọng tải lớn) bị kéo lên bờ, lật úp, không cho ngư dân sử dụng vì sợ dân giúp đỡ Việt Minh, sau này là quân Giải phóng.

Trong chiến tranh Việt Nam, kinh tế của tỉnh Bình Thuận sút giảm trầm trọng nhưng nước mắm vẫn được sản xuất bình thường nhờ đường biển và đường xe lửa còn thông thương...

Phan Thiết sản xuất nước mắm ngay trong lòng phố thị. Hàng núi tĩn nước mắm chất cao ngất trên hai vệ đại lộ Sài Gòn (sau đổi tên là Trần Hưng Đạo).

Ai cũng có quyền làm nước mắm, nhưng nổi tiếng và gom hết cá để làm nước mắm thì chỉ có một số hãng nổi tiếng, nhờ cơ sở lớn và tiền ứng cho ngư dân trước mùa cá gần như thả giàn.

Trước đây, ai cũng biết các thương hiệu này: nước mắm Liên Thành, nước mắm Cá Bạc, nước mắm Hồng Xuyên, nước mắm Hồng Đức, nước mắm Kiết Thành, nước mắm Đồng Hương, nước mắm Hải Hương, nước mắm Quảng Thuận.

Bờ sông Cà Ty, nhiều người viết sai chữ Mương Máng cứ gọi là sông Mường Mán, từ phường Đức Thắng chạy suốt lên Cồn Cỏ được mang tên là Quai de Saumure, thời Bảo Đại trở đi mới đổi ra Bến Trưng Nhị, Bến

Trưng Trắc.

Người Pháp ban đầu gọi nước mắm là saumure, nhưng họ thấy gọi thế là sai "bản chất" nên gọi lại là nước mắm, le nuoc mam, có ghi trong từ điển Larousse.

Tôi viết bài này cố ý nói về công ty nước mắm Liên Thành. Đây là công ty được thành lập sớm nhất, năm 1906, ở Đông Dương (Indochine). Mục đích của công ty là kinh doanh, mục tiêu là nuôi dưỡng phong trào Đông Du.

Công ty được thành lập bởi các ông Nguyễn Quý Anh (con của ông Nguyễn Thông), Hồ Tá Bang (thân phụ của bác sĩ Hồ Tá Khanh), ông Trần Lệ Chất (thường gọi là ông Phán Chất).

Công ty có cơ sở sản xuất và văn phòng quản trị đặt khắp nơi (Phan Rí Cửa, Duồng, La Gàn, Mũi Né, Phú Hài, Đức Thắng, Bình Hưng... trong tỉnh Bình Thuận, mở rộng tới Quảng Nam (Nam Ô), tận Rạch Giá, Cần Thơ.

Nước mắm Liên Thành, các hãng khác, của dân chúng làm riêng lẻ, tôi không thấy ai cho vào bất cứ hoá chất nào. Nguyên liệu là ba cá một muối, chừng một năm thì rút ra sản phẩm, chia bốn hạng: nhỉ, nhất, nhì, ngang.

Tại trụ sở công ty Liên Thành ở Sài Gòn, có phòng thí nghiệm, laboratoire, liên lạc thường xuyên với viện Pasteur để xác nhận nước mắm đúng chất, đúng bản chất, xuất cảng sang Pháp và các nước Bắc Âu.

Không một ai trong công ty phủ định nước mắm truyền thống mà luôn luôn khẳng định không thể khoa học hoá công nghệ nước mắm.

Trần Vấn Lệ

Dạy Môn Văn Là Mở Đường Đi Đến Trái Tim

Thế kỷ 19, 20 gọi chữ Việt là chữ quốc ngữ hiểu là chữ phổ thông áp dụng cho cả nước. Thi sĩ Tản Đà đã cổ vũ cho việc học quốc ngữ bằng một bài thơ theo thể loại vè nên ai cũng nhớ: "Quốc ngữ chữ nước ta, con cái nhà đều phải học, miệng thì đọc tay thì viết...".

Thời bắt đầu của chữ quốc ngữ là đầu thế kỷ 20 khi triều đình Huế khai tử việc dạy chữ Hán (chữ Tàu đọc theo cách Việt Nam). Các trường học do chính quyền Pháp thành lập dạy chữ Pháp, có ít giờ dạy chữ Việt. Các trường Việt, hầu như dân lập đều dạy chữ Việt. Các trường do chính phủ An Nam, tức triều đình Huế, lập ở các làng, huyện, phủ, quận thì hoàn toàn dạy chữ Việt. Chính quyền bảo hộ chỉ mở ở mỗi tỉnh một trường nam tiểu học và một trường nữ tiểu học.Các thành phố lớn mới có trường trung học, chỉ hai nơi nam, nữ học riêng trường là Huế và Sài Gòn. Miền Bắc (tức Bắc phần hay Tonkin chỉ có trường nam, Albert Sarraut sau đổi là Trường Bưởi, Chu Văn An, không thấy nói nữ sinh trung học học ở đâu, hình như trường trung học Trưng Vương chỉ có ở Sài Gòn sau 1954, sau cuộc di cư, dành cho nữ sinh di cư từ Bắc vào, vì trường Gia Long hết chỗ tiếp nhận).

Ở bậc tiểu học, môn văn cốt yếu là để tập luyện cho các em nói rõ, đúng và viết đúng tiếng Việt. Học tới lớp năm (trước kia gọi là lớp nhất), học sinh viết được luận văn, thư từ, đơn từ. Lên trung học, từ lớp sáu (xưa gọi là đệ thất), các em bắt đầu được giảng dạy về cổ văn (văn xưa) và kim văn (văn đương thời). Học kỹ hơn về môn văn, văn chương, văn học thì từ đệ tam lên đệ nhị), lớp cuối là đệ nhất (bây giờ là 12), học triết, làm luận triết bằng chữ Việt dù học triết Tây hay triết Đông). Lên cấp đại học, ai thích môn văn thì theo văn khoa. Các phân khoa khác vẫn sử dụng tiếng Việt trong giảng dạy và học.

Môn văn không phải là học văn hiến, văn minh, văn vật, văn hoá mà phải hiểu là học văn chương để tìm hiểu Cảo Thơm ra sao, Tây Minh ra sao. Cũng có nhiều tác phẩm văn học nước ngoài được dịch ra tiếng Việt, nhưng không dùng làm tài liệu để học cái văn minh phương Tây, mà để qua đó, thấy được cái phong phú của tiếng Việt đã chuyển tải tinh thần của văn chương nghệ thuật Tây phương, giúp cho người đọc có những trải nghiệm chiều sâu các nền ngôn ngữ khác.

Dạy văn là dạy yêu thương?

Một đất nước có hơn năm mươi tộc người, nhờ học văn mà cùng yêu một dải sơn hà gấm vóc, cùng tự hào mình chỉ một tổ quốc! Rõ ràng:

người mạn ngược yêu người miền xuôi, người Kinh quý trọng người Thượng, người Chàm làm thơ, viết văn bằng tiếng Việt, người Khờ-me, Cà Rom sống bên người Việt như là anh chị em một nhà...

Một người Mỹ nói thế này, nghĩ thật đúng: "Nước Mỹ rất rộng lớn, Bắc Nam Tây Đông xa cách hàng ngàn dặm thế mà chúng tôi chỉ nói một thứ tiếng, viết một thứ chữ là English... là nhờ hệ thống đường sá!"

Theo tôi, dạy môn văn là mở đường đi đến trái tim!

Trần Vấn Lệ

Một Chặng Đường Đã Qua, Một Chặng Đường Vẫn Nhớ

Thú thật, tôi lấy cớ đọc bài thơ Mẹ để tôi nhớ cho phần tôi một chặng đường. Chặng đường ấy không dài thăm thẳm nhưng rì rào cây lá rừng reo, nhưng rì rầm bánh xe sắt nghiến đường răng cưa sắt.

Buồn tay, tôi mở một cuốn sách, tôi thấy bài thơ này:

Mẹ

Mẹ bắt đầu quên
Những gì đáng nhớ
Mẹ bắt đầu nhớ
Những gì đáng quên
Mẹ vẫn ngồi yên
Khi cần đứng dậy
Mẹ đi run rẩy
Khi cần ngồi yên
Mẹ ơi con biết sẽ có ngày
Con sẽ mất hình ai cần giữ
Con sẽ giữ hình ai đã mất
Mẹ sẽ bình yên nhắm mắt
Và con chờ dông bão xé tim đau!

Thúc Hà (Sông Bé, tháng 7/1990)

Tôi không biết tác giả Thúc Hà, tác giả của bài thơ trên đây, nhưng tôi đã từng qua con sông Bé, tôi nhớ nước dưới cầu trôi, tôi nhớ mây trên đầu bay... Tôi cũng nhớ má tôi, má già lắm ngày tôi xa má để đi xa không hứa hẹn gì.

Lúc đó má tôi hơn tám mươi rồi. Ba tôi mất ba năm trước ngày ngừng chiến. Má ở với vợ chồng thằng con út, thằng em út của tôi. Một chặng đời tôi, ngày cầm tay má tôi lần cuối, tôi đi, tôi biết nó khép lại.

Có thể vĩnh viễn, trước hết là má tôi, ngủ luôn trong một đêm rằm đầu năm sau khi biết tôi đã đến nơi không phải là quê hương; sau đó, tiếp theo là tôi, năm ba năm nữa không chừng, sẽ có lần trở lưng, sẽ là lần cuối... Tôi chẳng bận tâm. Thương má, nhớ một chặng đời bé bỏng của tôi.

Thương tôi, thời gian thổi tôi xa má... Một chặng đời tôi nhớ, âm thầm và giản dị vậy thôi. Không ai ngăn được nước mắt tôi đang ứa ra. Thế nào thì những con sông vẫn cứ chảy. Tôi không nói dài hơn về chặng đời của tôi, của một hạt bụi bay trong không gian, thời gian...

Thú thật, tôi lấy cớ đọc bài thơ Mẹ để tôi nhớ cho phần tôi một chặng đường. Chặng đường ấy không dài thăm thẳm nhưng rì rào cây lá rừng reo, nhưng rì rầm bánh xe sắt nghiến đường răng cưa sắt.

Bạn à, đó là chặng đường xe lửa... ngày xưa, từ Tháp Chàm, Phan Rang, đi Đà Lạt. Lên Đà Lạt, từ Phan Rang có hai con đường, đường bộ là quốc lộ số 11, dài 110km, đường sắt từ ga Tháp Chàm, lên Đà Lạt, đến ga cuối cùng của nó là Đà Lạt, để quay đầu lại dài chỉ 81km.

Đường sắt sở dĩ ngắn hơn đường bộ vì người ta đục ba cái hầm trong núi để cho con đường thẳng băng. Đường sắt là con đường đặc biệt ở Việt Nam, chỉ một đoạn 81km, và một nước nữa trên thế giới là Thuỵ Sĩ ở châu Âu, không biết dài bao nhiêu.

Tôi chỉ biết Chính phủ Thuỵ Sĩ đã mua lại ba cái đầu kéo của xe lửa mình đem về xài bên đó. Đường sắt răng cưa của Việt Nam bị xoá bỏ trên ba mươi năm nay, ai lớn tuổi – già như má tôi, già như tôi bây giờ, có đi qua một lần, ít nhất, vẫn nhớ.

Đường xe lửa Phan Rang/Đà Lạt mở ra vào hồi đầu thế kỷ 20, gồm một quãng đường bằng từ Tháp Chàm lên Krong Pha dài 39km, xe lửa chạy tốc độ bình thường 30 – 40km/giờ.

Từ Krong Pha trở lên là núi cao trên 1.000 mét so với mặt biển. Xe lửa phải leo trên quãng dài chừng 40km, đúng ra là từ Krong Pha tới Trại Mát, 34km, còn hơn 7km để vào ga Đà Lạt là đường bằng, đường ray không có hàng răng cưa.

Khi xe lửa Tháp Chàm lên tới Krong Pha, nó phải dừng lại hơi lâu, độ một tiếng đồng hồ, người ta thay đầu máy kéo, gắn móc răng cưa dưới bụng xe lửa để ăn khớp với đường răng cưa nó sắp chạy. Đường lên dốc, vì phải dính vào răng cưa để khỏi tuột, xe lửa chạy rất chậm, chừng mươi, mười lăm km/giờ.

Chặng đường này ngắn mà nhiều ga, cũng là cách coi ngó lại hàng răng cưa. Xe lửa đi qua các ga: Eo Gió, Dran, Cà Beu, Trạm Hành, Cầu Đất, Trại Mát. Ga cuối cùng là Đà Lạt. Ga lớn ngang với ga Krong Pha là ga Dran. Ga lớn nhất, đẹp nhất, cuối cùng là ga Đà Lạt.

Vượt qua 41km ghé lại nhiều ga... mục đích dễ thương: để hành khách phủi bụi than bám trên người, trên quần áo. Chặng lên Đà Lạt, xe lửa chun qua ba cái hầm đục xuyên núi nằm trong dãy núi có đèo Belle Vue, dịch ra tiếng Việt là Ngoạn Mục.

Ngoạn là ngắm, là thưởng ngoạn, là xem để mà khen ngợi; mục là nhìn tận con mắt mình, không nghe ai mô tả. Chữ Belle Vue, mang ý nghĩa đó, belle là đẹp, vue là cái nhìn... thấy cái gì cũng đẹp!

Ba cái hầm xe lửa chun qua núi có một cái ngắn, một cái khá dài và một cái rất dài. Xe lửa chun hầm không thấy đèn đâu cả, có lẽ khói và bụi than che kín hết, thấy tàn lửa bay lung tung (xe lửa chạy bằng than đá). Lòng nghe rờn rợn mà cũng vui vui. Mùi than có khó chịu, nhớ lại thì thấy thơm thơm...

Ra khỏi hầm, mỗi người nhìn lại mình, nhìn người bên cạnh, buồn cười không chịu được. Khách toa couchette (giường nằm), toa hạng nhất, hạng nhì ít bị bụi than bám, toa hạng ba, hạng tư thì miễn bàn, người nghèo phải lam lũ và lem luốc, khỏi than van!

Thời đi học ở Đà Lạt, ở Nha Trang, tôi có thẻ học sinh nên đi xe lửa giảm tới nửa giá, vé xe dễ mua, thay đổi hạng để nếm đủ mùi khói. Chặng đường Tháp Chàm/Đà Lạt, tôi thích nhất là lúc xe lửa ghé lại Eo Gió, Dran, Cầu Đất. Ở Eo Gió hành khách mua đặc sản của bà con Thượng, rẻ và nguyên chất.

Ở Dran tha hồ ngắm hoa và hít thở khí trời thơm ngát, nhất là mùa hoa quỳ cuối năm, khu vực này đa số người Kinh sinh cơ lập nghiệp, ai cũng xinh, đàn ông tuấn tú, đàn bà mượt mà...

Tôi trở lại bài thơ hồi nãy: với người có tuổi hầu như ai cũng bắt đầu quên những gì đáng nhớ và bắt đầu nhớ những gì đáng quên. Tâm trạng con người thật là lộn xộn, nhớ nhớ quên quên, lung tung tưới xượi!

Nhiều lúc tôi quên bẵng mình bao nhiêu tuổi, nói thế vì tôi nghĩ tôi còn trẻ lắm.Nhưng... tại sao sáng nay ai xui khiến tôi mở một cuốn sách, thấy và đọc một bài thơ... có vẻ ngậm ngùi?

Bốn mươi năm hơn tôi chưa lần trở lại cung đường xưa. Đường xe lửa Tháp Chàm/Đà Lạt không còn, người ta gỡ bán sắt. Xưa, khá xưa, người ta có quyền hành, cũng đã gỡ đường xe lửa Sài Gòn/Mỹ Tho, đường xe lửa Sài Gòn/Lộc Ninh, đường xe lửa Ba Ngòi/Cam Ranh, đường xe lửa Phan Thiết/Cồn Chà...

Tôi có buồn thì thầm nhủ: đời là khói sương...

Có lẽ, chạm đến hai chữ khói sương tôi không nên viết tiếp.

Trần Vấn Lệ

Dòng Sông Con Sông

"Tôi viễn xứ nhận ra điều có lẽ
Tim mỗi người đều có một dòng sông?"

(Kai Hoàng)

*

Một hôm "phượt" face book, tôi đọc Bích Nga một câu: "Sông ơi trôi đi đâu?". Bích Nga đứng ngay trên con sông không sâu... vì sông không có nước! Sông ở California chắc cũng đi "phượt" ở đâu, hết rồi. Mùa mưa, sông vẫn vơi, vì mưa rất là ít. Nhiều con sông đen nghịt bầy quạ đậu kiếm ăn. Nhiều con sông lang thang... trong mắt người giọt lệ.

California này là thế. Đọc thơ Kai Hoàng, tôi nhận ra điều có lẽ mỗi trái tim người tha hương đều có một dòng sông! Đúng như... boong! Lưu Trọng Lư từng nói: "Mắt em là một dòng sông, thuyền anh bơi lội giữa dòng mắt em!" Nhiều con sông đổ ra biển thì... thành biển. Đúng thôi! Mà biển khi người tha hương vượt sóng lên bờ rồi thì đâu còn có nước mặn nữa, chỉ còn nước mắt! Hồi nào "Một là con nuôi Má, hai là con nuôi cá, ba là Má nuôi con", may mắn được dung thân có công ăn việc làm, có tiền con gửi về hay mua quà gửi về nuôi Má, là điều thứ nhất, là điều ao ước nhất! Còn hai điều kia, không may bể thuyền, bị cá đớp, con người thành mồi ngon của cá. Và, cái ít không may hơn, lỡ mà bị "bộ đội duyên phòng" chớp được, con chắc chắn đi tù..., lúc đó Má tha hồ lặn lội thăm nuôi con! Sau 30/4 Việt Nam mình, chuyện "bỏ đi" như nước chảy đá mòn... Tôi viết con số 4, bạn à, tôi không viết chữ Tư... vì ai cũng đếm một, hai, ba, bốn. Tháng thứ tư của năm là tháng bốn, đúng chứ? Đúng... y chang! Hầu như người mình ai cũng biết có một nhà thơ... thường giả vờ khùng là Bùi Giáng. Ông làm thơ thả giàn, nhiều vô số kể, nhà văn Mai Thảo, tác giả nổi tiếng với truyện ngắn đầu đời của mình là Đêm Giã Từ Hà Nội cho biết là có đêm ở lại tòa soạn báo Văn ở Sài Gòn, Bùi Giáng làm cả ngàn bài thơ, không chuyện gì mà ông né, kể cả chuyện ông viết những câu thơ van nài nghệ sĩ Kim Cương đái trên mồ ông vài giọt... khi một mai ông chết! Vì làm thơ nhiều quá, ông phải để nhiều bút hiệu... cho vui. Ông từng có bút hiệu Báng Giùi, Bùi Văn Bốn, Bùi Văn Bốn Lù. Cái bút hiệu Bùi Văn Bốn của ông động lòng trắc ẩn của một nhà thơ ngoài nước Việt Nam, người ấy khoe mình từng dựa hơi Bùi Giáng, kết thân cùng Bùi Giáng những hai mươi năm hơn khi còn "sanh hoạt" ở thành phố Hồ Chí Minh, trước khi Bùi Giáng đột ngột chuyển sang từ trần và thi sĩ ấy đột ngột chuyển sang...đi Mỹ – tại Mỹ, chàng "mần" nhiều bài thơ nhớ nhung Bùi Giáng và noi gương Bùi Giáng, chàng "sáng tạo" chữ nghĩa theo "kiểu" của Bùi Sư Phụ... là những bài thơ "chuyên" nói lái... lái dủm, giải phóng, tồn lưu, nắng cực... Con số 4 mà tôi viết cũng xin được coi là tí tí dựa hơi một thi hào vĩ đại là Bùi Giáng vậy nha! Bạn ơi, bạn thử nói ngày-ba-mươi-tháng-bốn-năm-bảy-nhăm, đi, nghe nó mát cái miệng biết đến ngần nào! Hút thuốc lào và ăn nói có "văn hóa" như thế mới là người văn minh chớ bộ! Chẳng chi cũng thể hoa nhài, chẳng chi chi cũng là người Tràng An, mà lại!

Kai Hoàng, thật tình tôi mới thấy tên một người thơ, lần đầu nhờ tôi "phượt" trên cái website vanchuongviet.org. Dù chưa đọc được thơ Kai Hoàng (nếu đã in thành sách hay trên báo nào), tôi vẫn thích một cách sững sờ, một cách không ngờ, hai câu nói như tưng tửng: Tôi viễn xứ nhận ra điều có lẽ / tim mỗi người đều có một dòng sông. Tôi không giấu là tôi rất mềm yếu khi đọc được một bài thơ của Trúc Thông, ngắn thôi, trước Kai Hoàng, hơn mười câu thì phải, trong đó có sáu câu làm tôi nghẹn ngào:

"... Xin người hãy trở về quê
Một lần cuối... một lần về cuối thôi
Về thương lại bến sông trôi
Về buồn lại đã một đời tóc xanh!
....
Lá ngô lay ở bờ sông
Bờ sông vẫn gió, người không thấy về!"

Trúc Thông chắc làm xong mấy câu "đoạn trường thất thanh" đó không ngó ra bờ sông nữa, mà úp mặt? Tôi tưởng tượng vậy vì tôi đang úp mặt! Không có cách nào, không còn cách nào, không biết làm sao... mà tôi tràn trề nước mắt! Lá ngô lay ở bờ sông, ờ sông vẫn gió, Trời ạ, Trời ơi, bờ sông vẫn gió!

Tôi sinh ra ở Phan Thiết, học tiểu học và trung học đệ nhất cấp ở quê nhà, trung học đệ nhị cấp thì lên Đà Lạt học tiếp và Đà Lạt tôi ở hoài hơn ba mươi năm, nếu không có biến cố lịch sử ba-mươi-tháng-bốn-bảy-nhăm, thì tôi ở hoài với Đà Lạt. Những giai đoạn đi lính có xa Đà Lạt nhưng không phải là từ biệt Đà Lạt. Có thể Đà Lạt sẽ là Vùng Năm Chiến Thuật của tôi lắm. Đà Lạt ơi, tôi thương nhất đời tôi, xứ sở lạ lùng: bạn đi giẫm nát núi rừng Đà Lạt bạn không hề đạp gai vì không có loài cây nào có gai! Cây hoa hồng có gai thật và chắc là loài cây (hoa) duy nhất, là vũ khí của các nàng. Muốn có cây hoa hồng, người ta nghiên cứu tạo nó ra từ cây hoa tầm xuân... mà hoa tầm xuân thì chỉ nở ra cánh biếc! Em có chồng rồi, anh biết! Người con gái ngồi trên lưng voi đóng vai Trưng Nhị, đã đi lấy chồng từ năm mươi bảy. Trăng khuyết rồi khuyết mãi trong hồn tôi... Tôi nhẩn nha lang thang nãy giờ là tôi muốn nói tới con sông Cà Ty ở Phan Thiết. Con sông không dài lắm, chừng hai mươi cây số ngàn, phát nguyên từ vùng sơn cước cuối của dãy Trường Sơn, ở đó có một cái ga xe lửa, bây giờ mang tên Ga Bình Thuận, trăm năm trước nó là ga Mương Mán(g). Đúng nó là Mương Máng do bởi người Pháp đào một cái hồ chứa nước ngọt, họ đào một con mương dẫn nguồn nước chính vào hồ chảy qua một cái máng rất lớn, dân địa phương thấy cái mương cái máng thì gọi tên đây là Mương Máng. Năm 1954, đồng bào miền Bắc di cư ồ ạt và ào ạt vào Nam, nhóm người này là dân mạn ngược ở miền Bắc gồm có người Mường, người Mán, người Lô Lô..., nói gọn là dân-thiểu-số... được chính quyền Ngô Đình Diệm "đặt đâu ngồi đó" thôi, rồi thì vùng đất này có tên nửa vời Mường Mán, và câu ca dao biến thành câu hát ru con: "Tiếc thay cây quế giữa rừng để cho thằng Mán, thằng Mường nó leo!". Nước trong cái hồ chứa khi ở cái mức nhất định thì trào ra ngoài và theo dòng có sẵn chảy về Phan Thiết. Đó là sông Cà Ty, tên đọc từ tiếng Thượng, viết K' Ty, đọc Ca Ty, nhưng người Việt mình thích dấu huyền nên nó thành Cà Ty. Mấy chữ K'rongpha, K'Tang, K' Đú, K'Loon..., người mình đọc Cà Rông Pha hay Sông Pha, Cà Tang, Cà Đú, Cà Loan... Nói đến Cà Ty, tôi nhớ con sông Cà Ty lắm. Con sông này tôi đã từng lội qua, không sâu, tôi từng tắm, giỡn hồi còn con nít học đệ thất, đệ lục. Nó là ký ức tuổi thơ của tôi, với tôi, hồi tôi nhỏ, nó chỉ là con sông... không mơ mộng, mơ mòng gì cả. Nhưng với những người làm thơ chắc chắn có vấn đề! Tôi gặp Hoài Khanh một lần ở Đà Lạt, tôi nhắc cho ông ấy nghe một bài thơ ngắn, lục bát, chỉ có bốn câu, của ông ấy nằm mãi trong đầu tôi. Với tôi, nó hay tuyệt. Hoài Khanh bảo tôi đọc đi. Và...

"Một dòng xanh mấy niềm sâu
Chợt nghe gió lạnh từ đâu thổi về
Giật mình sương rụng trên đê
Người đi rồi chẳng thấy về, chao ôi!"

Tôi đọc xong, Hoài Khanh rưng rưng... Ông rút trong cái cặp táp, cartable, cuốn truyện ngắn Chị Tôi Dế Mèn Và Gió ký tặng tôi. Hoài Khanh làm bài thơ trên đặt tựa đề Cà Ty tôi thấy đăng trong giai phẩm Mây Thu do Tạ Tỵ chủ trương. Ông không sống thường ở Phan Thiết mà có cơ ngơi trong Biên Hòa.

Bài thơ Cà Ty theo tôi từ năm 1958... Năm 1978, cải tạo tại K'Loon, đêm trăng tôi tới phiên trực gác anh em, ngồi trên bờ sông nhỏ, ngó trăng, cảm khái bài thơ ấy, nhớ lại. Giật mình. Không phải vì sương rụng mà vì Hoài Khanh làm thơ chỉ có bốn câu mà mắc lỗi: hai chữ về! Bài thơ vẫn hay! Vẫn hay? Chắc vậy... vì cái bài Sen cũng chỉ bốn câu, trật luật thơ lục bát, vẫn cứ là hay, mãi mãi:

"Trong đầm gì đẹp bằng sen
Lá xanh bông trắng lại chen nhụy vàng
Nhụy vàng bông trắng lá xanh
Gần bùn mà chẳng hôi tanh mùi bùn!"

Bài Sen này tôi phải học thuộc lòng từ năm học lớp Đồng Ấu ở trường Sơ Học Phú Trinh Phan Thiết, nó đi theo tôi từ năm 1948, 1949 đến ngày tôi chết! Tôi nhớ bài Sen, nhớ luôn cô giáo dậy vỡ lòng tôi là cô Trần Thị Sen. Tôi cũng không bao giờ quên năm lớp Dự Bị tôi học thầy Trần Văn Cúc, năm lớp Sơ Đẳng tôi học Thầy Trần Thiện Mưu, năm lớp Nhì tôi học Thầy Nguyễn Mô, năm lớp Nhất tôi học Thầy Nguyễn Khánh. Từ khi lên lớp Đệ Thất tới chấm dứt ở lớp Đệ Nhất, tôi chỉ học Thầy, không hề có cô giáo nào dạy tôi. Nhưng học Sư Phạm thì có cô Ưng Sâm (tên chồng), cô người Huế, thấp, đẹp như Má tôi và hiền chắc hơn Má tôi! Cô về hưu hình như năm 1963, tôi thường có viết thư thăm vào dịp Tết khi tôi chưa vào lính, địa chỉ của cô thật dễ thương và "hên" vì chín nút: Bà Ưng Sâm, 18 đường Quang Trung, Nha Trang. Tôi cũng rất thương Thầy Trần Quý Tuệ, sao Thầy dễ thương kỳ lạ, Thầy truyền cho tôi cái tình thương của người Thầy đến với học trò, tôi đi dạy học hơn mười bốn năm, học trò cũng thương tôi quá là thương. Địa chỉ nhà Thầy tôi: Ông Trần Quý Tuệ số 9 đường Phương Sài Nha Trang. Các Thầy, các Cô dạy tôi bây giờ đều ở cõi khác... *Giật mình sương rụng trên đê!*

Rồi... con sông, dòng sông, sương rụng, lá bắp lay ở bờ sông... lại chuyển động trong tôi, lại lay động trong tôi... và cào cào hai con mắt tôi! Cảm ơn Kai Hoàng nha, hai câu thơ của anh giúp cho tôi biết tôi còn sống, còn mơ màng bát ngát một con sông! Anh, hay là tôi nhỉ? Tôi viễn xứ nhận ra điều có lẽ: *Tim mỗi người đều có một dòng sông!* Tôi muốn nghe hoài hoài câu gào thét của Bích Nga khi Bích Nga đứng trên mặt đáy của dòng sông cạn khô Los Angeles: "*Sông Ơi Trôi Đi Đâu?*"

Trần Vấn Lệ

PHẦN 4:
THƠ BAY THEO TỪNG NỐT NHẠC

"Hành trình vào cõi thơ là làm một cuộc phiêu lưu vô tận. Thơ bắt nguồn từ cảm xúc tâm hồn, nơi ẩn chứa những mối tình thiêng liêng sâu kín nhất. Phải chăng làm thơ là đi giữa cõi mộng và thực để đời trổ nhánh đâm hoa và đưa thực vào mộng cho hồn vơi đi những nỗi đau trần thế..."

(Trích "Vài Nét Thơ Phổ Nhạc" – Đỗ Bình)

Đi vào Cõi Thơ của Trần Vấn Lệ chính là đi vào giữa cõi thực và cõi mộng. Cõi Thơ ấy có những nốt nhạc vút cao bay vào không gian muôn sắc màu. Có những nốt trầm buồn rơi vào khoảng cô đơn vắng lặng.

Bắt gặp các cung bậc âm thanh này, cũng như tìm thấy được sự đồng cảm, đồng điệu, một số nhạc sĩ đã phổ nhạc khá nhiều thơ của ông. Ngoài các nhạc sĩ quen thuộc như: Song Ngọc, Lê Vũ, Nguyễn Phúc Liên Kỳ, Châu Đình An,... nhà thơ Trần Vấn Lệ có một người bạn vốn là bác sĩ nhưng có tâm hồn thơ – nhạc tuyệt vời đã phổ hàng trăm bài của ông. Đó là Bác Sĩ Lê Trung Diệp ở Hayward City, California USA. Rất tiếc, Bác Sĩ đã mất đột ngột trên đường về mừng con tốt nghiệp Đại Học ở San Diego (Nam Cali) vào ngày 07.06.2002 nên chúng tôi chỉ tìm được một bản lưu duy nhất để giới thiệu đến bạn đọc trong cuốn sách này. Hy vọng sau này chúng tôi sẽ tìm thấy nhiều hơn các nhạc phẩm do Bác Sĩ Diệp từng gửi đến NS Trần Quảng Nam và chị Khánh Hà cùng ngụ tại San Jose.

Trong khuôn khổ cuốn sách này, chúng tôi xin giới thiệu một số nhạc phẩm phổ từ thơ Trần Vấn Lệ tiêu biểu nhất.

Thơ và Nhạc –
Trần Vấn Lệ và Nguyễn Phúc Liên Kỳ

Nhạc sĩ Nguyễn Phúc Liên Kỳ Sinh năm 1945 tại Vĩ Dạ - Cồn Hến, Huế; cùng gia đình định cư tại Hoa Kỳ từ năm 1986. Ông sáng tác nhiều nhạc phẩm gắn liền với bến Hương Giang, cầu Gia Hội hay những tà áo ai bay trên cầu Trường Tiền... Nhạc sĩ cũng phổ nhạc từ thơ của các nhà thơ quen thuộc như Hàn Mặc Tử, Trần Vấn Lệ, Hoàng Hương Trang...

Tình bạn giữa nhạc sĩ Nguyễn Phúc Liên Kỳ và thi sĩ Trần Vấn Lệ rất khăng khít. Thứ Bảy nào cũng vậy, nhạc sĩ làm tài xế chở thi sĩ Trần Vấn Lệ từ Los Angles xuống Little Saigon để chỉ gặp bạn bè cho đỡ buồn nhớ lung tung. Những câu chuyện về Quê Hương, về cuộc sống, về Thơ – Nhạc cứ cuốn theo từng bước chân thời gian. Từ mối thâm tình, từ cơ duyên Thơ – Nhạc ấy, NS Nguyễn Phúc Liên Kỳ đã thoát khỏi vòng tay tình tự với Huế, thổi hồn vào thơ Trần Vấn Lệ, để có những nhạc phẩm tuyệt vời về các thành phố khác. Có thể kể đến: ***Đà Lạt Chiều Mơ***, ***Chiều Ban Mê***,... Riêng trong CD "Thương Huế Vô Cùng" phát hành năm 2011 của ông, đã có 3 bài phổ nhạc từ thơ của thi sĩ Trần Vấn Lệ: ***Sài Gòn Nỗi Nhớ***, ***Mỗi Lần Thu Tới***, ***Mặt Trời Em Dấu Nở Thành Hoa***.

Giọt Lệ Rơi

Đêm buồn đọc thơ Trần Vấn Lệ, đọc bài mang tên là Thơ Lệ
Nghĩ lại em đang là ngấn lệ, có lần ngập ngừng anh khóc thầm

Nghĩ về phận thân là kiếp người, ngàn trùng quê xưa Tài hoa nào
Có lần rưng rưng nhìn gió bụi, gió bụi chở em đi mất rồi
Gió bụi làm mưa nắng buồn theo

Anh buồn vì em vắng nụ cười
Anh buồn vì sao em đợi chờ
Đôi lần chợt mưa nắng em đi
Đôi lần về phố cũ phân ly

Đêm buồn đọc thơ Trần Vấn Lệ, đọc bài mang tên là Thơ Lệ
Nghĩ lại em đang là ngấn lệ, có lần ngập ngừng anh khóc thầm

Nghĩ về phận thân là kiếp người, ngàn trùng quê xưa Tài hoa nào
Có lần rưng rưng nhìn gió bụi, gió bụi chở em đi mất rồi
Gió bụi làm mưa nắng buồn theo

Anh buồn vì em vắng nụ cười
Anh buồn vì sao em đợi chờ
Đôi lần chợt mưa nắng em đi
Đôi lần về phố cũ phân ly

Có chiều nghe một dòng sông trôi, nghe hồn thở ra một dấu lệ
Nắng chiều anh nghe lòng hiu quạnh, Thơ Lệ dạt dào như sóng trào

Thơ Lệ nghe rộn ràng Thiên Thu
Có ngày về quanh đời rất muộn
Thơ Lệ tuôn ra dòng sông Lệ
Khép lại lòng anh mãi còn yêu

Châu Đình An

Giọt Lệ Rơi là một bản nhạc rất đặc biệt của Nhạc Sĩ Châu Đình An. Ông đã tâm sự như thế này:

"Trong một đêm, đọc bài THƠ LỆ của nhà thơ Trần Vấn Lệ, tôi đã yêu mến bài thơ này và chữ nghĩa cùng với ý tưởng đã theo tôi suốt giấc ngủ, nó như tiếng lòng tôi bâng khuâng thổn thức và nỗi ray rứt của cảm giác xa vắng, nhớ nhung... Một chút gì đó sự đồng cảm của hồn tôi với thi phẩm Trần Vấn Lệ. Tôi đã yêu quý nhà thơ tài hoa của thi ca Việt Nam từ đó, đến nỗi tôi đã đưa tên ông vào âm nhạc tôi trong ca khúc này."

Trân trọng kính mời Quý Vị nghe tại đây:
https://youtu.be/Biyui9wsbzM

Bao Giờ Anh Đưa Em Đi Chùa Hương

Nhạc: Song Ngọc
Lời: Trần Vấn Lệ
Trình bày: Vũ Khanh – Ý Lan

Bao giờ anh đưa em đi chùa Hương
Nghe câu em hỏi sao mà thương
Mỗi năm một tuổi em già mất
Mười tám năm rồi ôi nước non

Mười tám năm rồi lâu quá nhỉ
Cộng thêm một thuở Bắc Nam chia
Bây giờ anh gần năm mươi tuổi
Tóc bạc răng long cũng sắp kề

Anh sẽ đưa em đi chùa Hương
Ôi câu anh hứa buồn ơi buồn
Biển sông đang rẽ dòng lưu lạc
Nhật mộ trông về sương khói sương

Nhật mộ nghĩa là em thấy đó
Ngày tàn đêm tới tuổi bay xa
Thơ anh quện với sầu thiên cổ
Em lấy tay che kẻo mắt nhoà

Mười tám năm rồi tiếng súng ngưng
Bắc Nam liền lận hỡi ôi lòng
Rách tươm theo với đời trăm hướng
Để cọng nhang thơm cứ vẽ vòng

Bao giờ anh đưa em đi chùa Hương
Anh không đáp được hỏi thêm buồn
Quê người hoa nở chào năm mới
Em cúi đầu hôn đi ôi em dễ thương

Ngày xưa Nhược Pháp hai mươi tuổi
Trẩy hội chùa Hương thơ để đời
Một chốn rừng xanh thành cổ tích
Ngàn năm thơ mộng vẫn còn tươi

Chu Mạnh Trinh thời sung sức nhất
Cũng lên Hương Tích đứng đề thơ
Tại sao tuổi trẻ người xưa đẹp
Anh hẹn cùng em để ước chờ
Anh sẽ đưa em đi chùa Hương
Ôi câu anh hứa buồn ơi buồn
Biển sông đang rẽ dòng lưu lạc
Nhật mộ trông về sương khói sương

Nhật mộ nghĩa là em thấy đó
Ngày tàn đêm tới tuổi bay xa
Thơ anh quện với sầu thiên cổ
Em lấy tay che kẻo mắt nhoà

Mười tám năm rồi tiếng súng ngưng
Bắc Nam liền lận hỡi ôi lòng
Rách tươm theo với đời trăm hướng
Để cọng nhang thơm cứ vẽ vòng

Bao giờ anh đưa em đi chùa Hương
Anh không đáp được hỏi thêm buồn
Quê người hoa nở chào năm mới
Em cúi đầu hôn đi ôi em dễ thương

Quê người hoa nở chào năm mới
Em cúi đầu hôn đi ôi em dễ thương

Trân trọng kính mời Quý Vị nghe tại đây:
https://youtu.be/OfOJUUD8JP0

Chiều Về Ngang Qua Chợ

Thơ: Trần Vấn Lệ
Nhạc: Trần Lê Việt
Trình bày: Đình Nguyên

Ngang qua chợ chiều nay
Không buồn cũng thấy buồn
Chợ chiều là chợ tan
Chợ tan buồn mênh mang

Trông bao người ngược xuôi
Biết Mẹ xưa đã từng
Như thiên hạ lao đao
Giữa dòng đời xao động

Nhớ nồi cơm Mẹ thổi khi gia đình chung vui
Trán Mẹ mồ hôi đổ mà nụ cười sáng trưng
Xa nước hai mươi năm
Mẹ đã về chín suối
Bóng chiều vàng hiu hắt, tím lịm cả hồn con

Ngang qua chợ chiều nay
Âm thầm thương nhớ Mẹ
Mưa chiều bay phơ phất
Trên lối về đơn độc

Trân trọng kính mời Quý Vị nghe tại đây:
https://t-van.net/tran-le-viet-ngang-qua-cho-chieu-nay-nhac-y-tho-le-phung-an/

Chiều Ở Đâu Đây

Thơ: Trần Vấn Lệ (Trần Trung Tá)
Nhạc: Lê Trung Diệp

Chiều ở đâu đây? Chiều ở đâu đây?
Sông, chiều, lạ nhỉ, ai nhen lửa? Trời trắng mù sương. Hay khói bay?
Trên những chòm cây, con quạ nhớ ai mà kêu mãi tiếng bi ai?

Không thấy đò ngang về bến đỗ. Sông, chiều trôi mãi, nước lang thang.
Và sương. Và khói. Và mây trắng. Có nhớ chi chăng bóng hạc vàng?

Thế Kỷ bắt đầu khi suối vỡ, cuốn đi Thu muộn, nắng Thu tàn
Hỡi ơi, sông Cái rồi ai mở. Mà cửa trùng dương mờ khói sương...

Em ạ, khép đi tà áo mộng. Tình ơi, ta nhớ nắng Quê Hương
Buổi chiều, dù chỉ vài tia sót, trong mắt em, còn ấm nhớ nhung!

Chiều ở đâu đây? Chiều ở đâu đây?

Cõi Đời Chiêm Bao

Nhạc: Nguyễn Quyết Thắng
Thơ: Trần Vấn Lệ
Trình bày: Nguyễn Quyết Thắng

Mặt trời làm sáng mặt trăng
Mặt trăng đâu biết, biết rằng có duyên!
Nhiều khi trăng thật dịu hiền
Đứng soi bóng nước mà quên mặt trời ...

Từ khi tôi thấy em cười
Ngó lên chẳng thấy mặt trời ở đâu
Té ra tôi ở địa cầu
Còn em thì đứng trên lầu cõi Tiên ...

Nhủ lòng mình hãy cố quên
Lạ ghê nhật nguyệt cứ liền âm dương
Ước gì trăng cũng biết thương
Để trời với đất có đường tôi đi!

Từ khi tôi biết mình si
Nhắm hoài con mắt bay về chiêm bao
Tay quên nắm một con sào
Cho nên tôi đã lạc vào hư vô ...

Trân trọng kính mời Quý Vị nghe tại đây:
https://youtu.be/nJFO81cTiQU

Giấc Mơ Dã Quỳ

Thơ: Trần Vấn Lệ
Nhạc: Tuấn Khanh
Trình bày: Nhã Ca

Đêm qua tôi lại nằm mơ
Thấy mình về đứng trên đồi
Thấy đồng hoa nở bát ngát
Dã quỳ hoa vàng đón tôi

Đêm qua tôi thả hồn chơi
Đi về tận chốn quê nhà
Nắng vàng nghẹn ngào theo tôi
Nắng vàng thương Dã quỳ tôi

Tôi chết, chết thật rồi
Bên tôi Dã quỳ tàn úa
Kỷ niệm đau mấy cho vừa
Tôi hóa thành bụi mưa

Tôi khóc, khóc thật nhiều
Quê hương sao còn đau yếu
Tôi mơ, mơ để làm gì
Tôi về, về đây làm chi

Đêm qua tôi vừa kịp mơ
Thấy em đứng hát bên đồi
Nụ hôn còn chưa kịp tới
Nước mắt đã vội tuôn rơi

Trân trọng kính mời Quý Vị nghe tại đây:
https://youtu.be/ixYr1Hnb50k

Ký Ức Ca Dao

Thơ: Trần Vấn Lệ
Nhạc Nguyễn Tất Vịnh
Ca Sĩ : Ngọc Quy

Ngồi đây quán trọ hiên người
Một ly trà đá một trời tà huy
Một non sông hết mong về
Một trái tim héo còn gì nữa đâu

Mỗi người nói một nửa câu
Ghép trăm câu nữa nên cầu nhân gian
Qua sông áo cũ màu tàn
Về nhà cắm một cây nhang cho mình

Chẳng dừng chân trước cổng đình
Làm sao mà thấy trúc xinh bây giờ
Ngồi đây cắn vụn trái mơ
Ai xinh như mộng không ngờ ca dao

Trèo lên cây bưởi, bưởi cao
Bước xuống chỗ thấp chỗ nào tầm xuân
Chiến tranh ngưng. Tiếng súng ngừng
Bắc Nam ngó mặt người dưng giữa đường

Ngồi đây không chán thì chường
Cái đau nào cũng do mường tượng ra
Cái không mường tượng được là
Vườn dâu em hái, ruộng cà em chăm

Trân trọng kính mời Quý Vị nghe tại đây:
https://youtu.be/yFR2GwlSNWk

Nghĩa Của Tình Yêu

Thơ: Trần Vấn Lệ
Nhạc: Song Ngọc
Ca sĩ: Hương Lan

Tình yêu là nghĩa có làm sao
Là giọt sương hay nước mắt trào
Buổi sáng nhìn kia sương lóng lánh
Buổi chiều cúi mặt dạ nao nao

Tình yêu là nghĩa thương rồi nhớ
Mà bảo tương tư lại lắc đầu
Ai nhớ mình đâu mình nhớ quá
Lòng người ai biết rõ nông sâu

Tình yêu trân trọng như châu ngọc
Mà mở ra xem hóa chuyện sầu
Thư đã viết rồi không dám gửi
Hình như còn thiếu một vài câu

Tình yêu không phải là tâm sự
Nên dễ gì đem nói với nhau
Giấy trắng vẽ hoa đời vẽ mộng
Ôi đùa chi vậy người yêu ơi!

Trân trọng kính mời Quý Vị nghe tại đây:
https://youtu.be/DQhLG3rlrac

Nhà Ai Có Giàn Bông Giấy

Nhạc: Hoa Nguyên
Thơ: Lê Hành Khuyên (Trần Vấn Lệ)
Trình bày: Tiến Trung

Nhà ai có giàn bông giấy
Mà không bút viết thư tình
Tôi qua mấy lần đứng lại
Tưởng người ai đó xinh xinh

Hoa bay đảo lòng mặt lộ
Xe qua xe chạy vù vù
Tôi đứng bên lề cọng cỏ
Chờ ai ngậm nỗi thiên thu

Không ai bước ra ngoài ngõ
Chỉ gió, gió thôi vô thường
Xưa nay gió thường thế đó
Chẳng lời thầm thì yêu thương

Tình cờ dưới giàn bông giấy
Giật mình thảng thốt ngày xưa
Ồ mình đứng đây như vậy
Ai kìa len lén trao thư.

Trân trọng kính mời Quý Vị nghe tại đây:
https://youtu.be/FClulibVOF4

Từ Trong Cửa Lớp

Thơ: Trần Vấn Lệ
Nhạc: Phạm Chinh Đông
Trình bày: Thanh Hoa

Xa lắm rồi đầu non anh ngó xuống
Nơi cuối trời em vẫn gọi bóng mây lên
Trước sân trường một hàng cây rũ ngọn
Chờ chân em gót nhỏ chiều lang thang

Nụ hôn đó một lần anh để lại
Nghe chừng như hao hụt hết tâm hồn
Em bảo em được sinh làm con gái
Nên anh thề chê hết thảy giai nhân

Anh cúi đầu cho nắng hong đầy tóc
Tóc không dài như nỗi nhớ thương em
Em ở đó buổi chiều nay có khóc
Nước mưa trời anh ngửa hết tay xin

17 Tháng Mười 2012

Trân trọng kính mời Quý Vị nghe tại đây:
https://youtu.be/RSGVMkUxaHw

Thơ Lệ

Thơ: Trần Vấn Lệ
Nhạc: Châu Đình An
Ca sĩ: Duyên Hằng

Ôi một bài thơ lệ mấy dòng
Mấy dòng thơ lệ hóa con sông
Em bơi thuyền nhỏ đùa con sóng
Vớt bọt bèo xem những mảnh lòng.

Những mảnh lòng anh em ghép lại
Thấy gì lạnh buốt bóng trăng trong
Ngày xưa Lý Bạch ôm trăng chết
Trăng nhớ người thơ khóc dưới sông.

Trăng nhớ người thơ em chẳng nhớ
Nên thơ anh lạnh đến vô cùng
Thôi em đừng vớt bèo chi nữa
Mà ngó tay thon tím móng hồng.

Để mặc thơ anh tan với sóng
Để buồn anh trải kín con sông
Em ơi thơ đó là thơ lệ
Em có bao giờ đọc nó không?

Trân trọng kính mời Quý Vị nghe tại đây:
https://youtu.be/fhopGK65av8

** Chia sẻ của nhạc sĩ Châu Đình An:*

Khi đọc một bài thơ hay, cảm xúc dâng tràn, và các nốt nhạc theo từng chữ thơ bắt đầu reo vang bàng bạc, từ đó... ca khúc đã bắt đầu thai nghén, hình thành.

Thơ phổ nhạc là nét đặc thù của nền tân nhạc Việt, vì có đến hàng trăm bài thơ của nhiều thi sĩ với nhiều thể dạng thơ trở thành ca khúc.

Nếu không có âm nhạc thì có lẽ, những bài thơ khó có cơ hội trở thành quen thuộc với người nghe. Từ thi sĩ tiền chiến Nguyễn Bính, Hoàng Cầm, Quang Dũng, Hàn Mặc Tử, Huy Cận, cho đến gần đây là thi sĩ Du Tử Lê, Tô Thuỳ Yên, Nguyễn Tất Nhiên, Mường Mán, Hoàng Ngọc Ẩn, Trần Vấn Lệ... và còn nhiều thi sĩ khác không kể hết ra đây.

... Bài thơ hay, chưa chắc phổ nhạc đã hay, ngược lại có những bài thơ bình thường, nhưng lại hay, khi trở thành ca khúc. Ta gọi đó là duyên thi nhạc. Những bài thơ soạn thành ca khúc, hoàn toàn do tình cờ.

... Rồi đến thi sĩ Trần Vấn Lệ, đến bây giờ tôi cũng chưa biết mặt, chưa hề gặp, qua bài *Thơ Lệ* của ông, bài thơ thật hay với câu thơ bẩy chữ, rung cảm đến từ con tim thi sĩ.

"Ôi một bài thơ lệ mấy dòng
Mấy dòng thơ lệ hoá con sông
Em bơi thuyền nhỏ đùa con sóng
Vớt bọt bèo xem những mảnh lòng"

Rồi thi sĩ than thở, nghe rất thương:

"Những mảnh lòng anh, em ghép lại
Thấy gì lạnh buốt bóng trăng trong
Ngày xưa Lý Bạch ôm trăng chết
Trăng nhớ người thơ, khóc dưới sông"

Tôi cảm động, phổ bài thơ này theo điệu ngũ cung, nghe buồn da diết.

Xem ra, thơ phổ nhạc là một cái duyên, tự dưng nó đến, bất ngờ. Theo tôi, thơ là hình ảnh, là mầu sắc, là không gian, là thời gian, là kỷ niệm, là tiên tri, và sau hết là thông điệp nhắn gửi đến cuộc đời về một điều gì đó trong phạm vi tình yêu, xã hội, và con người.

Cuối cùng, thi sĩ đích thực, là những kẻ điên, và những kẻ đem nhạc mình phổ vào thơ, là những tên đồng loã với nỗi điên ấy.

Chỉ có, người đọc thơ và nghe nhạc, mới thật sự may mắn vì chợt cảm nhận sâu thẳm về cơn điên này.

Trong Lòng Nhật Nguyệt

Thơ: Trần Vấn Lệ
Nhạc: Nguyễn Tất Vịnh
Ca sĩ: Ngọc Quy

Ôi em buồn lắm nói làm sao?
Nói trọn câu không khéo nghẹn ngào.
Mà nói nửa câu hay đứt đoạn,
Nghĩa là chưa nói, khổ, ôi chao!

Thôi không đừng nói, đừng than thở,
Đâu một người đau, triệu kẻ đau.
Có nước mà xa nên nhớ nước,
Có thân mà bỏ đòi chiêm bao.

Phải như mây trắng bay trong trời,
Như gió vừa qua mặt biển khơi.
Có vướng lại gì trên chóp núi,
Hồn ta, hồn bạn cũng chơi vơi.

Ôi em, tôi nghĩ, âm thầm nghĩ...
Chiều một mình đây trước cửa sông.
Trời rộng bao nhiêu rồi cũng chật,
Khi mà nhật nguyệt hóa mông lung.

Khi mà nhật nguyệt hóa mông lung.

Trân trọng kính mời Quý Vị nghe tại đây:
https://youtu.be/FrBQq5oe-6I

Xích Lô

Thơ: Trần Vấn Lệ
nhạc: Nguyễn Quyết Thắng
Tiếng hát: Fa Thăng

Lá me bay, bay ngang cổng Chùa
Ông già dừng chiếc xích lô ... ngó trời.
Chiều mưa .... phố quạnh hiu người
Không ai mỏi bước, ngỏ lời với ai ...
Lá me bay, lá me bay trên con đường dài
Ông già nhấn gót xe quay bánh tròn
Xe quay bánh tròn.
Người ta gọi, sợ chân mòn, sợ hơi tàn .
Ờ thôi! mưa gió cũng buồn cùng lá me.
Lá me bay, bay trắng chiều về
Ông già vuốt mặt đầm đìa nước mưa.
Cái mui xe, che kín đường dài
Đầu ông tóc rũ, bơ phờ, nón tơi ...
Lá me bay, lá me bay, bay giữa bầu trời
Ông già ráng đạp như thời trẻ trung
Tội cho ông, cái lưng còng,
Tội cho ông, cái lưng còng,
Hồi xưa lưng đó, gánh gồng ba-lô.
Ba- lô!

Trân trọng kính mời Quý Vị nghe tại đây:
https://youtu.be/EOs33T5kKbw

PHỤ BẢN

1. ***Bài thơ của TS Trần Vấn Lệ được tuyển chọn và đăng trong cuốn "Tuyển Tập Thơ Tình Việt Nam Thế Kỷ 20"***

2. ***Một số bài thơ của TS Trần Vấn Lệ được lưu trữ trong thư viện trường Bùi Thị Xuân, Đà Lạt***

3. ***Một số tác phẩm của TS Trần Vấn Lệ từng được xuất bản***

Bài thơ của TS Trần Vấn Lệ được tuyển chọn và đăng trong cuốn "Tuyển Tập Thơ Tình Việt Nam Thế Kỷ 20"

TRẦN VẤN LỆ *(Việt kiều ở Mỹ)*

RỦ EM ĐI BỘ

Người ta xe, ngựa ngược và xuôi
anh với mình em đi bộ chơi
nước Mỹ rộng dài ai chẳng biết
nhưng đi bộ được có bao người ?

Mình đi bộ để nhìn lên đất
thấy cỏ hoa cười, nghe nắng reo
thấy lá vàng bay và rác chạy
thấy đời bóng ngả mặt trời xiêu

291

Mình đi bộ để nhìn lên núi
thấy bóng mây trùm kín lũng sương
chim nhỏ hót vui cảnh buổi sớm
xa gần như thể tiếng quê hương.

Mình đi bộ để làm chi, em
đường vắng đôi khi cũng biết thèm
đứng lại giả đò đau gót lắm
rồi môi hồng nở nụ hôn êm

Em à, đi bộ bên anh nhé
đi mãi vòng quanh trái đất tròn
đời sống trăm năm trừ mấy chục
bình minh đi suốt tới hoàng hôn.

292

Một số bài thơ của TS Trần Vấn Lệ được lưu trữ trong thư viện trường Bùi Thị Xuân, Đà Lạt

TRANG THƠ – Thầy TRẦN VẤN LỆ

Muôn Năm Đà Lạt Ơi

Tôi lên Đà Lạt năm mười sáu
Ở với núi rừng ba mươi năm.
Chớp mắt! Không ngờ như chớp mắt
Nghẹn ngào đâu có muốn rời chân!

Từ đứa học trò Trung Học cuối
Đến ông Thầy Giáo tuổi Xuân xanh
Chen thời gian ấy, thời gian Lính
Đà Lạt bỗng thành một Cố Hương!

Tôi xa Đà Lạt chưa năm mươi
Cánh cửa Thiên Thai khép mất người
Cánh cửa đại dương he hé mở
Cánh rừng...ngó lại thật xa xôi!

Đà Lạt tôi không đất cất nhà
Tấm lòng tôi rộng trải bao la
Khi đi, phủi áo mù sương rụng
Khi nhớ...chỗ nào cũng thấy hoa!

Ôi hoa Đà Lạt hoa Đà Lạt
Bụi phấn hôm nào bay gió bay
Những đứa học trò hai má đỏ
Và môi hoa nụ tuổi thơ ngây...

Tôi quên sao được lúc đi xa
Em, đứa học trò đứng ngẩn ngơ
Vẫy nhẹ bàn tay nhòe nước mắt
Đà Lạt buồn như đang mùa Thu!

...Tôi quên sao được đêm ra phố
Lên chiếc xe đò đi trong khuya...
*
Đà Lạt!
Trời ơi!
Thương chẳng trọn
Muôn năm không biết thuở nao về!

Ngày Xưa

Ngày xưa... mới cách một tuần
Nhìn hình ảnh tưởng muôn trùng thời gian
Hôm nao tỏa Bóng Đạo Vàng
Hôm nay cây kiếng nát tan hết rồi!
Đúng là cái Có cũng vui
Cái Không cũng thế, chớ bùi ngùi chi
Như Lai là Đến là Đi
Là không chỗ trú, không lìa không xa
Không gì cả giữa bao la
Cây xưa có Bóng chẳng qua có Hình
Hình mong manh, Bóng mong manh
Cái bền vững mãi là Tình Thiên Thu!

Nhớ Quá Từng Ngón Tay

Anh nhớ bữa hôm nọ / anh hái một nụ quỳ / để lại rồi anh đi / em giữ hoài, em nhớ...

Em nhìn hoa, thấy chi? Thấy người đi vạn dặm / cũng nhớ thương em lắm / rồi em khóc phải không?

Đà Lạt sang mùa Đông / hoa quỳ nở đầy núi / anh nhìn em đắm đuối / hôn từng hoa mà thương!

Anh đã qua đại dương / nhìn lại: không bờ bến / chỉ thấy sương chiều quyện / nhớ quá tóc em bay...

Nhớ quá từng ngón tay / của bàn tay con gái / nhớ anh hứa trở lại / mà đã mấy mùa Đông!

Em ơi nhớ trong lòng / nở ra hoa...càng nhớ! Sáng nay hoa hồng nở...hoa hay là môi em?

Đóa hoa hồng cười duyên...duyên như hoa quỳ vậy, anh quỳ cho em thấy: anh trọn đời yêu em!

Anh vừa lạc vườn Tiên / không Tiên Nương có mặt / biết là em xa lắc / Việt Nam ôi Việt Nam!

49

TÙY BÚT – Thầy TRẦN VẤN LỆ

Viết Nhân Ngày Của Cha

Cha thường đi bên Mẹ ở những khúc đường bằng. Ở những khúc gập ghềnh, Cha đều đi sau Mẹ. Không luật nào bảo thế... mà là Lẽ Tự Nhiên! Mẹ, Cha kêu bằng Em, là người Cha yêu quý. Năm nào Ngày Của Mẹ cũng trước ngày của Cha! "Chỉ một tháng, không xa!"Cha cười, hôn trán Mẹ..."

Hạnh phúc xiết bao kể, một cảnh nhà ấm êm! Hàng năm không ai quên, có hai ngày lễ trọng: Mẹ Cha là cái bóng che chở cho đời con. Con ăn học lớn khôn, không ai quên cha mẹ...

Tôi nói thật nhỏ nhẹ, cho trái tim tôi nghe. Nhớ Việt Nam là quê, nhớ Cha Mẹ ở đó, từ ngày tôi còn nhỏ... bây giờ tôi xa xăm, Mẹ Cha về cõi âm, tôi – Thiên Đường... đã lạc!

Tôi, Mẹ Cha đều mất. Cuối đời tôi không vui. Hỏi sao không ngậm ngùi... cuộc chiến tranh dài quá! Rồi người ra biển cả, rồi người ngó trăng suông. Mẹ Cha tôi đã buồn, và đã về chín suối...

Bài thơ này tôi gửi, không biết nhờ ai trao? Giữa cõi đời chiêm bao chỉ còn nhang khấn nguyện.Tình Mẹ Cha như biển... tan biển mấy hoàng hôn! Ngày của Mẹ, nhớ thương! Ngày của Cha, đứt ruột. Hoàng hôn, con ai vuốt, đầu của con mưa sa? Lại sắp ngày của Cha, đêm trăng mờ sao lặn...

Lẽ tự nhiên: Mưa, Nắng. Cha đi trước Mẹ, đâu? Cha đi sau Mẹ, đâu? Mây... một màu mây trắng! Nước, một giọt cũng nặng! Sông trắng chiều khói sương...

Em Nhìn Kìa Cây Chuối

Em kìa, kìa cây chuối, em thấy gì ngộ không?Lá chuối vàng thong dong tựa trên thân cây chuối... không rụng cho gió đuổi như lá của cây xoài. Nếu khô thì sóng soài vẫn dính hoài, gió thổi...

Em nhìn kìa cây bưởi, anh lên hái h... nha! Rồi bước xuống ruộng cà, tầm xuân đ... nở đó... em đừng đi đâu, chớ, chớ bỏ anh ... mình! Ai bảo Mạ đã sinh, em ra làm con ... Hoa bưởi anh vừa hái, cài cho tóc em thơm, ... tầm xuân tỏa hương, cho đời em thơm ngá... Em ơi, đừng hờn mát, nói về chuyện lá trầu, ... về chuyện trái cau. Nói về một mai sau...

Có bao giờ không nhỉ, nhìn vầng tr... Thế Kỷ, mình nói chuyện trăm năm? Chuy... trăm năm xa xăm, chuyến đò ngang cách biệ... Anh một lòng tha thiết, mà em thôi thiết ... Cũng tại Mạ tại Ba, sinh ra con gái đẹp. Em ... gài quai dép... người ta thấy gót son!Người ... để ý thương, em và Ba Mạ chịu!

Cây chuối kia ai hiểu, sao lá khô kh... rơi? Anh thì hiểu suốt đời, anh yêu em kh... dứt... mà ở nhau chẳng được... thì thương h... ngàn năm! Nếu anh đừng bỗng dưng, qua v... Ngoại mình gặp, chiều nay như mưa sắp, ... vào mắt chúng mình... Hoa tầm xuân c... xanh... hoa tầm xuân cánh xanh, thơ thì ... cánh biếc, em đi xa, anh tiếc, những ngày ... ngẩn ngơ, chờ em tan chợ trưa, mong em ... chợ xế...

Tiếng Hót Của Chim Nghe Ngọt Như Đường

Sáng Chúa Nhật nghe phôn reo, tôi ... Bạn gọi mời ra phố uống cà phê. Tôi vui ... hẹn giờ tôi đi tới... Uống cà phê buổi s... quán-bên-hè.

Sáng Chúa Nhật đường sá ít xe. Quán ... phê cũng chưa đông khách. Ngày mới ... tiếng chim đang hót. Tờ báo cuối tuần thưa ... bản tin. Chúng tôi chào nhau rồi lặng lẽ ng... nhìn... tách cà phê đen có chút đường bốc kh... Gặp nhau hoài, không còn chuyện gì để n... thì cà phê, cà phơ, cà chớn, cà tang!

50

Khói cà phê thơm quá, mơ màng. Thơ Quang Dũng lại hiện về trong đáy cốc, thoáng hiện ai về... màu đen của tóc, để cái muỗng vào tóc hóa bạch kim! Nhìn bóng thời gian, cái bóng đã chìm, nhìn mặt nhau cười... râu người đã bạc! Trên vòm cây vỉa hè tiếng chim còn hót, tiếng hót của chim nghe ngọt như đường...

Bạn chỉ tôi một góc báo, tin buồn: Minh Đức Hoài Trinh thành người thiên cổ. Thêm một nhà thơ đi chiều Thứ Sáu, chắc cuối tuần này bè bạn sẽ đưa về cõi không mơ, khói nhang mờ mờ nhân ảnh... rồi ở đáy cốc cà phê màu đen đặc quánh, biết đâu hiện hình một thoáng cố nhân?

Tiếng chuông giáo đường vang... Vọng. Bâng khuâng. Không biết Chúa sẽ gọi ai về mai mốt? Chúng tôi chia tay nhau sau lời bất chợt của bạn tôi kèm một nụ cười... /.

Tôi Nhủ Lòng Nhớ Núi

Đi đâu tôi cũng nhớ / ngọn núi Bà Lâm Viên. Người Thượng gọi Lang Bian, bản đồ ghi Lang Biang; lòng mình thì tạc dạ: Ngọn Núi Bà Lâm Viên!

Mình nghĩ ai có duyên / mới về sống Đà Lạt, bắt đầu từ Xã Lát / nơi Bác Sĩ Yersin / tới đây, nhìn, giật mình / rồi ông dừng cương ngựa... Nhiều ngọn núi to, nhỏ / nối nhau thành núi cao. Ngọn Lâm Viên đẹp sao! Hiện trong mây sừng sững. Mặt trời hiện và đứng / tỏa sáng một vùng cao... Rừng thông gió rì rào. Đồi cỏ lao xao gợn. Lác đác vài nhà Thượng. Thấp thoáng vài bầy trâu...

Non nước có từ lâu, chắc ngàn ngàn năm trước... Đúng là non và nước, khởi nguồn đây Cam Ly! Con suối đó biết đi / rồi chạy về Đà Lạt, rồi đổ xuống ngọn thác. Cam Ly ơi Cam Ly!

Đà Lạt, nơi tình si / của bao người để lại! Đà Lạt, những cô gái / má ửng màu hoa đào... Tôi ở đây không lâu / ba mươi năm, hơn chút, ra đi tôi đã khóc: Yêu Quê Hương... bởi nàng! Ai, từ Huế giàu sang... khi không vào Đà Lạt,... khi không cất tiếng hát / Ai Lên Xứ Hoa Đào / Đừng Quên Mang Về Một Cành Hoa...

Người con gái kiêu sa / hát trước năm mươi bảy / ngọn Lâm Viên có thấy / và, dĩ nhiên, tôi mê... Rồi nàng đi, không về. Bờ Đanhim mòn mỏi. Tội nghiệp tôi chờ đợi / biết bao năm trong tù...

* *Một Ngày Tù Thiên Thu! Một khối tình... trơ trọi. Tôi nhủ lòng: nhớ núi. Tôi nhìn đỉnh Lâm Viên. Tôi gọi em em em... và muôn năm vĩnh biệt!*

Mùa Hè Mà Lạnh Quá

Mùa Hè mà... lạnh quá. Cả ngày thì mùa Hè, chiều bỗng nghe tê tê, đêm xuống như Thu tới!

Cái lạnh có mong đợi, nhưng chưa tới Thu mà... bởi mùa Hè chưa qua, trái trên cành đang đậu...

Nhiều trưa nắng như nấu... một nồi nước lã sôi. Có nhiều lúc kêu trời: nóng chi mà nóng vậy?

... hay nhớ người xa ấy rồi trời chuyển theo mình? Đêm đang xuống thật nhanh. Mặc áo thêm cũng lạnh!

Sao bắt đầu nhấp nhánh. Sao lưa thưa như mưa. Nhìn sao, lòng ngẩn ngơ: lẽ nào mưa bất chợt?

Nhớ lại thời mưa ướt, đêm giữa rừng, cũng Hè, nghèn nghẹn tiếng của ve, nghèn nghẹn tiếng cây chạm...

Vạt poncho lấm chấm, tiếng mưa nghe buồn buồn, nghĩ có ngày Nước Non nắng hồng chan ruộng lúa...

Nắng hồng đôi má nhớ, chắc thèm lắm giọt mưa ai đó rất mong chờ, cất dành trong con mắt...

Chiều nay bỗng se thắt, tất cả đã xưa xa...
Những vì sao hay ma, lấm chấm trên nghĩa địa?

Nếu không nghe tiếng dế, chắc không nhớ gì đâu... ai đó nón che đầu, bài thơ cài trong nón...

Chữ Tình vẫn nằm gọn trong tim mình muôn năm. Mưa gió thuở Dran bay về chi tới Mỹ.

Một số tác phẩm của TS Trần Vấn Lệ từng được xuất bản

Mục Lục

Liên lạc Tác giả
Trần Vấn Lệ
letran4820@hotmail.com

Liên lạc Nhà xuất bản
Nhân Ảnh
han.le3359@gmail.com
(408) 722-5626

www.ingramcontent.com/pod-product-compliance
Lightning Source LLC
LaVergne TN
LVHW020818061026
849530LV00003B/25
* 9 7 9 8 8 6 9 2 0 1 6 4 5 *